ഈറൻ കാറ്റിൻ
ഈണം പോലെ...

INSIGHT PUBLICA®

Nadakkavu, Kozhikode, Kerala, 673011
www.insightpublica.com
e-mail: insightpublica@gmail.com
Title: Eeran Kaatin Eenam Pole
Author: Gireesh Varma
(Malayalam)
First Edition: August 2023
Book Design: kjvj@insight
Printed and Published by
InsightinPublica Printers & Publishers Pvt. Ltd.
ISBN 978-93-5517-328-7
₹ 300

ഈറൻ കാറ്റിൻ ഈണം പോലെ

ഗിരീഷ് വർമ്മ ബാലുശ്ശേരി

INSIGHT PUBLICA®

കോഴിക്കോട് ജില്ലയിലെ ബാലുശ്ശേരി സ്വദേശി. *ആറാമിന്ദ്രിയം*, *വേനലിൽ പൂകഞ്ഞ ഒറ്റമരം* എന്നീ കവിതാ സമാഹാരങ്ങളും *മാണിക്യ വീണയുമായെൻ* എന്ന ആസ്വാദനവും പ്രസിദ്ധീകരിച്ചിട്ടുണ്ട്.

ഒരു വെജ് കാറ്ററിംങ് യൂണിറ്റ് നടത്തുന്നു.

ഭാര്യ ശുഭ വർമ്മ ഇടപ്പള്ളി.

ഗിരീഷ് വർമ്മ ബാലുശ്ശേരി

ഉള്ളടക്കം

ആമുഖം

ഈ റയൊരെഴുത്ത് എങ്ങിനെ എന്നിലേക്ക് വന്നു ചേർന്നു എന്ന് ആലോചിച്ച് നോക്കിയിട്ടുണ്ട്. കുട്ടിക്കാലം തൊട്ട് പാട്ടുകൾ കേട്ട് കേട്ട് ലഹരിയിലായിപ്പോയ ഒരു പാട്ടാസ്വാദകന്റെ നിശ്വാസങ്ങൾ അല്ലേ എന്ന് ഉത്തരം... നിശ്വാസദലങ്ങളാണ് ഓരോ ലേഖനങ്ങളും... സംഗീതത്തിന്റെ മാസ്മരികതയിൽ മനം മയങ്ങി, രചനാവൈഭവത്തിന്റെ വേരുകൾ തേടി, ആലാപനത്തിന്റെ ഭാവതീവ്രതയിൽ പുൽകി പടർന്ന് സിനിമയെന്ന കലയെ കണ്ടറിഞ്ഞ് പിന്നീടെപ്പഴോ അറിയാതടർന്ന് വീണ വാക്കുകൾ.. അതിലപ്പുറമൊരു വിശേഷണം ഇല്ല..

എനിക്കായ് മാത്രമെന്ന് പറഞ്ഞുല്ലസിച്ച ഒരു പാട്ടുകാലമുണ്ടായിരുന്നു... വാകപ്പൂമരം ചൂടും എന്ന പാട്ട് പാടി അലസ സായന്തനങ്ങളെ പുൽകിയ കാലത്തിനും മുൻപ് മാറിൽ സ്യമന്തക രത്നം ചാർത്തി മറക്കുട ചൂടിയ രാത്രി എന്ന് പാടിയ ചില കൗമാര ഉച്ചനേരങ്ങളെ വല്ലാതെ മിസ് ചെയ്യുന്നുണ്ടിന്ന്...

ഇതിനിടെയിലെവിടെയൊ ആണ് പാട്ടുകളെ അറിയാൻ ശ്രമിച്ചത്... പഠിക്കാൻ ഒരുങ്ങിയത്... നിറങ്ങൾതൻ നൃത്തം ഒഴിഞ്ഞ മണ്ണിൽ മറഞ്ഞ സന്ധ്യകളെ പുനർജനിപ്പിക്കാൻ ശ്രമിച്ചതും...

ഗൗരവമാർന്ന പാട്ടുലകളിലൂടെ കടന്നു പോവുമ്പോഴും സംഗീതമേ ജീവിതം ഒരു മധുരസംഗീതമേ ജീവിതം എന്നൊരുറപ്പ് തന്നുകൊണ്ട് ആദ്യകാലം കൂടെ തന്നെയുണ്ട്...

ഈ എഴുത്ത് പാട്ടു ചരിത്രത്തിലേക്ക് ഒരു ഈടുവെപ്പ് എന്നഹങ്കാരമൊന്നുമില്ല. എന്നാലും ഒരു കുഞ്ഞറിവ് ഇത് വായിക്കുന്നവർക്ക് പകർന്നു കിട്ടും എന്നുറപ്പ്... കൂടുതൽ അനുഭവിച്ചറിഞ്ഞും, കേട്ടറിഞ്ഞും, വായിച്ചറിഞ്ഞും കിട്ടിയതാണ്. അതൊരാസ്വാദന രൂപത്തിൽ ഇവ്വിധത്തിലുമായി... വായനക്കാരിലെ വലിയൊരു വിഭാഗം പാട്ടിഷ്ടക്കാർക്ക് മുമ്പിൽ സമർപ്പിക്കുകയാണ്... പുസ്തകത്തിലേക്ക് കുറിപ്പുകൾ എഴുതി തന്ന ശ്രീ വയലാർ ശരത്ചന്ദ്രവർമ്മ, ബി കെ ഹരിനാരായണൻ, പ്രേംകൃഷ്ണൻ എന്നിവർക്ക് ഹൃദയംഗമമായ നന്ദി രേഖപ്പെടുത്തുന്നു... ഒരു പുസ്തക രൂപത്തിൽ ചേതോഹരമായി ഒരുക്കിയ ഇൻസൈറ്റ് പബ്ലിക്കയ്ക്കും എന്റെ ഹൃദയത്തിൽ തൊട്ട നന്ദി.

അടൂപ്പൂതുന്ന പാട്ടുകൾ

വയലാർ ശരത്ചന്ദ്രവർമ്മ

ചലച്ചിത്രഗാനങ്ങളിലെ സാഹിത്യസംഗീതാലാപനങ്ങളെ കീറിമുറിച്ച പുഴുക്കുത്തുകളെണ്ണുന്ന ഒരു വിമർശകന്റെ വൈഭവം വിളമ്പലല്ല ഗിരീഷിന്റേത്. ഈ ത്രിവേണിസംഗമതീരങ്ങളിലൂടെ. തീർത്ഥാടനങ്ങൾ കഴിഞ്ഞെത്തുന്ന, പാട്ടിന്റെ പാചകമറിയുന്നവന്റെ ആസ്വാദനാനുഭവമാണ് ഈ പുസ്തകം. പാട്ടു മൂളി കേൾക്കുന്ന കരളടുപ്പുകൾ ജ്വലിപ്പിക്കുന്ന, രണ്ട് വേവുകളുമറിയുന്നവന്റെ പാട്ടുകൂട്ടുകൾ. ഈ മേഖലയിലെ കളരിക്കാലം മുതൽ ഇപ്പോൾവരെയുള്ളവരുടെ സംഭാവനകളുടെ രസക്കൂട്ട്. പതിനായിരക്കണക്കിന് പാട്ടുകളുടെ ശേഖരത്തിൽ നിന്നുള്ള കണ്ടെത്തലായതിനാലും, സ്ഥലപരിമിതിയുള്ളതിനാലും ഇഷ്ടപ്പെട്ട പലതും ഉൾപ്പെടുത്തുവാൻ കഴിയാഞ്ഞതായുണ്ട്.

ഇരുനൂറ്റിയാറ് താളുകളിലെ എഴുത്തുകളിൽ പാട്ടുകളുടെ പിറവികളെ കുറിച്ച് കേട്ടറിഞ്ഞ സുഖത്തിന്റെ തലക്കുറി മാത്രമല്ല, ദു:ഖങ്ങളുടെ അപഹാര മുറിവുകളുമുണ്ട്. ചലച്ചിത്ര ഗാനങ്ങളുടെ ഒരു ചെറിയ വഴികാട്ടിയെന്ന് തോന്നാമെങ്കിലും വായിക്കുന്നവർക്ക് ഒന്നോർമ്മിച്ച മൂളുവാൻ തീർച്ചയായും ധാരാളം അവസരങ്ങളുണ്ടാകും.

വഴിമാറി വന്നവരും, ഒഴിവാക്കപ്പെട്ടവരും, സ്വയമൊഴിഞ്ഞവരും വാണവരും വീണവരുമൊക്കെയുള്ള ഈ അക്ഷരത്തുരുത്തിൽ വളരെ കുറച്ചുപേരുടെ പേരുകൾ മാത്രമാണ് തലക്കെട്ടുകളിൽ സ്ഥാനം പിടിച്ചിട്ടുള്ളത്. അവരിലെല്ലാം ഭാസ്കരകിരണങ്ങളുടെ ചൈതന്യമുണ്ടായതാണ് പുണ്യം. വസന്തഗീതങ്ങളായും, ഗ്രീഷ്മ വിയർപ്പുതുള്ളികളായും,

ശലഭമഴയായും, ശരത്കാലാലസ്യമായും, ഹേമന്ത സന്ധ്യകളായും, ശിശിരക്കുളിരായുമൊക്കെ ഈറൻകാറ്റെത്തുമ്പോൾ ഈണങ്ങളോടൊപ്പം മണവും മധുരവും വിളമ്പുന്നുണ്ട്. പാട്ടുകളുടെ വിഭവസമൃദ്ധി രുചിച്ച് മായാമഞ്ചലിലേറിയ ആകാശഗംഗയുടെ കരയിലെ അശോകവനിയിലാകെ ചന്ദ്രകാന്തകളഭം.

പാട്ടുവിചാരത്തിന്റെ രുചിഭേദങ്ങൾ

ഗിരീഷേട്ടന്റെ പാട്ടുവിചാരങ്ങളെക്കുറിച്ച് ആദ്യമായി പറയുന്നത്, സുഹൃത്തും, കവിയും ഗാനരചയിതാവുമായ അജീഷ് ദാസനാണ്. അങ്ങനെയാണ് അദ്ദേഹം ഫേസ്ബുക്കിലെഴുതിയിടുന്ന പാട്ട് കുറിപ്പുകൾ വായിക്കുന്നത്. അതിൽ "ഈറൻ കാറ്റിൻ ഈണം പോലെ" എന്ന എന്റെ പാട്ടുകളെക്കുറിച്ചുള്ള എഴുത്തും ഉണ്ടായിരുന്നു. അത് ഈ പുസ്തകത്തിന്റെ തലക്കെട്ടായി മാറിയത് അതിലേറെ സന്തോഷം. അന്നാണ് ഗിരീഷേട്ടനുമായി ഫോണിൽ സംസാരിക്കുന്നത്, പരിചയപ്പെടുന്നത്. പാട്ടിനെ കുറിച്ചോ/പാട്ടുമായി ബന്ധപ്പെട്ട ആളുകളെ കുറിച്ചോ, പുറമേ നിന്ന് നോക്കി എഴുതുകയല്ല ഗിരീഷേട്ടൻ ചെയ്യുന്നത്. അതിലേക്ക്/അവരിലേക്ക് കയറിച്ചെന്നുള്ള എഴുത്താണ്. ഏതിനും തന്റേതായ ഒരു കാഴ്ചയുണ്ട്. ഒരു പക്ഷേ അത് എല്ലാ വായിക്കുന്നവർക്കും യോജിക്കാൻ കഴിയുന്നതാവണമെന്നില്ല. പക്ഷെ ഒരിക്കലും, ഉപരിവിപ്ലവമായ സ്ഥിതി വിവരണമായി അത് മാറുന്നില്ല. ശ്രേയാഘോഷലിനെ പറ്റി പറയുമ്പോൾ, ഒരിടത്ത് "ചുഴികളിൽ വിലയുമാ മൗനം" എന്ന വരികളിലേക്ക് ഒരെടുത്തെറിയലുണ്ട്. എന്ന് പ്രയോഗിച്ചിട്ടുണ്ട് ഗിരീഷേട്ടൻ ഇതൊരു കാഴ്ചയാണ്. വരികളെയും, ഈണത്തേയും ചേർത്തുകെട്ടുന്ന ഒരു കാഴ്ചയിൽ നിന്നെ ഇങ്ങനെ ഒരു പ്രയോഗം സാധ്യമാകു. അതുപോലെ ഭാസ്കരൻ മാഷുടെ പാട്ടുകളിലെ മഴവില്ലുകളെ അന്വേഷിച്ചിറങ്ങുന്ന ഗിരീഷേട്ടന്റെ നടത്തവും, പാട്ടും കേൾക്കുന്നവനും തമ്മിലുള്ള ഒരു അഴകെട്ടലാണ്.

ഒരു സായാഹ്നത്തിന്റെ സ്വപ്നമെന്ന ചിത്രത്തിലെ "അറിയാത്ത ദൂരത്തിലെങ്ങുനിന്നോ" എന്ന പാട്ടിൽ, ഒ.എൻ.വിയുടെ രചനയേക്കാൾ

ഉയർന്ന് നിൽക്കുന്ന ഔസേപ്പച്ചന്റെ ഈണം എന്നാണ് ഗിരീഷേട്ടന്റെ അഭിപ്രായം. ആ അഭിപ്രായം തുറന്ന് പറയുകയും ചെയ്യുന്നു. "കുങ്കുമപ്പൊട്ടില്ലൂറും കവിതേ" തുടങ്ങിയ തന്റെ ഇഷ്ടഗാനങ്ങളെക്കുറിച്ചും അദ്ദേഹം ഈ പുസ്തകത്തിൽ പറഞ്ഞു പോകുന്നുണ്ട്.

ഹൃദയം കൊണ്ട് ചാലിച്ച ഒരു രുചിക്കൂട്ടുണ്ട് ഈ എഴുത്തുകളിൽ. ഒരു പാചകക്കാരനായതു കൊണ്ടു കൂടിയാവാം ഗിരീഷേട്ടന് ഈ വഴക്കം സിദ്ധിച്ചത്. ഈ യാത്രയിൽ ഒറ്റപ്പാട്ടെഴുതിയവരെയും എല്ലാം ഒരു വരികൊണ്ടോ വാക്കുകൊണ്ടോ അദ്ദേഹം ചേർത്തുപിടിക്കുന്നു.

സ്വയം ഒരു പാട്ടെഴുത്തുകാരനായതുകൊണ്ടാവാണം, ഒരോ പാട്ടിന്റെയും അകത്തളങ്ങളിലേക്ക് കയറാനുള്ള ആത്മാർത്ഥമായ ഒരു ശ്രമമുണ്ട് ഇതിൽ. ഈ പാട്ട്യിടകളെക്കുറിച്ച് കൂടുതൽ പറയുന്നില്ല, അത് ഒറ്റയിരുപ്പിൽ വായിച്ചു രസിക്കേണ്ടതാണ്. ഇതിലെ പല നിരീക്ഷണങ്ങളോടും വ്യക്തിപരമായി യോജിപ്പില്ലെങ്കിലും. ഈ പാട്ടു നടത്തത്തെ, അതിലെ തെളിമയെ ഞാൻ ഏറെ ഇഷ്ടപ്പെടുന്നു.

പുസ്തകത്തിനും, എഴുത്തുകാരനും അഭിവാദ്യങ്ങൾ.

ഹൃദയപൂർവ്വം

ഹരിനാരായണൻ ബി.കെ.

ഗാന രചയിതാവ്.

പാട്ടുകളെ ഗിരീഷേട്ടൻ കേൾക്കുമ്പോൾ

നമ്മളോടും ആ പാട്ടിന്റെ സ്നേഹ ജാലകങ്ങൾ തുറന്ന് നിങ്ങളും കേൾക്കുവിൻ എന്ന മൗന സുന്ദരമായ ഭാവാത്മകത ഈ പുസ്ത കത്തിൽ തൊട്ടെടുക്കാം.

ഗാനാസ്വദനത്തിന്റെ നിശബ്ദ ജീവിതം തന്നെയാകാം ജീവി തത്തെയും വിരസതകളിൽ നിന്നും വിമുഖതകളിൽ നിന്നും വിശാ ലതകളിലേക്കെത്തിക്കുന്നതും.

ഈ ഗാനം ഇഷ്ട്ടപ്പെടുന്നയാളാണോ എന്ന ചോദ്യത്തിനുത്തരം മറ്റൊരാളിന്റെയിഷ്ടമായി മാറുക എത്ര പെട്ടെന്നായിരിക്കും! കേൾവി എത്ര അദൃശ്യ സുന്ദരമായ കലയെന്ന് ഇതിലെ പാട്ട് നിമിഷങ്ങളുടെ ആസ്വാദനത്തിലൂടെ താളുകൾ മറിയപ്പെട്ടുമ്പോൾ നമുക്ക റിയാൻ കഴിയും.

കേൾക്കാത്തവരുടെ നാദം കൂടെയാണ് സംഗീതം അത് കൊണ്ട് കേൾവികളേ നിങ്ങൾ കണ്ണുകൾ തുറപ്പിക്കുവിൻ എന്ന രീതിയിൽ സർഗപരമായി വിസ്മയിപ്പിച്ച അനേക പ്രതിഭകളെ ഇതിൽ ഗിരീഷ് വർമ എന്ന ഞങ്ങളുടെ പ്രതിഭാശാലിയായ സ്നേഹ മനുഷ്യൻ പാട്ടുകൾ എന്ന മാന്ത്രിക നാദത്തിലൂടെ അവതരിപ്പിക്കുന്നു.

പുസ്തകത്തിലൂടെ യാത്ര പോയപ്പോൾ പാട്ടിലെ വരികളും ഈണങ്ങളും മൊഴി നാദങ്ങളും ആരാധനയോടും ബഹുമാനത്തോടും പങ്ക് വയ്ക്കുന്ന ഒരു മനുഷ്യന്റെ കാവ്യ മുഖം അക്ഷരങ്ങളിൽ തെളിഞ്ഞു വന്നു ചില സിനിമാദൃശ്യങ്ങളുടെ ഓർമപ്പെടുത്തൽ പോലെ.

ഈറൻ കാറ്റിന്നീണം പോലെ എന്ന പുസ്തകത്തിന് ഇതു പോലൊരു കുറിപ്പെഴുതാൻ കഴിഞ്ഞത് രണ്ട് തരത്തിൽ ഭാഗ്യമാണെന്ന് കരുതുന്നു ഒന്ന്-ഗിരീഷ് വർമ എന്ന കവിയുടെയും സൗഹൃദ കലാ മനുഷ്യന്റെയും സുഹൃത്തുക്കളിലൊരാൾ ഞാനും കൂടിയാണ്

രണ്ട്-മലയാള ജീവിത ചിത്രത്തിന്റെ ചരിത്രം അതിന്റെ പാട്ടുകളുമാണ്. അജ്ഞാതമായ തൊടികളിൽ വീശുന്ന കാറ്റുകൾ പോലും കൈകുമ്പിളിൽ കോരിയെടുത്ത് നമുക്ക് നീട്ടി തരുന്ന മൗനപദാവലികളും അതിന്നീണങ്ങളും ഗാനാവിഷ്ക്കാരങ്ങളും ജീവിതത്തോളം തന്നെ കാത്തിരിപ്പിക്കാൻ ഭ്രമിപ്പിക്കുന്നതാണ്.

ആ മേഖലയിൽ വന്ന് പോയ, ഇപ്പോഴും നിറയുന്ന തെളിയുന്ന എത്ര പ്രതിഭകളായ കലാകാരൻമാരെ കലാകാരികളെ ഈ പുസ്തകം അടയാളപ്പെടുത്തുന്നു. ഇത് വരെ നാം കേൾക്കാതെ കാണാതെ പോയ ചില പേരുകൾ ഈ പേജുകളിൽ ജീവിക്കുന്നു. അതിന്റെ വായനയുടെ ഭാഗമായി ചിലതെഴുതാൻ കഴിഞ്ഞത് ഭാഗ്യം തന്നെ. പുസ്തകത്തിന്റെ ലേഖനങ്ങളുടെ വിവരണങ്ങളിലേക്ക് പോകാത്തത് ഈ എഴുത്തുകാരൻ പകർന്ന് തരുന്ന വായനയുടെ അനുഭൂതി വായനക്കാർക്കവകാശപ്പെട്ടതാണ്.

ഈറൻ കാറ്റിന്നീണം പോലെ എന്ന പുസ്തകം ഏവർക്കും നല്ലൊരു വായനാനുഭവമായിരിക്കും. ഒത്തിരി സ്നേഹവും ആശസംകളും നേർന്ന് കൊണ്ട്.

പ്രേംകൃഷ്ണൻ

കവി, സംഗിത സംവിധായകൻ

ശലഭമഴ പോലെ ശ്രേയാസ്വരങ്ങൾ

പി.ലീലയും, ശാന്താ പി നായരും മറ്റ ചില അപൂർവ ഗായികമാരും മാത്രം മലയാളത്തിൽ പാടിക്കൊണ്ടിരുന്ന സമയത്താണ് അന്യഭാഷാ ഗായികമാർ ഇവിടേയ്ക്ക് കടന്നുവരുന്നത്. മലയാളത്തിന് പുറത്ത് അവർ സംഗീത ലോകം കീഴടക്കിക്കൊണ്ടിരിക്കുന്ന സമയം. ശരിക്കും എൺപതുകൾ വരെ ഇവരാണ് പിന്നെ മലയാള ഗാനസാമ്രാജ്യം ഭരിച്ചവർ. ജാനകി, സുശീല, വസന്ത, മാധുരി എന്നിവരുടെ കൂടെ എൽ ആർ ഈശ്വരി, ജിക്കി തുടങ്ങിയവരും കൂട്ടിനായി ഉണ്ടായിരുന്നു. മലയാളത്തിനതൊരു സുവർണ്ണകാലം തന്നെ. മലയാളം കേട്ട് പഴകിയ 'മലയാളിത്ത'ത്തിൽ നിന്ന് മാറിയൊരു ശബ്ദ വിന്യാസം. തുറന്ന ശബ്ദം, ഏതു തരത്തിലുമുള്ള പാട്ടും പാടാനുള്ള കഴിവ് ഇതൊക്കെ കൊണ്ടുതന്നെ അവരൊക്കെ ഇവിടെ സ്ഥിരമാവുകയും ചെയ്തു. ഇവർക്കിടയിലും മലയാളത്തിന്റെ ഗായികമാരായി അമ്പിളിയും, ലതയും മറ്റും ഒളിഞ്ഞും തെളിഞ്ഞും ഇവിടെ തങ്ങളുടെ കഴിവുകൾ പ്രദർശിപ്പിക്കാൻ ശ്രമിച്ചുകൊണ്ടിരുന്നു.

ഇതിനൊരു മാറ്റം വന്നത് 1975-ൽ സുജാത എന്ന ഗായികയുടെ അരങ്ങേറ്റം മുതലാണ്. കൂട്ടത്തിൽ മറ്റൊരന്യഭാഷാ ഗായിക കൂടി തന്റെ സ്ഥാനം ഉറപ്പിക്കാൻ എത്തിയ സമയമായിരുന്നു.. വാണീ ജയറാം.. എന്നിരുന്നാലും അന്യഭാഷാ ഗായികമാരോട് തീർത്തും ഒരു മത്സരനിയമം പാലിക്കാൻ സുജാതയ്ക്കുമായിരുന്നില്ല. വാണിജയറാം ഗാനങ്ങൾ മലയാളം കീഴടക്കുകയായിരുന്നു.

മലയാളത്തിന്റെ വാനമ്പാടി കെ എസ് ചിത്രയുടെ കടന്നുവരവിൽ നല്ലൊരു മാറ്റം ഇവിടെ സംഭവിക്കുകയായിരുന്നു. ചിത്രയും സുജാതയും തന്നെ മാറിമാറി പാടികൊണ്ടിരുന്നു പിന്നീട് മലയാളത്തിൽ. ശരിക്കും അതൊരു ആധിപത്യം സ്ഥാപിക്കൽ തന്നെയായിരുന്നു. പിന്നീട് ഒറ്റയ്ക്കും തെറ്റയ്ക്കും മറ്റു ഭാഷാ ഗായികമാർക്കു അവസരങ്ങൾ ലഭിക്കുന്നുണ്ടായിരുന്നുവെങ്കിലും ചിത്ര-സുജാത ശബ്ദ വീചികൾ അപ്പോഴേക്കും മലയാളം കീഴടക്കിയിരുന്നു. മാധുര്യമേറിയതിനു പിന്നാലെ മനുഷ്യ മനസ്സിന്റെ പ്രയാണങ്ങൾ അവിരാമം തുടർന്നുകൊണ്ടിരുന്നു. ഏതു ശബ്ദമാണോ അധികം ഹൃദ്യം അവർക്കെവിടെയും കടന്നുകയറ്റം സാധിക്കും. ചിലപ്പോൾ കഴിവ് മാത്രം പോരാ എന്നും വരുന്നുണ്ട്. പിടിപാടുകൾ, മത്സര ബുദ്ധി, എന്നിവയും കൂടെ വേണം. അതൊക്കെ ആണോ രാധികാ തിലക് പോലുള്ള അസാമാന്യകഴിവുള്ളവർ ഇവിടെ ശ്രദ്ധിക്കപ്പെടാതെ പോയത് കാലങ്ങളോളം മലയാളി ചിത്ര-സുജാത ഗാനങ്ങളിൽ തന്നെ മുഴുകി, അതും 2010 വരെ എങ്കിലും! ഇതിനിടക്കും ശേഷവും ഗായത്രി, മിന്മിനി, സ്വർണലത എന്നിവരൊക്കെ വന്നും പോയുമിരുന്നു.

ശ്രേയ ഘോഷാൽ

ഇതിനൊരു മാറ്റം വന്നത് വീണ്ടും ഒരു അന്യഭാഷാ ഗായികയുടെ കടന്നുവരവിലൂടെ ആണ്. അതൊരൊന്നൊര വരവ് തന്നെയായിരുന്നു. ഇവരെയല്ലേ നമ്മൾ കാത്തിരുന്നത്! ഈ ശബ്ദമല്ലേ കാലങ്ങളോളം മറ്റുള്ളവരിലൂടെയും കേൾക്കാൻ ശ്രമിച്ചത്! എന്നൊക്കെ മനസ്സ് അതിശയോക്തി കലർത്തി പിറുപിറുത്ത് കൊണ്ടേയിരുന്നു. അടക്കാൻ കഴിയാത്ത ഒരു സന്തോഷം ആ ഗായികയുടെ വരവിൽ നിന്നും ചിലരെങ്കിലും അനുഭവിച്ചറിഞ്ഞിട്ടുണ്ടാവും. മറ്റു അന്യഭാഷാ ഗായികമാർക്കില്ലാത്ത അല്ലെങ്കിൽ മുഴുവനായും മാറ്റാൻ പറ്റാതിരുന്ന അക്ഷരശുദ്ധി ഇവർക്കുണ്ടായിരുന്നു. മലയാളം കീഴടക്കിയ മഹാപ്രതിഭകളെ അവഹേളിക്കുക ആണെന്ന് വിചാരിക്കരുത്. അക്ഷരശുദ്ധിയുടെ കാര്യത്തിൽ ശ്രേയ ഇവരെയൊക്കെ പിന്നിലാക്കി എന്നത് സത്യം. പിന്നെ അതിലേറെ പറയാനുള്ളത് പാട്ടിൽ കലർത്തുന്ന ഭാവം... അതിനി വിഷാദഗാനമായാലും, സന്തോഷ നിമിഷമായാലും വരികൾക്കിടയിൽ അവർ മിന്നിത്തെളിയിക്കുന്ന ആ ഭാവസൗന്ദര്യം അപാരം തന്നെ... ഉദാഹരണത്തിന് ചില ഗാനങ്ങളിലൂടെ ഒന്ന് പോയി വരാം...

റഫീഖ് അഹമ്മദിന്റെ രചനയിൽ രമേശ് നാരായണന്റെ സംഗീതത്തിൽ 'കണ്ണോട്ടു കണ്ണോരം നോക്കിയിരുന്നാലും' എന്ന ഗാനത്തിലെ

ഗായിക ലയിക്കുന്നത് കേട്ടിരുന്നു കാണാം.. സ്വാതന്ത്ര്യസമരസേനാനി അബ്ദുൾ റഹിമാൻ സാഹിബിന്റെ ജീവിത കഥ പറയുന്ന ചിത്രം. അദ്ദേഹത്തിന്റെ കാമിനിയുടെ ലാസ്യഭാവങ്ങൾ പകർത്തിയെടുത്ത ഗാനം. ശ്രേയയിലൂടെ കണ്ണോട്ടു കണ്ണോരം, കാതോട് കാതോരം ആസ്വാദകനെ അലിയിപ്പിച്ച ഗാനം.

പ്രണയം എന്ന ചിത്രത്തിൽ ഓ എൻ വി കുറുപ്പിന്റെ രചനയിൽ ജയചന്ദ്രന്റെ ഈണത്തിൽ സമാനമായ ലഹരികൾ സമ്മാനിക്കുന്ന ഒന്ന്. 'പാട്ടിൽ ഈ പാട്ടിൽ... ഇനിയും നീ ഉണരില്ലേ'...രണ്ടു പുരുഷന്മാരുടെ ജീവിതത്തിലൂടെ കടന്നു പോവേണ്ടി വന്ന ഒരു സ്ത്രീയുടെ തുടരുന്ന നിമിഷങ്ങളുടെ പ്രണയ സല്ലാപ നിമിഷങ്ങൾ പകർത്തിയ ഗാനം. കാറ്റും, കടലും, കടൽത്തിരകളും, ആ അന്തരീക്ഷവും സമ്മാനിക്കുന്ന പ്രണയാഭിനിവേശത്തിന്റെ അസുലഭമുഹൂർത്തങ്ങൾ തകർത്താടിയത്.

പ്രണയത്തിന്റെ കാര്യം പറയുമ്പോൾ സാഫല്യം കാണാതെ പോയ ഒരു റിയൽ സ്റ്റോറിയുടെ തേങ്ങലുകൾ നമ്മെ പിന്തുടരും. മഴയത്തൊരു അടങ്ങാത്ത മർമ്മരമായി ഇന്നും കാതിൽ മൂളുന്നു... 'കാത്തിരുന്ന് കാത്തിരുന്ന്, പുഴമെലിഞ്ഞു.'

അടക്കിവെക്കാനാവാത്ത ഹൃദയവികാരങ്ങൾ പൊട്ടിയലിഞ്ഞൊഴുകുന്ന ഈ പാട്ടിലൂടെ, ശ്രേയയുടെ മധുര ശബ്ദത്തിലൂടെ... പാട്ടുകൾക്ക് ശ്രേയ കൊടുക്കുന്ന ഒരു പതിഞ്ഞ ശബ്ദമുണ്ട്. ചില വിഷാദ നിമിഷങ്ങൾ അത് കൊണ്ടുവരുന്ന വൈകാരികതയെ പകർത്താൻ വാക്കുകൾ ഇല്ല എന്ന് പറയട്ടെ.

ഹമ്മിങ്ങിലായാലും ശ്രേയ ചേർക്കുന്ന ടെക്നിക്കുകൾ സംഗീതകർത്താവിന്റെ നിർദേശം മൂലം മാത്രം എന്ന് പറയാൻ ആവില്ല. കാരണം ആര് സംഗീതം ചെയ്തതിലും ആ ഭാവലയം അനുഭവപ്പെടുന്നുണ്ട്. അത് സർഗാത്മകതയിൽ നിന്നും ഉരുത്തിരിഞ്ഞു വന്നതാണെന്ന് സ്പഷ്ടം. ആദ്യഗാനമായ വിട പറയുകയാണോ എന്ന ബിഗ് ബി ചിത്രത്തിലെ ഗാനത്തിൽ പോലും അത്രയ്ക്കും അതുണർന്നു വരുന്നുണ്ട്. ഇതുകൊണ്ടൊക്കെ തന്നെയായിരിക്കും അത്തരം ഗാനങ്ങൾക്കും ആണ് പുരസ്കാരങ്ങൾ ലഭിച്ചിട്ടുള്ളതും.

രണ്ടാമത്തെ ഗാനമായ ശ്രേയയുടെ ഒരു വ്യത്യസ്തതയ്ക്ക് കിട്ടി ആദ്യ അവാർഡ്..

ബനാറസിലെ 'ചാന്ത് തൊട്ടില്ലേ, നീ ചന്ദനം തൊട്ടില്ലേ'... ഗിരീഷ് പുത്തഞ്ചേരിയുടെ രചന.. എം ജയചന്ദ്രൻ സംഗീതം...

'കിഴക്കു പൂക്കും' (അൻവർ) ഈ ഒപ്പനപ്പാട്ടിനുമുണ്ടൊരു വ്യത്യസ്തത.

മറ്റു ഒപ്പനകളിലെ ശബ്ദമുഴക്കം ഇതിലനുഭവപ്പെടില്ല. ശ്രേയയുടെ പതിഞ്ഞ താളത്തിൽ അവിടെ മറ്റൊരു ലോകം സൃഷ്ടിക്കുകയാണ്.

ശ്രേയാഭാവത്തിന്റെ മറ്റൊരു മുഖം കാണാമിനി. പ്രസിദ്ധ സംവിധായകൻ ഭരതന്റെ ചിത്രമായ നിദ്ര മകൻ സിദ്ധാർഥൻ പുനര വതരിപ്പിക്കുന്നുണ്ട്. താളം തെറ്റിയ മനസ്സിന്റെ ഉടമയായ രാജുവിന്റെ പ്രണയിനിയായ അശ്വതിയുമൊത്ത് ഒരുല്ലാസവേളയിൽ ഒഴുകി വരുന്ന ഗാനം.

ശലഭമഴ പെയ്യുമീ വാടിയിൽ... റഫീഖ് അഹമ്മദിന്റെ കവിതയ്ക്ക് ജാസി ഗിഫ്റ്റ് നൽകുന്ന അപൂർവ സംഗീതം.. ശരീരങ്ങൾ തമ്മിലുള്ള ഇഴകിച്ചേരലും, വിലാസലാസ്യലയങ്ങളും ഒരനുഭൂതി പകർന്നു തരുന്ന ഗാനം... കാമുകിയുടെ ഭാവങ്ങളോടെ ശ്രേയയുടെ ശബ്ദം... അവസാന വരികളിൽ 'രതോന്മാദ ലഹരിയിൽ, ചുഴികളിൽ വിലയുമാ മൗനം' എന്ന വരികളിലേക്കു ഒരെടുത്തെറിയലുണ്ട്... ആ ഷോട്ടും മറക്കാനാവില്ല...

അതുപോലെ തന്നെ ബി കെ ഹരിനാരായണന്റെ വരികൾക്ക് ഗോപീ സുന്ദറിന്റെ ഈണം... 'ഈറൻ കാറ്റിൻ ഈണം പോലെ' സലാല മൊബൈൽസ് എന്നതിലെ ലയനവും ശ്രദ്ധിക്കുക.

കലാലയജീവിതത്തിന്റെ ഉല്ലാസവേളകളിൽ നിന്നും ഊർന്നിറങ്ങി വരുന്നൊരു ഗാനമുണ്ട്. അജീഷ് ദാസന്റെ വരികൾക്ക് ഫൈസലിന്റെ സംഗീതം...

'നേരമായ്.. നിലാവിലീ ജാലകം തുറന്നീടാം.'

2017ൽ പ്രസിദ്ധ എഴുത്തുകാരിയുടെ ജീവിതത്തെ ആസ്പദമാക്കി കമൽ സംവിധാനം ചെയ്ത ആമിയിലെ രണ്ടുഗാനവും ശ്രേയയ്ക്ക് തന്നെ. റഫീഖ് അഹമ്മദിന്റെ വരികളെ ഇത്രകണ്ട് ആഘോഷിക്കപ്പെടാൻ കാരണം രമേശ് നാരായണൻ സംഗീതവും, ജയചന്ദ്രൻ സംഗീതവും കൊണ്ടാണ്. രണ്ടുപേരുടെയും കുറെയേറെ ഗാനങ്ങൾ ശ്രേയയും ആലപിച്ചിട്ടുണ്ട്.. ആമിയിലെ 'നീർമാതളപ്പൂവിനുള്ളിൽ' പുരസ്കാരവും നേടിക്കൊടുത്തു.

മാധവിക്കുട്ടിയുടെ ജീവിത സങ്കൽപ്പങ്ങളെ, അഭിനിവേശങ്ങളെ, ആഴത്തിൽ മനസ്സിലാക്കി അഭ്രപാളികളിൽ ഒരു വിലാപകാവ്യമാക്കിയ ചിത്രം.

'പ്രണയമയീ രാധ' എന്ന ഗാനവും അതീവ ഹൃദ്യം. മാധവിക്കുട്ടിയുടെ പിരിമുറുക്കം ഏറിയ, അലകടൽ പോലെ ഇളകിമറിഞ്ഞ ജീവിത മുഹൂർത്തങ്ങൾ കോർത്തിണക്കിയ ഗാനം.

'അനുരാഗവിലോചനനായി' (നീലത്താമര)

'കൊണ്ടോരാം... കൊണ്ടോരാം' (ഒടിയൻ)

'മാനം തുടിക്കണ്...'

'കളരിയഴകം' (കായംകുളം കൊച്ചുണ്ണി)

'വിജനതയിൽ' (ഹൌ ഓൾഡ് ആർ യു)

'കാണാമുള്ളാൽ ഉൾനീറും' (സാൾട് ആൻഡ് പെപ്പർ)

'കണ്ണോരം ചിങ്കാരം' (രതിനിർവേദം)

'പതിനേഴിന്റെ പൂങ്കരളിൽ' (വെള്ളരിപ്രാവിന്റെ ചങ്ങാതി)

'ആവണിത്തുമ്പി' (സ്നേഹവീട്)

ഇവയിലൊക്കെ തന്നെ ശ്രേയ സ്പർശം നിറഞ്ഞു നിൽക്കുന്നു...

ഒഴിവാക്കാനാവില്ല ഒന്നും...

കോവിഡ് കാലത്തിനു മുൻപായി തീയേറ്ററടങ്ങുന്നതിന് കുറച്ചു മുൻപ് 'ജീവാംശമായ് താനെ നീയും' എന്ന് മാസ്മരികമായി തൊട്ടുകൊണ്ടു ഹരിനാരായണൻ ഗീതം. കൈലാസ് മേനോൻ സംഗീതം.

ശേഷം കോവിഡ് മൂട്ടും മുൻപ് മാമാങ്കത്തിലെ 'മൂക്കുത്തി മൂക്കുത്തി കണ്ടില്ല' എന്ന ലാസ്യഗാനം... അതിലും ശ്രേയ ടച്ച് വരുത്താൻ കഴിഞ്ഞു എന്നത് ശ്രദ്ധനീയം...

ഉണർവിന്റെ ഇളംകാറ്റ് പോലെ ശ്രേയാ ഗീതങ്ങൾ ഇനിയും തഴുകണം. അതിലിടറണം മനസ്സ്, അടയണം കണ്ണുകൾ. ലഹരിയിൽ അലിഞ്ഞില്ലാതാവണം...

ഭാവുകങ്ങൾ പ്രിയ ഗായികയ്ക്ക്.

വഴി മാറി വന്നവർ (ഭാഗം ഒന്ന്)

തിരക്കഥയുടെ തലതൊട്ടപ്പൻ ആയ എം.ടി.വാസുദേവൻ നായരും ഒരു ചിത്രത്തിന് വേണ്ടി പാട്ടുകൾ എഴുതി എന്നറിയുമ്പോൾ അത്ഭുതപ്പെടുന്നവരുണ്ടാവാം... എന്നാൽ അതും സംഭവിച്ചിരുന്നു. തന്റെ തന്നെ തിരക്കഥ ആയ 'വളർത്തുമൃഗങ്ങൾ'ക്ക് വേണ്ടിയായിരുന്നു അത്. പാട്ടെഴുതാൻ ആ സമയത്ത് എന്തോ തടസ്സങ്ങൾ വന്നപ്പോൾ എം.ടി തന്നെ എഴുതാൻ നോക്കുകയായിരുന്നു എന്ന് കേട്ടിട്ടുണ്ട്. കവിത പോലെ വായിച്ചു പോവാവുന്ന മഞ്ഞുപോലുള്ള നോവലുകൾ എഴുതിയ അദ്ദേഹത്തിന് അതൊരു ബുദ്ധിമുട്ടായിട്ടുണ്ടാവില്ല.. സർക്കസ് കൂടാരത്തിലെ ജീവിതങ്ങളെ വെള്ളിത്തിരയിലെ അനുഭവമാക്കിയ എംടിയെന്ന നോവലിസ്റ്റിൽ നിന്നും പിറന്നുവീണ വരികളാണ്... 'ഒരു മുറി കണ്ണാടി ഒന്ന് നോക്കി.. എന്നെ ഒന്ന് നോക്കി' എന്ന മുറിസ്വപ്നങ്ങൾ ഒത്തുചേർത്തുല്ലസിക്കുന്ന ഒരു സർക്കസ്സ്കാരിയുടെ മാനസികഭാവങ്ങൾ എത്ര സുന്ദരമായാണ് അദ്ദേഹം എഴുതിവെച്ചത്... കർമ്മത്തിൻ പാതകൾ വീഥികൾ ദുർഗ്ഗമവിജനപഥങ്ങൾ... എന്ന ഗാനവും അലച്ചിലും, മട്ടുപ്പും നിറഞ്ഞ സർക്കസ്സ് ജീവിതത്തിന്റെ ഏടുകളിലൂടെ കടന്നുപോവുന്നത്... ശുഭ രാത്രി നിങ്ങൾക്ക് നേരുന്നു... എന്ന ഗാനവും തഴക്കവും പഴക്കവും വന്ന ഒരു പാട്ടെഴുത്തുകാരന്റെ കൈവിരൽ സ്പർശം പോലെ..

മഹാകവി ജി ശങ്കരക്കുറുപ്പും സിനിമകൾക്ക് വേണ്ടി പാട്ടുകൾ എഴുതിയിട്ടുണ്ട്... അഭയം എന്ന ചിത്രത്തിന് വേണ്ടി 'നീരദ ലതാഗൃഹം

പൂകി' എന്ന ജാനകിയുടെ ഗാനം. 'ശ്രാന്തമംബരം' എന്ന യേശുദാസ് ഗാനവും കവിത പോലെ സുന്ദരമായിരുന്നു. എന്നാൽ പാട്ടുകളിലെ ആ ലാളിത്യം ശങ്കരക്കുറുപ്പ് പാട്ടുകൾക്കുണ്ടായിരുന്നി ല്ല.

കവയിത്രി സുഗതകുമാരിയും ചില രചനകളൊക്കെ സിനിമയ്ക്ക് വേണ്ടി നടത്തിയിട്ടുണ്ട്. തന്റെ തന്നെ കവിതയായ പാവം മാനവഹൃദയം അഭയം എന്ന ചിത്രത്തിന് വേണ്ടി ചേർക്കുകയുണ്ടായി.. ദക്ഷിണാമൂർത്തി സ്വാമിയുടെ സംഗീതത്തിൽ സുശീല പാടി നമ്മൾക്ക് കേൾക്കാനുള്ള ഭാഗ്യമുണ്ടായി.

ഒ.വി.ഉഷ മഴ എന്ന ചിത്രത്തിന് വേണ്ടി ഒരു ഗാനം എഴുതുകയുണ്ടായി. 'ആരാദ്യം പറയും...' എന്ന ഗാനത്തിന് അക്കൊല്ലം സംസ്ഥാന അവാർഡും നേടുകയുണ്ടായി...

മധുസൂദനൻ നായർ തന്റെ കവിതയായ 'ഇരുളിൻ മഹാനിദ്രയിൽ നിന്നുണർത്തി നീ' എന്ന ഗാനം മോഹൻ സിതാരയുടെ സം ഗീതത്തിൽ ദൈവത്തിന്റെ വികൃതികൾ എന്നതിൽ പാടുകയും ഉണ്ടായി... പിന്നെയും ചില ചലച്ചിത്രങ്ങൾക്ക് വേണ്ടി പേനയുന്തിയെങ്കിലും കുലം എന്നതിലെ 'ചന്ദനശിലയിൽ കാമനു ഴിഞ്ഞതു' എന്ന ഗാനം എം ജി രാധാകൃഷ്ണൻ സംഗീതത്തിൽ ഹൃദ്യമായി...

കവി സച്ചിദാനന്ദൻ പുഴങ്കരയും സിനിമയുമായി ബന്ധപ്പെട്ട് പ്രവർത്തിക്കുകയുണ്ടായി.. പ്രണയവർണ്ണങ്ങളിലെ ഹിറ്റ് ഗാനം ആണ് ഇദ്ദേഹത്തിന്റെ പേര് എന്നേക്കും മലയാള സിനിമയിൽ സ്ഥിരപ്പെടുത്തിയത്...' വരമഞ്ഞളാടിയ രാവിന്റെ മാറിൽ' മൂളാത്ത മലയാളികളുണ്ടോ! ശേഷം ഇഷ്ടത്തിലെ 'കാണുമ്പോൾ പറയാമോ കരളിലെ അനുരാഗം' എന്ന ഗാനം വിക്കിപീഡിയയിൽ ഇപ്പോഴും കൈതപ്രം ദാമോദരൻ നമ്പൂതിരിയുടെ സംഭാവനയായി കിടക്കുന്നു.. സച്ചിദാനന്ദൻ പുഴങ്കര എന്നുകൂടി ഞാൻ ചേർത്തിട്ടുണ്ട്...

ഇനി വരുന്നൊരു തലമുറയ്ക്ക് ഇവിടെ വാസം സാധ്യമോ എന്ന കവിതയുമായി ശ്രദ്ധ നേടിയ ഇഞ്ചക്കാട് ബാലചന്ദ്രൻ 'അശ്വാരൂഢൻ' എന്ന ചലച്ചിത്രത്തിന് വേണ്ടി ഒരു ഗാനം എഴുതിയിട്ടുണ്ട്... 'അഴകാലില മഞ്ഞച്ചരടിലെ പൂത്താലി' എന്ന ഗാനം ജാസി ഗിഫ്റ്റ് സംഗീതം കൊണ്ട് ശ്രദ്ധ കൈവരിച്ചത്...

കവി പ്രഭാ വർമ്മ ഗാനരംഗത്തും തന്റെ കഴിവ് തെളിയിച്ചിട്ടുണ്ട്.. എന്നാൽ ഏറെ ഓർക്കത്തക്ക ഗാനങ്ങൾ കുറവായിരുന്നു. എന്നിരുന്നാലും നഗരവധുവിലെ 'പൂന്തേൻ നേർമൊഴി' എന്ന അർദ്ധ ക്ലാസിക്കൽ ഗാനം എം ജയചന്ദ്രൻ സംഗീതത്തിൽ ചിത്ര അവിസ്മരണീയമാക്കിയിട്ടുണ്ട്...

സ്ഥിതി എന്ന ചിത്രത്തിന് വേണ്ടി ഉണ്ണി മേനോൻ സംഗീതം ചെയ്ത പാടിയ 'ഒരു ചെമ്പനീർ പൂവിറുത്തു ഞാനോമലേ' എന്ന ഗാനവും സ്മരണീയമാണ്. ഉണ്ണിമേനൊന്റെ ഒരു മധുര പ്രതികാരം!

വയലാർ അവാർഡ് ജേതാവ് എഴാച്ചേരി രാമചന്ദ്രനും പാട്ടെഴുത്തിൽ പയറ്റിയിട്ടുണ്ട്.. എന്നാൽ ഒരൊറ്റ ഗാനം കൊണ്ട് മലയാളി ശ്രദ്ധ പിടിച്ച വാങ്ങിയ 'ചന്ദന മണിവാതിൽ പാതി ചാരി' എന്ന രവീന്ദ്രൻ ഗാനം ഓർമ്മകളിലെന്നും നിറഞ്ഞു നിൽക്കുന്നത്...

തിരക്കഥയില്ലും, സംവിധാനത്തിലും മലയാള സിനിമയ്ക്ക് ഏറെ നേട്ടം കൈവരുത്തി തന്ന വ്യക്തിയാണ് ലോഹിതദാസ്... അദ്ദേഹവും ഇടയ്ക്കിടെ ചില പാട്ടെഴുത്തുകളൊക്കെ നടത്തിയിട്ടുണ്ട്. ഹിറ്റ് ചാർട്ടിൽ ഇടം നേടിയ പ്രണയ ഗാനം 'കോലക്കുഴൽ വിളി കേട്ടോ...' എന്നത് എടുത്തുപറയേണ്ടത്...

ഇത്തരത്തിൽ ഇടയ്ക്ക ഒന്ന് വന്ന് തെളിഞ്ഞു നിന്ന പലരും ഉണ്ടാവും. അവരുടെ പ്രതിഭയുടെ തെളിച്ചം കൊണ്ട് ഈ മേഖലയിലും ചിലതു ചെയ്യാനായി... നമുക്കത് മുതൽക്കൂട്ടമായി.

വഴിമാറി വന്നവർ
(രണ്ടാം ഭാഗം)

'ഋതുസംക്രമ പക്ഷി പാടി
സുകൃത സങ്കീർത്തനം പാടി
ഹൃദയ കല്ലോലിനീ തീരങ്ങളിൽ നിന്നും
ഋതു സംക്രമ പക്ഷി പാടി'

പാട്ടിന്റെ കല്ലോലിനി കുതിച്ചൊഴുകുന്നു. അതിന്റെ മുൻപിൽ ഒരു കാഴ്ചക്കാരനായി ഈ ഞാനും..ഈ എഴുത്തിന്റെ ഉറവിടം അന്വേഷിച്ചു പോയി. പ്രമുഖരിൽ ആരെങ്കിലും എഴുതിയതാവും. ഓ എൻ വി മുതൽ മനസ്സിൽ വന്നു. എന്നാൽ കണ്ടെത്തിയപ്പോൾ തകഴി ശങ്കര നാരായണൻ എന്ന അത്ര പരിചയം തോന്നാത്ത മുഖം. എത്ര മാത്രം ഉണർവിന്റെ അലകൾ മനസ്സിൽ സൃഷ്ടിച്ച ഗാനം. ഹൃദയത്തിലേക്ക് കുതിച്ചെത്തിയ ആ വരികളിൽ തണുത്ത മനസ്സുമായി ചില രാവുകൾ നന്ദി ശ്രീ ശങ്കരനാരായണൻ... ഋതുഭേദം എന്ന എംടി ചിത്രത്തിലെ പ്രധാനപ്പെട്ട ഒരു കഥാസന്ദർഭത്തിൽ ഒഴുകിയെത്തിയ ഗാനം. കഥയ്ക്ക് പോലും കൂടുതൽ തെളിച്ചം കൊടുത്ത ഗാനം. ശ്യാം സംഗീതം അത്രമേൽ അതിനെ സമ്പുഷ്ടമാക്കി. അതിന്റെ ചരണത്തിലെ വരികൾ ഇങ്ങനെ ആണ്.

'നവ ഭാവുകത്തിന്റെ നാളങ്ങൾ
കർപ്പൂരം ഉഴിയുന്നു മകനെ നിനക്കായി.
മകനെ നിനക്കായ് കർപ്പൂരം ഉഴിയുന്നു
ജന്മാന്തരങ്ങളുടെ കർമങ്ങൾ
തേടുന്നൊരുണ്മയോ

നക്ഷത്രമായി വിരിയും...'

എന്തുമാത്രം മനസ്സ് തരളിതമായി... എന്നാൽ കൂടുതൽ ഈ പ്രതിഭാധനനെ മലയാള സിനിമ ഉപയോഗിച്ചില്ല. അല്ലെങ്കിൽ അദ്ദേഹം അതിനു നിന്നുകൊടുത്തില്ല. സിനിമയിൽ ഒരു സ്ഥിരവാസം ചിലർ ആഗ്രഹിക്കുന്നില്ല. തീരെയും.. കവി എൻ എൻ കക്കാടിനെക്കൊണ്ട് സിനിമയിൽ പാട്ടെഴുതിക്കാൻ എംടി വരെ ശ്രമിച്ചതായി കേട്ടിട്ടുണ്ട്. കവിതയെ വിട്ട് അദ്ദേഹം അതിന് മുതിർന്നില്ല പോലും... ഒട്ടും താല്പര്യം കാണിക്കാത്തവരും ഉണ്ടെന്നു സാരം. ചിലർ ചില നിർബന്ധങ്ങൾക്കു വഴങ്ങി ഒന്ന് രണ്ടു സിനിമകളിൽ സഹകരിക്കും. താല്പര്യക്കുറവും ചിലർക്ക്. അത്തരത്തിലുള്ളവരെയും കൂടെ നമു ക്കൊന്ന് പരിചയപ്പെടാവുന്നതാണ്. മത്സരം കൂടുതൽ കനത്തുനിൽക്കുന്ന മണ്ഡലം ആണല്ലോ സിനിമാരംഗം. അതിലെ ആർത്തിക്കാരൻ ആവാൻ ഒട്ടും ഇഷ്ടപ്പെടാത്തവർ നമുക്ക് തരാതെ പോയ പാട്ടുവരികൾ ഏതൊക്കെ ആയിരിക്കും ഒരു നേരമ്പോക്കായി മനസ്സിൽ വന്നത്... ചിലർ ഒറ്റപ്പാട്ടുകൊണ്ടു കൂടുതൽ ശ്രദ്ധിക്കപ്പെട്ടപ്പോൾ ഒതുക്കിയതും ആവാം.. അവസരങ്ങൾ തേടി പോവാൻ മനസ്സനുവദിക്കാത്തവർ അതിലേറെയും ഉണ്ടാവാം..

അശോകന്റെ അശ്വതിക്കുട്ടിയിലെ ഈ ഗാനം കൂടി തകഴി ശങ്കരനാരായണന്റേതായി ചേർക്കാവുന്നതാണ്.

'തുഷാരബിന്ദുവേന്തും നീലത്താമരയെന്നപോൽ
കണ്ടുഞാനെന്നാത്മാവില് കണ്മണി നിന്നെ ഇന്നലെ'

കൂടുതൽ എഴുതാതിരുന്നത് സിനിമാമേഖലയ്ക്ക് നഷ്ടം എന്നും രേഖപ്പെടുത്തുന്നു.

പ്രമുഖ കവികളുടെ ഗീതകങ്ങൾ അവർ ജീവിച്ചിരിക്കുമ്പോഴും, ഇവിടം വിട്ടുപോയിട്ടും ചില സിനിമകളിൽ കവിതകളായും, ചിട്ടപ്പെടുത്തിയ ഗാനങ്ങളായും ചേർക്കാറുണ്ട്.

പ്രണയ നൈരാശ്യത്തിൽ ജീവിതമൊടുക്കിയ മലയാളത്തിന്റെ രമണൻ ശ്രീ ഇടപ്പള്ളി രാഘവൻ പിള്ളയ്ക്കും അങ്ങനെ ഒരു യോഗം ഉണ്ടായി. മരിച്ചതിന് എത്രയോ കാലം കഴിഞ്ഞതിനു ശേഷം അടയാളങ്ങൾ എന്ന എം ജി ശശി സിനിമയിൽ മികച്ചൊരു കഥാ സന്ദർഭത്തിൽ ഇടപ്പള്ളിയുടെ അവസാന കവിതയിലെ ഏതാനും വരികൾ...

'ചിരികൾ തോറുമെൻ
പട്ടടതീപ്പൊരി
ചിതറിടുന്നോരരങ്ങത്തു നിന്നിനി
വിട തരൂ മതി പോകട്ടെ ഞാനുമെൻ
നടനവിദ്യയും മൂക സംഗീതവും...

മണിമുഴക്കം,
മരണദിനത്തിന്റെ മണിമുഴക്കം,
മധുരം വരുന്നു ഞാൻ...'

എന്നെഴുതിവെച്ച് മരണത്തിലേക്ക് നടന്നുപോയ മഹാകവിയുടെ അവസാന വരികൾ. പൊള്ള പ്രണയത്തിന് മുൻപിൽ ജീവിതം എറി ഞ്ഞുടച്ചതിലൂടെ ഒരു മഹാകവിയെ ആണ് നഷ്ടമായത്..

സിനിമയിൽ ഈ വരികൾ ഉപയോഗിച്ച രീതി കവിതപ്രമേയ ത്തോടു എത്രമാത്രം യോജിച്ചോ എന്ന് സംശയം... എങ്കിലും മഹാക വിക്ക് കൊടുത്ത വലിയ ഒരാദരവായി ഇതിനെ കരുതാം. വിദ്യാധരൻ മാസ്റ്ററുടെ തെളിഞ്ഞ സംഗീതം വാരിവിതറിയ ഗാനം...

ഇന്ന് പ്രമുഖരായവരെല്ലാം തന്നെ സോഷ്യൽ മീഡിയ നന്നായു പയോഗപ്പെടുത്തുന്നുണ്ട്. തങ്ങളുടെ റിട്ടയർമെന്റ് ജീവിതം അവർ ഭംഗിയായി വിനിയോഗിക്കുന്നു. കവികളായും ലേഖകരായും മറ്റും യൗവ്വന കാലങ്ങൾ തിമിർത്താടിയ ഇവരൊക്കെ പുതുകാലത്തിന്റെ പരീക്ഷണങ്ങളെ മനസ്സറിഞ്ഞു സ്വീകരിച്ചതിൽ സന്തോഷം തോന്നി. അതിലേറെ ഇവരൊക്കെ നമ്മളോടും സുഹൃത്തുക്കളായി ഇഴചേർന്നു പോവുന്നു എന്നതിലും സൗഭാഗ്യം!

ശ്രീ ജമാൽ കൊച്ചങ്ങാടി

ശ്രീ പി പി ശ്രീധരനുണ്ണി

തുടങ്ങിയവർ ഒരു കാലത്ത് പാട്ടെഴുത്തുകളുമായി ഇവിടെ വന്നു പോയവർ. മത്സരങ്ങളിൽ, അവസരങ്ങൾ തേടി പോവുന്നതിൽ താല്പര്യമില്ലാത്തവർ എന്ന് വിശേഷിപ്പിക്കുമ്പോൾ അഭിമാനമാണ് തോന്നുന്നതെങ്കിലും നഷ്ടപ്പെട്ടുപോയ കുറെ വരികൾ ഒളി ചിന്നാതെ കിടക്കുന്നുണ്ടാവാം.

ജമാൽ കൊച്ചങ്ങാടി പത്രാധിപർ, തിരക്കഥാകൃത്ത്, ഗാന രചയിതാവ്, കവി എന്നീ രംഗങ്ങളിൽ തിളങ്ങിയ ആൾ. ഹിന്ദി ഗാന ങ്ങളുടെ ആരാധകൻ. അതുകൊണ്ടു തന്നെ ലതാ മങ്കേഷ്കർ, റാഫി തുടങ്ങിയവരുടെ പാട്ടുജീവിതങ്ങളിലൂടെ സഞ്ചരിച്ച് പുസ്തകങ്ങൾ രചിച്ചിട്ടുണ്ട്. മലയാള സിനിമയിൽ ഒരു കൈ നോക്കി ജമാൽ കൊച്ച ങ്ങാടിയും. അദ്ദേഹം തന്നെ കഥയും തിരക്കഥയും എഴുതി നിർമ്മിച്ച തളിരിട്ട കിനാക്കളിൽ രണ്ടു ഗാനങ്ങളും എഴുതിയിട്ടുണ്ട്. വിഷാദത്തിന്റെ സീമകൾ കടന്നുപോവുന്ന കരളുരുക്കുന്ന ഒരു ഗാനമുണ്ടിതിൽ.

'എൻ മൂകവിഷാദം ആരറിയാൻ
എൻ ആത്മവിലാപം ആര് കേൾക്കാൻ'

എസ് ജാനകിയുടെ ശബ്ദത്തിൽ കേൾക്കാൻ സുഖമാണ്. ജിതിൻ ശ്യാമിന്റെ സംഗീതവും. രണ്ടാമതൊരു ഗാനം കൂടിയുണ്ട്.

'ആ ചുരം ഈ ചുരം' എന്ന ഗാനം അത്ര സുന്ദരമായി തോന്നിയില്ല.

ഫാസിലിന്റെ മോശം സിനിമകളിൽ ഒന്നായ മറക്കില്ലൊരിക്കലും എന്ന ചിത്രത്തിലും ഒരു ഗാനം ഇദ്ദേഹത്തിനുണ്ട്.

'എൻ മനസ്സിൽ നീയണഞ്ഞു
പൊന്നുഷസ്സിൻ സംഗീതമായ്
പൊന്നുഷസ്സിൻ സംഗീതമായ്'

എന്ന ഗാനം ജയചന്ദ്രനും, വാണിജയറാമും വെവ്വേറെ പാടിയത്. സിനിമ ശ്രദ്ധിക്കപ്പെട്ടില്ലെങ്കിലും ഈ ഗാനം എന്നും ഓർമ്മയിൽ ഉണ്ടാവും പാട്ടസ്വാദകരുടെ...

പിന്നീട് പാട്ടുകളൊന്നും എഴുതി കണ്ടില്ല...

കുട്ടിക്കാലത്തിന്റെ ഓർമ്മകളിൽ റേഡിയോയിൽ കേട്ടിരുന്ന ഒരു പേരായിരുന്നു ശ്രീ പി പി ശ്രീധരനുണ്ണി. കവിയും, സ്ക്രിപ്റ്റ്റൈറ്ററും ആയ ഇദ്ദേഹം ആകാശവാണിയിലെ പ്രോഗ്രാം എക്സി കുട്ടീവ് ആയാണ് റിട്ടയർ ചെയ്തത്. ഒട്ടേറെ കവിതാ സമാഹാരങ്ങൾ പുറത്തിറക്കി. കേരള സാഹിത്യ അക്കാദമി, സംഗീത നാടക അക്കാദമി അവാർഡുകൾ നേടി. അഞ്ഞൂറിലധികം നാടക, ഭക്തി ഗാനങ്ങൾ രചിച്ചിട്ടുണ്ട്. സിനിമയിൽ തന്റെ കഴിവ് ഒന്ന് പ്രകടിപ്പിച്ച് പോവുകയും ചെയ്തു. രണ്ടു പ്രമുഖരുടെ തിരക്കഥകളുമായി ഇഴ ചേർന്ന് പോയി ശ്രീധരനുണ്ണി വരികൾ. പ്രമുഖ കലാകാരൻ സുരാസുവിന്റെ തിരക്കഥയിൽ പിറന്ന ശംഖുപുഷ്പത്തിലെ ഗാനം ശ്രദ്ധേയമായത്.

'സ്വപ്നത്തിൽ നിന്നൊരാൾ ചോദിച്ചു
പ്രേമസ്വർഗത്തിൽ കൂട്ടിനു പോരാമോ?
രാഗത്തിൻ പൂമാല കോർക്കമോ?
നിന്റെ രാജകുമാരനു ചാർത്താമോ?'

ലളിതമായ പദപ്രയോഗത്തിലൂടെ മലയാളിയെ മയക്കിക്കളഞ്ഞത്. എം കെ അർജ്ജുനന്റെ സംഗീതം.

എം ടി യുടെ ആദ്യകാല സിനിമയായ വിൽക്കാനുണ്ട് സ്വപ്നങ്ങൾ എന്നതിലും രണ്ടു ഗാനങ്ങൾ. 'ഭൂതലം നിന്റെ ഭദ്രാസനം' എന്ന ഗാനം എസ് ജാനകിയുടെ ശബ്ദ ത്തിൽ.. 'ചന്ദനകുളിർ വീശുന്ന മണികാറ്റു വന്നു' എന്ന ജയചന്ദ്രൻ ശബ്ദവും...

പിന്നീട് സിനിമകളിൽ പാട്ടെഴുതിയതായി അറിവില്ല. എന്നിരുന്നാലും ശംഖുപുഷ്പത്തിലെ ഗാനം ഒരോർമ്മയാണ്... തിക്കോടിയൻ ഒരു

ബഹുമുഖപ്രതിഭയാണ്. നാടകകൃത്ത്, നോവലിസ്റ്റ്, തിരക്കഥാകൃത്ത്, ഗാന രചയിതാവ് എന്നീ നിലകളിൽ തിളങ്ങിയവൻ.

അരവിന്ദന്റെ ഉത്തരായണത്തിൽ തിരക്കഥയുമായി സഹകരിച്ചിട്ടുണ്ട് തിക്കോടിയൻ. അരങ്ങു കാണാത്ത നടൻ എന്ന ആത്മകഥ പ്രസിദ്ധം. സിനിമയിൽ ഒരേയൊരു ഗാനവുമായി തന്റെ ഇടം സൃഷ്ടിച്ച ആൾ. കാവാലം ശൈലി എന്ന് തോന്നിപ്പിക്കുന്ന ഒരു ശുദ്ധ നാടൻ പാട്ട്..

'അപ്പോളും പറഞ്ഞില്ലേ
പോരണ്ടാ പോരണ്ടാന്ന്
പോരണ്ടാ പോരണ്ടാന്ന്'

കെ രാഘവന്റെ നാടൻ പാട്ടിന്റെ കരുത്ത് മുഴുവൻ ഊറ്റിയെടുത്ത ഗാനം അദ്ദേഹവും ഗായകൻ ആന്റോയും ചേർന്ന് കസറിയത്... പി എൻ മേനോന്റെ കടമ്പയിൽ...

ഹൃദയം മറക്കാത്തത്

കലാസൃഷ്ടിയുടെ നിലനിൽപ്പിനാധാരം ആസ്വാദകവൃന്ദം അത് മനസ്സിലേറ്റികൊണ്ടു നടക്കുന്നത് കൊണ്ടും കൂടിയാണല്ലോ.. കടലാസിലായാലും അത് വായിക്കപ്പെടണം.അനുവാചകനതിനുള്ള ഇഷ്ടങ്ങൾ പങ്കിടണം. കൈമാറി കൈമാറി അത് പ്രചരിക്കുന്നു. പുസ്തകങ്ങൾ ഇല്ലാതായാലും, നമ്മുടെ മനസ്സിൽ നിന്നത് നഷ്ടപ്പെട്ടാലും ഇന്ന് സൂക്ഷിച്ചുവെക്കാൻ ഇടങ്ങൾ ഉണ്ട്. ഇന്റർനെറ്റിന്റെ പേജുകളിൽ അത് ഭദ്രം. എഴുത്തായും, ചിത്രങ്ങളായും, വീഡിയോയായും അത് രേഖപ്പെടുത്തിവെക്കപ്പെടുന്നു. ഇന്നത്തെ കാലത്ത് അങ്ങനെയെങ്കിലും അതിന്റെ സ്രഷ്ടാക്കൾ ഓർമ്മിക്കപ്പെടുന്നു. കാലങ്ങൾ കഴിയുമ്പോൾ മറവിയിലേക്കു പോയേക്കാവുന്നതും ഉണ്ട്. അവയ്ക്കൊക്കെ തന്നെ ഈയിടം ഒരനുഗ്രഹമാണ്. തിരഞ്ഞു ചെല്ലുമ്പോൾ ഇങ്ങനെ ചിലരൊക്കെ ഇവിടെ ഉണ്ടായിരുന്നു എന്ന് മനസ്സിലാക്കുകയും ചെയ്യും. ചിലപ്പോൾ ഒന്നോ രണ്ടോ രചനകൾ മാത്രം, സംഗീതം ചെയ്ത രണ്ടു പാട്ടുകൾ മാത്രം... എങ്കിലും അത് കേട്ട് കഴിയുമ്പോൾ കഴിഞ്ഞ കാലത്തിന്റെ മറ നീക്കി ആ എഴുത്തു കൾ നമ്മോടു സംസാരിക്കും. അന്ന് ഇതൊക്കെ കേട്ട് നിർവൃതിയട ഞ്ഞവരെപ്പറ്റി വെറുതെ ഓർത്ത് നോക്കും. ഒരു ബ്ലാക്ക് ആൻഡ് വൈറ്റ് കാലത്തിന്റെ ചടുലമാർന്ന കാലങ്ങൾ മനസ്സിലേക്ക് സ്വപ്നങ്ങളായി ഇതൾ വിരിയും. നമ്മൾ അവർക്കു മുൻപിൽ മനസ്സാ കുമ്പിടും. നിങ്ങൾക്കും ഇവിടെ സ്ഥാനമുണ്ട്. എന്തിനാ അധികം? ഇത്രയും തന്നെ ധാരാളം. കൂടുതൽ എഴുതാമായിരുന്നു എന്നൊക്കെ തോന്നിയേക്കാം... എങ്കിലും...

ഇത്രയും പറയുമ്പോൾ നെറ്റിൽ നിന്നും ഡൌൺലോഡ് ചെയ്ത വെച്ച ഒരു മീശക്കാരന്റെ ചിത്രം അരികിലുണ്ട്.. ഗൗരവമാർന്ന മുഖം. 1975 ലും 76 ലുമായി രണ്ടു സിനിമകളിൽ രണ്ടു ഗാനങ്ങൾ മാത്രം എഴുതി രംഗം വിട്ട ശ്രീ മൂപ്പത്ത് രാമചന്ദ്രൻ എന്ന കവി.

എഴുതി തെളിയാതെ പോയവരും, എത്ര എഴുതിയിട്ടും തെളിയാതെ പോയവരും ഇവിടെ ചലച്ചിത്രങ്ങളിൽ ഉണ്ടായിട്ടുണ്ട്. അതൊരു വല്ലാത്ത ലോകം തന്നെയാണ്! എങ്കിലും രണ്ടു പാട്ടുകളിലൂടെ പാട്ടിഷ്ടക്കാരുടെ മനസ്സിൽ പൂമഴ പെയ്യിച്ച ഗാനരചയിതാവിനെ ഒന്ന് പരിചയപ്പെടാം... പരിചയപ്പെടാൻ രണ്ടു പാട്ടുകൾ മാത്രം. വ്യക്തിപരമായ മറ്റു കാര്യങ്ങൾ ഒന്നും അറിയില്ല. അദ്ദേഹം ഇപ്പോഴും ജീവിച്ചിരിപ്പുണ്ടെന്നു കരുതുന്നു. അത്തരം വിവരങ്ങൾ ഒന്നും കിട്ടിയിട്ടില്ല...

1975-ൽ ചന്ദനച്ചോല എന്ന പ്രേതചിത്രത്തിൽ 'ഹൃദയം മറന്നു നാണയത്തുട്ടിന്റെ കിലുകിലാശബ്ദത്തിൽ' അതിലെ മറ്റു പാട്ടുകളിൽ നിന്നൊക്കെ വ്യത്യസ്തമായ ഒരു രചന തന്നെയിരുന്നു.. വയലാർ, കോന്നിയൂർ ഭാസ്, ഡോ. ബാലകൃഷ്ണൻ തുടങ്ങിയവരുടെ രചനകൾ ഉണ്ടെങ്കിലും. 'ബിന്ദു നീ യാനന്ദ ബിന്ദുവോ' എന്ന സുപ്രസിദ്ധ ഗാനമുണ്ടെങ്കിലും രാമചന്ദ്രന്റെ ഗാനം തന്നെ ഏറ്റവും മികച്ചത്. ഹൃദയം മറന്നു എന്ന ഗാനം ദാർശനിക വിഭാഗത്തിൽപെടുത്താവുന്ന ഒന്നാണ്. മലയാളത്തിലെ മറ്റേതൊരു ഗാനരചയിതാവിന്റെ അത്തരം സൃഷ്ടികൾ ഉണ്ടെങ്കിലും ഒപ്പത്തിനൊപ്പം നിൽക്കാനാവുന്ന ഒരു രചന. മനുഷ്യമനസ്സിന്റെ വ്യാമോഹത്തിന്റെ, നഷ്ടങ്ങളുടെ, ചതിയുടെ, എല്ലാ വശങ്ങളിലൂടെയും കടന്നുപോവുന്നത്. പുരാതന മനുഷ്യനിൽ നിന്ന് ആധുനിക മനുഷ്യനെ വേർതിരിച്ചു കാട്ടുന്ന ഒന്ന്. ആർത്തിയുടെയും, അഹന്തയുടെയും നാണയക്കിലുക്കങ്ങളിൽ മനസ്സ് കളഞ്ഞു പോവുന്നവരിൽ നിന്നും പ്രഹരങ്ങളേൽക്കുന്നവരുടെ വേദനകൾ... നാണയത്തോടൊപ്പം സ്നേഹത്തെ തൂക്കി നോക്കു ന്നവരുടെ ഗദ്ഗദങ്ങൾ... ലാളിച്ചു പോറ്റിയ ബന്ധം വിലപ്പെട്ട രത്നമെന്നോർത്തു, എന്നാൽ അത് വെറും കനലാണെന്നറിഞ്ഞപ്പോൾ നൊന്തുപോവുന്ന ഹൃദയങ്ങൾ... അത്തരം ബന്ധങ്ങൾ താളുകൾ മറിയുന്ന ജീവിതത്തിന്റെ ഏടുകളിൽ ഏൽപ്പിക്കുന്ന സൗഹൃദത്തിന്റെ കൈനഖമുറിപ്പാടുകൾ...

അതിലെ ഏറ്റവും ഗംഭീര വരികൾ ഇവയാണ്...

'ഒരു ശാസ്ത്ര ഗ്രന്ഥവുമിന്നോളം കണ്ടില്ല
മനമെന്ന പ്രതിഭാസം സൂക്ഷ്മമായി'

മനുഷ്യമനസ്സിന്റെ ഇരുളടഞ്ഞ ഇടങ്ങളൊരിക്കലും വെളിപ്പെടുന്നില്ല. അത്ഭുത പ്രതിഭാസമായി മനുഷ്യമനസ്സ്. അതിന്റെ കളികളെന്തൊക്കെ! ആര് കണ്ടു...

കെ ജെ ജോയ് അസാമാന്യമായി ഈണം പകർന്ന് ഗാനം പിന്നീട് 1976-ൽ മധുരം തിരുമധുരത്തിൽ 'വേദന വിളിച്ചോ തിവരുമെന്റെ കാമുകൻ' ഇതും ഒരു പാതി ദാർശനിക ഗാനം തന്നെയാണ്. ഇതിലും മനസ്സിലെ നൊമ്പരങ്ങൾ തന്നെ. കുത്തിമുറി വേൽപ്പിക്കുന്ന ജീവിത സംഭവങ്ങൾ. പൂർത്തീകരിക്കാത്ത ജീവിത സമസ്യകൾ. അന്തംവിട്ടു നിൽക്കുന്ന പാവം മാനവർ സ്നേഹനഷ്ടത്തിന്റെ വിങ്ങലിൽ നിലവിട്ട് കേഴുന്ന ഒരുവളുടെ ദൃശ്യങ്ങളിലൂടെ നീങ്ങുന്ന ഒരു ഗാനം.

'വേദന പറയുന്നു അവൻ വരും.

ചേതന തിരിച്ചോതുന്നു വരില്ലവൻ വീണ്ടും...'

ഇത്തരത്തിലുള്ള ഒരു രചനാ രീതി അത്യപൂർവമായിരുന്നു.. മധുരം തിരുമധുരത്തിലും വേറെയും ഗാനങ്ങളുണ്ട്... എന്നാൽ ഇതിലും കേമം ഈ ഗാനം തന്നെ.

മനസ്സെന്ന ചരടിൽ കോർത്ത മാല്ല്യം. അതും സങ്കല്പപുഷ്പങ്ങളാൽ... അതിനു കരിഞ്ഞിരിക്കുന്നു, കരളിനു ള്ളിൽ സൂക്ഷിച്ച നിധിപേടകവും പൊട്ടിത്തകർന്നു...

എന്നിട്ടും മോഹമാണ്. അവളുടെ മൂകാശ്രുധാരയുടെ നൊമ്പരമറിഞ്ഞു അവൻ തിരിച്ചുവന്നെങ്കിൽ.. എങ്കിൽ ഞാനെല്ലാം മറക്കും, മധുരാഭിലാഷങ്ങൾ പുനർജനിക്കും...

അതുവെറും പകൽസ്വപ്നമെന്നറിയുന്ന അവൾ ഒന്ന് വേദനയോടെ ചിരിക്കുന്നുമുണ്ട് പാട്ടിന്റെ അവസാനം...

ഈ രണ്ടു ഗാനങ്ങൾ മാത്രം ശ്രീ മൂപ്പത്തു രാമചന്ദ്രന്റേതായി...

ഈ രണ്ടു ഗാനങ്ങൾ മാത്രം. എന്നെന്നും ഈ രണ്ടും പാട്ടിനെ അറിയുന്നവർക്കിടയിൽ, സ്നേഹിക്കുന്ന വർക്കിടയിൽ മൂളിക്കൊണ്ടേയിരിക്കും...

ഏതോ ജന്മകൽപ്പനയിൽ

ചില പാട്ടുകളുണ്ട്. നമ്മളെത്രയോ പറഞ്ഞുപോയവയിലൊന്നും, ഇഷ്ടഗാനങ്ങളിലൊന്നും വന്നു പോവാത്ത ചിലത്. അവ കൂട്ടത്തിൽ ചേരാതെ മനസ്സിന്റെ കോണിൽ ഒതുങ്ങി നിൽക്കും. പ്രിയമുള്ളവ ഒരൊഴുക്കു പോലെ വന്നു പോവുമ്പോഴും 'ഞാനും ഞാനും' എന്ന് പറഞ്ഞുല്ലസിച്ച്, അവകാശം സ്ഥാപിച്ചു പോലും വന്നു പോകില്ല. പിന്നെ ചില ഏകാന്ത നിമിഷങ്ങളിൽ ഇവർ വരും, മൂളും, എന്നെ മറന്നോ എന്നോർമ്മിപ്പിക്കും. ഇല്ലെന്നു, പറയും.. വാക്കുകളിൽ, ഈണങ്ങളിൽ മയങ്ങി വീഴും... ഇതോ ആ ഗാനം എന്ന് ചിലർ ചോദിച്ചേക്കാം. ഇതിലെന്തിത്ര പ്രത്യേകത? എനിക്കുണ്ട്... എന്നേ അതിനുത്തരമുള്ളൂ...

അത്തരം ചില വാണീ ജയറാം ഗാനങ്ങളും ഉണ്ട്... ഏറെ പ്രിയപ്പെട്ടവ...

1976-ൽ ഇറങ്ങിയ ഒരു ചിത്രമാണ് പാൽക്കടൽ. അത്രയൊന്നും പ്രസിദ്ധിനേടാത്ത ചിത്രമെങ്കിലും അതിലും ഹിറ്റ് ഗാനങ്ങൾ ഉണ്ട്.

'കുങ്കുമപൊട്ടില്ലൂറും കവിതേ
നിന്റെ മഞ്ജീരത്തിൻ മൗനനാദം'

ശ്രീകുമാരൻ തമ്പിയുടെ വരികൾക്ക് എ ടി ഉമ്മറിന്റെ ശാന്ത സംഗീതം. ഒരു സ്ത്രീ മനസ്സിന്റെ വൈവാഹിക ജീവിതത്തിന്റെ തുടക്കത്തിലേ ചില അസുലഭ മുഹൂർത്തങ്ങൾ പദം വിടർത്തിയ ഗാനം. ആദ്യ വരിയിൽ തന്നെ കവി അവളെ എത്ര ഉയരത്തിൽ ആണ് പ്രതിഷ്ഠിച്ചിരിക്കുന്നത്. കുങ്കുമപ്പൊട്ടില്ലൂറും കവിത...

കല്യാണപ്പന്തലിലെ സുവർണ്ണ നിമിഷങ്ങൾ, ആദ്യരാത്രിയിലെ പുളകനിമിഷങ്ങൾ...

ഇതൊക്കെ ഏത്രയോ ഗാനങ്ങളിൽ വന്നുപോയിട്ടുണ്ടെങ്കിലും എനിക്കെന്തോ ഈ പാട്ട് വളരെ പ്രിയമാണ്. വാണീ ജയറാം വരികൾക്ക് കൊടുത്ത ആത്മാർത്ഥ സമർപ്പണം ഒന്ന് കൊണ്ടു കൂടിയാവാം...

വാണീ ജയറാം ഗാനങ്ങൾ തരുന്ന ഒരുണർവ്വും, അനുഭൂതിയും ഉണ്ട്. ഗാനത്തിന്റെ ആദ്യ വരിയ്ക്ക് നൽകുന്ന ഒരുറപ്പും, ആലാപനരീതിയും പ്രശംസനീയം തന്നെയാണ്. ആദ്യവരിയിൽ നിന്ന് തന്നെ അവസാന വരി വരെ നമ്മെ കൊണ്ടുപോവും വാണി. അതാണീ വാണീ സ്റ്റൈൽ.. അതിന്റെ ഏറ്റവും വലിയ തെളിവ് തമിഴിൽ നിന്നും നമുക്ക് എടുക്കാൻ കഴിയും... ദീർഘ സുമംഗലി എന്ന ചിത്രത്തിൽ എം എസ് ഈണത്തിൽ പിറന്നവീണ അതീവ സുന്ദര ഗാനം...

'മല്ലികൈ എൻ മന്നൻ മയങ്കും...'

മലയാളത്തിലെ ആദ്യം ഗാനം തന്നെ അതിനൊരുദാഹരണമാണ്.

'സൗരയൂഥത്തിൽ വിടർന്നൊരു കല്യാണ...' (സ്വപ്നം)

'ചിത്രവർണ്ണ പുഷ്പജാലമൊരുക്കി വച്ച്' (അയലത്തെ സുന്ദരി)

'തിരുവോണപ്പുലരിതൻ' (തിരുവോണം)

'കാറ്റ് ചെന്ന് കളേബരം തഴുകി' (സമ്മാനം)

'ആഷാഢ മാസം ആത്മാവിൽ മോഹം' (യുദ്ധഭൂമി)

'നായകാ പാലകാ' (ലക്ഷ്മി വിജയം)

'സീമന്തരേഖയിൽ ചന്ദനം ചാർത്തിയ' (ആശിർവാദം)

എന്നിവയിലൂടെ അനസ്യൂതമായി തുടന്നൊഴുകുകയായിരുന്നു.

അതിങ്ങു 2014ൽ ഉള്ള പാട്ടിൽ വരെ തുടിച്ചു നിന്നു എന്നതും അത്ഭുതം...

'ഓലഞ്ഞാലിൽ കുരുവീ...' (1983)

വാണീ ജയറാം ഗാനങ്ങളിലെ എല്ലാത്തിലൂടെയും പോവുന്നില്ല.. ഇഷ്ടഗാനങ്ങൾ ചിലവ മാത്രം...

ചില യുഗ്മ ഗാനങ്ങളുടെ വാണീലയനം നടന്നവ...

'വാൽക്കണ്ണെഴുതി വനപുഷ്പം ചൂടി...' (പിക്നിക്)

'സ്വപ്നഹാരമണിഞ്ഞെത്തും' (പിക് പോക്കറ്റ്)

'പുഷ്പമംഗല്യ രാത്രിയിൽ' (ആദ്യപാഠം)

'തുടിക്കും മനസ്സിലെ കലശങ്ങളിൽ' (അമ്മെ അനുപമേ)

'പഞ്ചവർണ്ണ കിളിവാലൻ' (കണ്ണപ്പനുണ്ണി)

'കുടുംബം സ്നേഹത്തിൻ പൊന്നമ്പലം' (അഗ്നിപർവതം)

'നിമിഷങ്ങൾ പോലും വാചാലമാകും' (മനസ്സാവാചാ കർമ്മണാ)

‘സുരലോക ജാലധാര ഒഴുകിയൊഴുകി’ (ഏഴാം കടലിനക്കരെ)
‘ഏഴാം മാളികമേലെ’ (സർപ്പം)
‘പൊന്നലയിൽ അമ്മാനമാടി’ (ദേവദാസി)
‘ഒന്നാനാം കുന്നിന്മേൽ’ (എയർ ഹോസ്റ്റസ്)
‘കണ്ണിൽ കണ്ണിൽ നോക്കിയിരിക്കാം’ (നായാട്ട്)

കാലങ്ങൾ കഴിഞ്ഞപ്പോൾ... 2016 ലും 18 ലും വീണ്ടുമത് പൂത്തുതളിർത്തു.

‘പൂക്കൾ പനീർപ്പൂക്കൾ’ (ആക്ഷൻ ഹീറോ ബിജു)
‘പെയ്തലിഞ്ഞ നിമിഷം’ (ക്യാപ്റ്റൻ)

ഗായികമാരോടൊപ്പം കൂട്ടുചേർന്നുപോയ അനേകം ഗാനങ്ങൾ ഉണ്ട് വാണീജയറാമിന്റെ സമ്പാദ്യമായി...

‘ദിവാസ്വപ്നമിന്നെനിക്കൊരു’ (മാധുരിയോടൊത്ത് പാൽക്കടലിൽ)
‘ഹിന്ദോളരാഗത്തിൻ ഓളങ്ങളെ’ (ലതാ രാജുവുമൊത്ത് തുറുപ്പുഗുലാനിൽ)
‘മങ്കമാരെ മയക്കുന്ന കുങ്കുമം’ (സുശീലയുമൊത്ത് കണ്ണപ്പനുണ്ണിയിൽ)
‘ഒരു സ്വപ്നത്തിൻ പവിഴദ്വീപിൽ’ (സുശീലയുമൊത്ത് ബീനയിൽ)

ഏതു ഗായകരോടൊത്തായാലും വാണീശബ്ദം വേറിട്ട് നിൽക്കും. ഗായകരിൽ ജയചന്ദ്രൻ വാണീജയറാം ടീം മികച്ചു നിൽക്കുന്നു. രണ്ടു ഭാവഗംഭീരനാദങ്ങൾ വാക്കുകൾ പാടിയിരുത്തുന്ന ആ വൈഭവം കാരണം വരികൾക്ക് ചെവിയോർക്കേണ്ട കാര്യമില്ല. അന്യഭാഷാ ഗായിക ആയിട്ടും പദങ്ങൾക്ക് വേണ്ട വിധത്തിൽ ഉറപ്പ് കൊടുക്കാൻ ഇവർക്ക് കഴിഞ്ഞിട്ടുണ്ട്. ഇന്നത്തെ ചില മലയാളി ഗായകർ പാടുന്നപോലെ ‘കുരച്ചു കുരച്ചല്ല...’ പാടുന്നത് ശ്രോതാക്കളുടെ മനസ്സിലേക്ക് സൗമ്യമായി എന്നാൽ ഭാവസാന്ദ്രമായി കയറിക്കൂടണം എന്നവർക്കറിയാം. അതു കൊണ്ടും കൂടിയാണല്ലോ ഞാനാദ്യം പറഞ്ഞ ഗാനം എന്റെ മനസ്സിലിന്നും കുടിയിരിക്കുന്നത്...

ശങ്കരാഭരണത്തിലെ എസ് പി അത്ഭുതത്തോടൊപ്പം പാടുമ്പോഴും തന്റേതായ നിലനിൽപ്പ് ഒരിക്കലും ചോദ്യം ചെയ്യപ്പെടുന്നുമില്ല...

വാണീജയറാം ഗാനങ്ങൾ ഇനിയും കേൾക്കണം... അതിനായി ജന്മങ്ങൾ ഇനിയും വേണം...

‘ഏതോ ജന്മകൽപ്പനയിൽ
ഏതോ ജന്മവീഥികളിൽ
ഇന്നും നീ വന്നു... ഒരുനിമിഷം
വീണ്ടും നമ്മളൊന്നായ്.’

അഭിവാദനങ്ങളോടെ...

ഉണരുമീ ഗാനങ്ങൾ

എത്രയെത്ര ഗായകരിവിടെ വന്നു പോയി. ഒന്നും രണ്ടുമായി പാടി ഒതുങ്ങിയവർ.

പത്തു വർഷത്തോളം വേണുഗോപാൽ എന്ന ഗായകൻ നമുക്കായി ഇവിടെ പാടിത്തന്ന ഗാനങ്ങൾ മാത്രം മതി അദ്ദേഹത്തെ എന്നെന്നുമോർക്കാൻ. മലയാള സിനിമ ഇദ്ദേഹത്തെ അവഗണിച്ചു എന്ന പരമാർത്ഥം നന്നായി മനസ്സിലാക്കി തന്നെയാണിത് പറയുന്നത്. എന്നാൽ അത്തരത്തിലുള്ള വിചാരണയിലേക്കോ, വിചാരങ്ങളിലേക്കോ പോവാൻ താല്പര്യമില്ല. കാരണം ഒരു പാട്ടെങ്കിലും പാടാൻ അവസരം കിട്ടാതെ എത്രയോ മികച്ച ഗായകർ/ഗായികമാർ ഇവിടെ നിശബ്ദരായി പോവേണ്ടി വന്നിട്ടുണ്ട്. നല്ല ശബ്ദത്തിന്റെ ഉടമ കളായ ചിലർക്കൊക്കെ കാശ് കൊടുത്തും പാടേണ്ടി വന്നിട്ടുണ്ട്. കയ്യിലെ കാശെടുത്ത് കൊടുത്ത് സിനിമയിൽ ഒന്നോ രണ്ടോ പാട്ടുപാടി അടങ്ങിയവരെ കുറിച്ചൊക്കെ ഓർക്കുമ്പോൾ വേണുഗോപാൽ എന്ന ഗായകൻ ഭാഗ്യവാനാണ്. ഒന്നുമില്ലെങ്കിലും 1985 തുടങ്ങി പത്തു വർഷത്തോളം എടുത്തു പറയാൻ ആവുന്ന ഏറ്റവും മികച്ച ഗാനങ്ങൾ സംഭാവന ചെയ്ത പാട്ടുകാരൻ എന്ന നിലയിൽ ഒട്ടും മനസ്താപം വേണ്ട എന്നും പറഞ്ഞു വെക്കട്ടെ.

പലരും പലയിടങ്ങളിലും ഭാഗ്യമില്ലാത്ത ഗായകൻ, അവസരങ്ങൾ നിഷേധിക്കപ്പെട്ടു ഒതുങ്ങിയവൻ, സിനിമയിലെ നാണം കേട്ട, വൃത്തികെട്ട കളികളിൽ ഒതുക്കപ്പെട്ടവൻ, ചതിക്കപ്പെട്ടവൻ എന്നൊക്കെ പറഞ്ഞു കൊണ്ട് ഇദ്ദേഹത്തിൽ സഹതാപം ചൊരിഞ്ഞിട്ടുണ്ട്. ഉള്ളിന്റെ ഉള്ളിൽ ഇതൊക്കെ അടക്കിവെച്ചുകൊണ്ട് മലയാള സിനിമാ സംഗീതത്തിന്

ഇദ്ദേഹം നൽകിയ അത്യപൂർവ സംഭാവനകളെ ഒന്ന് തൊട്ടുതലോടി വരാം...

നിറക്കൂട്ട് എന്ന ചിത്രത്തിൽ 1985-ൽ പൂമാനമേ... എന്ന ഗാനം ഇദ്ദേഹം പാടിയിട്ടുണ്ട്... സിനിമയിൽ ചേർക്കാതെ പോയി ഈ ഗാനം. മാർക്കോസ് പാടിയതും, ചിത്ര പാടിയതും സിനിമയിൽ കേൾക്കാവുന്നതാണ്. എന്നാൽ ഹൃദയത്തിൽ തൊട്ടു പറയട്ടെ വേണുഗോപാൽ പാടിയത് ഒരു വേറെ ലെവൽ തന്നെയാണ്... പൂമാനമേ എന്നത് ഇദ്ദേഹമായിരുന്നു ചിത്രത്തിൽ പാടേണ്ടിയിരുന്നത്...

അടുത്തടുത്ത വർഷങ്ങളിൽ അതിമനോഹരമായ രചനയിലും, സംഗീതത്തിലും പിറന്നു വീണ കുറെയേറെ ഗാനങ്ങൾ പാടാൻ വേണുഗോപാലിന് അവസരം ലഭിച്ചു...

'രാരീ രാരീരം രാരോ
പൊന്നും തിങ്കൾ പോറ്റും മാനെ' (ഒന്ന് മുതൽ പൂജ്യം വരെ)
'ഒന്നാം രാഗം പാടി' (തൂവാനത്തുമ്പികൾ)
'ചന്ദനമണിവാതിൽ ചാരി' (മരിക്കുന്നില്ല ഞാൻ)
'കാണാനഴകുള്ള മാണിക്യക്കുയിലെ' (ഊഴം)
'ഉണരുമീ ഗാനം' (മൂന്നാം പക്കം)
'മഞ്ഞിൻ ചിറകുള്ള വെള്ളരിപ്രാവേ' (സ്വാഗതം)
'മഞ്ഞിൻ വിലോലമാം' (ഉത്തരം)
'പള്ളിത്തേരുണ്ടോ
മൈനാകപൊന്മുടിയിൽ' (മഴവിൽ കാവടി)
'സ്വർഗങ്ങൾ സ്വപ്നം കാണും' (മാളൂട്ടി)
'വസന്തത്തിൻ മണിച്ചെപ്പു തുറക്കുന്നു' (വർത്തമാനകാലം)
'പൂത്താലം വലംകയ്യിലേന്തി
ആകാശഗോപുരം' (കളിക്കളം)
'തൂവൽ വിണ്ണിൻ മാറിൽ തൂവി' (തലയണമന്ത്രം)
'താനേ പൂവിട്ട മോഹം' (സസ്നേഹം)
'മായാമഞ്ചലിൽ ഇതുവഴിയെ' (ഒറ്റയാൾ പട്ടാളം)
'ഏതോ വാർമുകിലിൻ' (പൂക്കാലം വരവായി)
'പാട്ടു താലിപൂത്തുമ്പീ' (നയം വ്യക്തമാക്കുന്നു)
'തളിർവെറ്റിലയുണ്ടോ' (ധ്രുവം)
'ശ്യാമവാനിലേതോ' (ആനച്ചന്തം)

ഇത്രയും ഗാനങ്ങളെങ്കിലുമുണ്ട് പത്തു വർഷത്തെ സമ്പാദ്യം. വലിയൊരു നിധി തന്നെയാണിത്. പാട്ടിന്റെ പത്തരമാറ്റ് നിധി. കാലങ്ങളോളം ആരാധകർ കാത്തു സൂക്ഷിക്കുന്നത്. മതി. ഇത്രയും മതി...

‘പിന്നീട് രണ്ടായിരത്തിൽ
കനകമുന്തിരികൾ’ (പുനരധിവാസം)
‘താമരനൂലിനാൽ’ (മുല്ലവള്ളിയും തേന്മാവും)
‘എന്തിത്ര വൈകി നീ സന്ധ്യേ’ (പകൽ)
‘കൈ നിറയെ വെണ്ണ തരാം’ (ബാബ കല്യാണി)

എന്നിവ ബോണസ്സായി എടുക്കുന്നു.

എത്ര പാടി എന്നല്ല, എങ്ങിനെ പാടി എന്നാണ്. ഇന്ന വിധത്തിൽ പാടാൻ ഇദ്ദേഹത്തിന് ആവില്ല എന്നൊക്കെ ശുദ്ധ ഭോഷ്ക്ക് പറയുന്നവരോടും ഇതേ പറയാനുള്ളൂ... വേണ്ടത് പാടിക്കഴിഞ്ഞു ഈ മലയാളത്തിന്റെ പ്രിയഗായകൻ...

വിരൽതൊട്ടുണർത്തുന്ന ഗാനങ്ങൾ

എത്ര ദൂരങ്ങളിലായാലും, അതറിയാത്ത വീഥികൾ കടന്നെത്തേണ്ടതായാലും വന്നു ചേരും നിന്റെ സ്നേഹമർമ്മരങ്ങൾ എന്ന് കാമിനി ആശ്വാസപ്പെടുന്നത് എത്ര ആസ്വാദ്യകരം, അനിർവചനീയം! അലകളുടെ ആശ്ലേഷക്കൂട്ടങ്ങളിൽ അലിഞ്ഞു ചേർന്നൊരു സന്ധ്യ ഉണ്ടായിരുന്നു. ആ നിർവൃതിയിൽ നിന്ന് ഉറവയെടുക്കുന്ന അമൃതകണം കൈക്കുമ്പിളിൽ നിന്ന് ചോർന്നു തീരും മുൻപ് നീ എത്തില്ലേ

നിശയുടെ അനുഭവ നിർവൃതിയുടെ ലജ്ജാവിവശം ഞാൻ അറിയുന്നു... എന്നിലെ എന്നെ പോലെ...

ഓ എൻ വി കുറുപ്പിന്റെ വരികൾക്ക് സംഗീതം ഔസേപ്പച്ചൻ. വരികൾക്ക് ചേർന്ന സംഗീതം എന്നല്ല ഇതിനെഴുതേണ്ടത്. വരികൾക്ക് കിട്ടേണ്ടതിനേക്കാൾ മികച്ച സംഗീതം. സംഗീതം പലപ്പോഴും ആധിപത്യം സ്ഥാപിക്കുന്നത് കാണുമ്പോൾ അതിശയം തോന്നുന്നതിൽ തെറ്റില്ല.

അറിയാത്ത ദൂരത്തിലെങ്ങുനിന്നോ... സായാഹ്നത്തിന്റെ സ്വപ്നങ്ങളായി വന്ന ആലീസിനെ മറക്കാൻ ആവുമോ! ഭരതന്റെ ഒരാവറേജ് സിനിമ ആണെങ്കിലും സുഹാസിനിയെ, ആലീസിനെ മറക്കില്ലൊരിക്കലും... ഈ പാട്ടിന്റെ, ഈണങ്ങളുടെ മഹത്വം തന്നെ!

ഔസേപ്പച്ചൻ ഈണങ്ങളിൽ നിന്ന് നല്ലതു തിരഞ്ഞെടുക്കുമ്പോൾ നമ്മൾ വിഷമിക്കും. കേൾക്കാത്തത് മാത്രമേ ഒഴിവാക്കാൻ ആവുള്ളൂ. അത്തരം വിഷമഘട്ടങ്ങൾ അപൂർവം സംഗീത സംവിധായകരിൽ നിന്നേ അനുഭവിക്കാൻ കഴിയുള്ളൂ...

ശരത്, അർജ്ജുനൻ മാസ്റ്റർ എന്നിവർ ഉദാഹരണം...

എന്നിരുന്നാലും എനിക്കിഷ്ടപ്പെട്ട 15 ഗാനങ്ങൾ ഇവിടെ വിവരിക്കാൻ ഉദ്ദേശിക്കുന്നു... അതിലേറെ ഉണ്ട് എന്നറികിലും, മറ്റുള്ളവരുടെ ഇഷ്ട ങ്ങളെ മറന്നും ഇങ്ങനെ 15ൽ ഒതുക്കുന്നതിൽ ക്ഷമിക്കുക.

ഭരതൻ ചിത്രത്തിലൂടെ ആദ്യം. പീഡനത്തിന്റെ കഠിനമുറകൾ അനുഭവിച്ചൊടുങ്ങേണ്ടി വന്ന ഒരു സ്ത്രീയുടെ സകല വികാരങ്ങളും ഒന്നുചേർന്നൊരു സിനിമ. അവളുടെ മനസ്സാണ് കാതോട് കാതോരം... സഹനത്തിന്റെ മുൾമുനകളിൽ ജീവിതം കെട്ടിപ്പടുക്കുന്ന മേരിക്കുട്ടി. സരിതയിലെ നടിയെ മലയാളം കണ്ടെടുത്ത സിനിമ. അതിലെ എല്ലാ പാട്ടുകളും ഹൃദ്യം... എന്നാലിത്...

‘കാതോട് കാതോരം
തേൻ ചോരുമാ മന്ത്രം’

പീഡനത്തിലെ വലിയൊരപമാനകൃത്യമായ നീണ്ടിരുണ്ട മുടി ബലമായി കണ്ടിച്ചു കളയുന്നത് മനസിനെ ഉലച്ച ദൃശ്യം... അതിനു ശേഷം കാമുകന്റെ കൈകളിലേക്ക് സകലതും അർപ്പിച്ചു വീണു കരയുന്ന, പിന്നീട് ജീവിതം തിരിച്ചെടുക്കുന്ന ദൃശ്യങ്ങൾ നിറഞ്ഞ ഗാനം... ഗായിക ലതിക അസാമാന്യമായ പാടി തെളിഞ്ഞ ഗാനം..

സ്ത്രീ ശരീരങ്ങളെ പരമാവധി ഉപയോഗപ്പെടുത്തിയ സംവിധായകനാണെങ്കിലും സ്ത്രീമനസ്സുകളെ ഉയരങ്ങളിൽ പ്രതിഷ്ഠിച്ചവൻ കൂടിയാണ് ഭരതൻ...

നഷ്ടങ്ങൾ മനുഷ്യനെ ചിലപ്പോൾ ഭ്രാന്തനാക്കും, മറ്റു ചിലപ്പോൾ മൗനിയാക്കും, ചിലപ്പോൾ ലഹരിയ്ക്കടിമയാക്കും. പ്രണാമം എന്ന ചിത്രത്തിൽ ലഹരിക്കടിമയായ ചിലരുടെ കഥ പറയുന്നു. അതിൽ ജോർജ്ജുകുട്ടിയിലൂടെ പുരോഗമിക്കുന്ന കഥ. താളം തെറ്റിയ കുടുംബബന്ധങ്ങളിൽ ഒറ്റപ്പെട്ടുപോവുന്ന കുഞ്ഞുങ്ങൾക്ക് വേണ്ടിയുമീചിത്രം. അമ്മയുടെ സ്നേഹം നഷ്ടപ്പെട്ട ജോർജിന് അവിചാരിതമായി ഓർമ്മയുടെ സ്നേഹവുമായി ഉഷ എത്തുന്നു. ലഹരികളിൽ നിന്നും മുക്തനാക്കാൻ ശ്രമിക്കുന്ന അവളിൽ അവനൊരമ്മയെ കാണുന്നു...

‘താളം മറന്ന താരാട്ടു കേട്ടെൻ തേങ്ങും മനസ്സിന്നൊരാന്തോളനം...’

ഭരതന്റെ തന്നെ ചിത്രമായ ഇതിൽ ഭരതൻ തന്നെ എഴുതിയ ഗാനമാണിത്... ഔസേപ്പച്ചന്റെ സംഗീതത്തിൽ അവസാനം ലതികയുടെ ഹമ്മിങ്ങോടെ പാട്ടവസാനിക്കുമ്പോൾ പറഞ്ഞറിയിക്കാനാവാത്ത വികാരങ്ങളോടെ നമ്മൾ...

പൊന്ന് എന്ന ചിത്രത്തിലെ ഒരു ഗാനം ഉണ്ട്. ഉല്ലാസികളായ രണ്ടു പ്രണയമനസ്സുകൾ പാടിത്തിമിർക്കുന്ന ഒന്ന്.

പി ഭാസ്കരന്റെ പതിവ് രീതിയിൽ പൂത്തുലഞ്ഞ ഒരു ഗാനം.

ഔസേപ്പച്ചന്റെ പ്രണയ ഗാനങ്ങളിൽ ഉജ്വലം...

'കാർമുകിലിൻ തേൻ മാവിൽ ഇന്ന് വാർമഴവില്ലുകൾ തീർത്തു'

പ്രണയ ഗാനങ്ങളിൽ ഏറെ ഇഷ്ടപ്പെട്ട ഒരു ഗാനമുണ്ട്.

ഒരു പൂവിരിയുന്ന സുഖമറിഞ്ഞു, നറുമഞ്ഞുതിരുന്ന ലയമറിഞ്ഞു.. രമേശൻ നായരുടെ രചന.

പ്രണയസാഫല്യത്താലോ മറ്റെന്തുകൊണ്ടോ ആയാലും ര ണ്ടു ശരീരങ്ങൾ ഒന്നാവുന്ന നിമിഷങ്ങളിൽ ഔസേപ്പച്ചൻ സംഗീതവും അലിഞ്ഞു ചേരുന്നത് വികാരവത്തായ ഒന്നാണ്. സമാനമായ സംഗീതം രണ്ടു സിനിമകളിൽ അനുഭവിച്ചു.

മീനത്തിൽ താലികെട്ടിൽ 'ഒരു പൂവിനെ നിശാശലഭം തൊട്ടുണർത്തും യാമമായ്' ഗിരീഷ് പുത്തഞ്ചേരിയുടെ സുന്ദര രചനയിൽ അലിഞ്ഞു ചേരും നമ്മളും.

ഞങ്ങൾ സന്തുഷ്ടരാണ് എന്നതിലെ 'ഇരുമെയ്യും, ഒരുമനസ്സും, ഈറനാമീ രാവുകളും' രമേശൻ നായരുടെ കുളിർ രചന. രണ്ടിലും ഔസേപ്പച്ചൻ സംഗീതം അവാച്യമായ അനുഭൂതികൾ പ്രദാനം ചെയ്യുന്നു...

വിങ്ങുന്ന മനസ്സുകളെ, ഒറ്റപ്പെട്ട ഹൃദയങ്ങളെ സംഗീതംകൊണ്ട് നമ്മിലേക്കടുപ്പിക്കുന്ന ഔസേപ്പച്ചന്റെ പ്രാവീണ്യം എടുത്തു പറയേണ്ടത്. ഏറെ ഗാനങ്ങളുണ്ട് അത്തരത്തിൽ എങ്കിലും ഏറ്റം പ്രിയമുള്ളതു ചിലത്...

പ്രകൃതിദുരന്തങ്ങളിൽ നിന്ന് രക്ഷപ്പെട്ട് ദൂരങ്ങളിലേക്കു പ്രയാണം ചെയ്യുന്ന മനുഷ്യരുടെ ചില രാത്രി ഇടത്താവളങ്ങളിൽ മൂകമായെങ്കിലും ഇത്തരം ഗാനം ഇടറി വീണിട്ടുണ്ടാവും...

'മഞ്ഞുപെയ്യുന്ന രാത്രിയിൽ എന്റെ മൺചെരാതും കെടുത്തി ഞാൻ' ചിത്രം പുറപ്പാട്...

പൊടുന്നനെ അഭയാർത്ഥികളായി പോവുന്ന പലരിലെ ഒരുവന്റെ ഗദ്ഗദം അത്രമേൽ അതിൽ നിഴലിച്ചിരുന്നു... പലായനങ്ങളിൽ ആരും കേൾക്കാതെ പോവുന്ന സങ്കടങ്ങൾ...

വിഭ്രാന്തിയിലകപ്പെട്ടുപോയ പാവം മാനവഹൃദയങ്ങൾക്കു വേണ്ടിയൊരു ഗാനം...

ഉള്ളടക്കം എന്നതിലെ 'പാതിരാമഴയെതോ ഹംസഗീതം പാടി'

കടുത്ത ജീവിതാനുഭവങ്ങൾ താളം തെറ്റിക്കുന്ന മനസ്സുകളുടെ ഒരു രാത്രിഗീതം... ഈ ഒരു ഔസേപ്പച്ചൻ ടച്ച് നമുക്ക് കിട്ടിയ സൗഭാഗ്യം...

വീണ്ടും നഷ്ടപ്പെടലിന്റെ ദുഃഖം തന്നെ... അകലേക്ക് നിഴലായ് അലി ഞ്ഞു പോവുന്ന ഒരുവളെ ഓർത്തൊരു ഗാനം..

ദില്ലിവാലാ രാജകുമാരിയിലെ ഗാനം...

'അകലെ നിഴലായ് അലിയും കിളിയേ...'

കുഞ്ഞുങ്ങൾ ഇല്ലാത്തവരുടെ ഇടയിലേക്ക് ഒരു കിനാവ് പോലെ വന്ന മുത്ത്. അവളുടെ കുസൃതിയും, കൊഞ്ചലും ജീവിതത്തിൽ ഉ ണ്ടാക്കു ന്ന നിറഞ്ഞു കവിയുന്ന ആശ്വാസത്തിന്റെ നിറവിനെ വാഴ്ത്തുന്ന ഗാനം...

'ഏതോ വാർമുകിലിൻ കിനാവിലെ മുത്തായ് നീ വന്നു...'

പൂക്കാലം വരവായി എന്നതിൽ കൈതപ്രം രചനയിൽ...

ശരത് ചന്ദ്ര വർമ്മയുടെ രചനയിൽ

'അഴലിന്റെ ആഴങ്ങളിൽ അവൾ മാഞ്ഞുവോ...' എന്നതിലും ഈ തീവ്രത നമുക്ക് കേട്ടു മനസ്സിലാക്കാം...

മാറാരോഗങ്ങൾ ബാധിച്ചസ്തമിച്ച് ബന്ധങ്ങൾ പൊയ്പോയൊറ്റയാ യി തീർന്ന കുഞ്ഞു മനുഷ്യർക്ക് വേണ്ടി ഈ ഗാനം. അതി വൈകാരി കമായി ചിത്രീകരിച്ച ആകാശദൂതിലെ മനസ്സുലക്കുന്ന ഗാനചിത്രീ കരണം നടന്നത്...

'രാപ്പാടീ കേഴുന്നുവോ, രാപ്പൂവും വിട ചൊല്ലുന്നുവോ?'

സന്തോഷപൂർണ്ണമായ നിമിഷങ്ങളെ ഇങ്ങനെയും സംഗീത നിർഭ രമാക്കാം. ഹരികൃഷ്ണൻസിലെ ഈ അർദ്ധക്ലാസ്സിക്കൽ ഗാനം അതുല്യ വാക്കും.

'സമയമിതപൂർവ സായാഹ്നം...'

പ്രണയ നിർഭരമായ യുവമനസ്സുകൾക്ക് കിനാവിന്റെ ജാലകവാ തിലുകൾ തുറന്നു കൊടുത്ത് കൊണ്ട് ഒരു ഔസേപ്പച്ചൻ ഗീതം...

'മഴയുള്ള രാത്രിയിൽ മനസ്സിന്റെ ത്രുവലിൽ...' കഥ എന്ന ചിത്രത്തി ലെ...

വിരൽ തൊട്ടുണർത്തുന്ന ഗാനങ്ങളുമായി ഔസേപ്പച്ചൻ ഇവിടെയു ണ്ട്. ഇനിയുമേറെ ഗാനങ്ങൾ ചെയ്യാനുണ്ട്... കാത്തിരിപ്പോടെ...

ഭാസ്കര കിരണങ്ങൾ

മഴമേഘത്തിനെ ഒരു തേൻമാവായും, മഴവില്ലിനെ ഊഞ്ഞാലായും സങ്കൽപ്പിച്ചുകൊണ്ട് കവി. മഴവില്ലിൻ ഊഞ്ഞാൽ ഒരു പഴക്കം വന്ന ബിംബമാണ്. ഇന്നത്തരം എഴുത്തുകൾ ക്ലീഷേയാവുമ്പഴും സ്വപ്നം കാണുന്നതിലിന്നും മാറ്റമില്ല. മഴക്കാറും, മഴവില്ലും പ്രണയി താക്കളുടെ മനസ്സിനെയിന്നും പുളകിതരാക്കും...

'കാർമുകിലിൻ തേന്മാവിൽ ഇന്ന് വാർമഴവില്ലുകൾ തീർത്തു... ഊഞ്ഞാലാ... ഊഞ്ഞാലാ... ഇവർക്കാടാൻ പൊന്നൂഞ്ഞാലാ...'

ഭൂമിയിൽ നിന്ന് വേറിട്ട് ഭാവനകളെ മറ്റു ലോകങ്ങളിലേക്ക് ഉയർത്തുന്ന പി ഭാസ്കരൻ പദ്ധുത പാട്ടുകളിലൂടെ അനുഭവവേദ്യമാകുന്നത്. വിണ്ണും താരകളും, മഴയും, മഴക്കാറും, നിലാവും, മഴവില്ലും എല്ലാം കൊണ്ടൊരു വർണ്ണ പ്രപഞ്ചം തീർക്കുന്ന കരവിരുത്.

'വിണ്ണിന്റെ വിരിമാറിൽ മഴവില്ലിൻ മണിമാല...'

'സ്വർണ്ണമുകിലേ സ്വപ്നം കാണാറുണ്ടോ...'

'വാസന്ത പഞ്ചമിനാളിൽ...'

'പതിവായി പൗർണമി തോറും...'

'കിഴക്കു ദിക്കിലെ ചെന്തെങ്ങിൻ...'

'മഞ്ഞലയിൽ മുങ്ങിത്തോർത്തി...'

ധനുമാസചന്ദ്രിക വന്നു...'

'മഞ്ഞണിപ്പൂനിലാവ്...'

'ഈറനുടുത്തും കൊണ്ടംബരം ചുറ്റുന്ന...'

'വെണ്ണിലാവിനെന്തറിയാം...'

'മാനത്തിൻ മുറ്റത്തു മഴവില്ലാലഴ കെട്ടും...'

‘കരിമുകിൽ കാട്ടിലെ...’

‘പാർവണേന്ദുവിൻ ദേഹമടക്കി...’

‘മുകിലേ... വിണ്ണിലായാലും...’

‘അപാര സുന്ദരനീലാകാശം...’

‘മഴമുകിലൊളിവർണ്ണൻ...’

‘മാരിവില്ല പന്തലിട്ട ദൂരചക്രവാളം...’

എഴുതിയാൽ തീരാത്തത്ര ഭാസ്കരഭാവനകൾ. കണ്ണും മനസ്സും നിറഞ്ഞൊഴുകുന്നത്...

മഴവില്ലിനെ പ്രണയിതാക്കൾക്ക് ഇരുന്നാടാനുള്ള ഊഞ്ഞാലായാണ് ആ പാട്ടിൽ അദ്ദേഹം സങ്കൽപ്പിച്ചത്. മറ്റു ചിലപ്പോഴത് ആകാശമുറ്റത്ത് മധുമാസ സന്ധ്യകൾ കെട്ടിയ അയക്കോൽ (അഴ) ആയും മാറുന്നു...

ശ്രീകൃഷ്ണന് അത് ഏഴു നിറങ്ങളുടെ സംഗമസ്ഥാനം ആവുന്നു.

വേറെ ചിലപ്പോഴത് ചക്രവാളം പടുത്തുയർത്തിയ മഴവില്ലിന്റെ പന്തലായും മാറുന്നു.

ചന്ദനം മണക്കുന്ന വിദ്യാധരൻ ഗാനങ്ങൾ

നഷ്ടസ്വർഗങ്ങൾ പണിഞ്ഞു നൽകിയ ദുഖസിംഹാസനത്തിൽ, തപ്തനിശ്വാസങ്ങളുടെ വിശറിക്കാറ്റേറ്റു കഴിയുന്ന ഭഗ്ന സിംഹസനത്തിൽ, നഷ്ടപ്രണയത്തെ ഓർത്തു കേഴുന്ന വിരഹകാ മുകനെ നമ്മൾ കണ്ടു, കേട്ടു, അറിഞ്ഞു. 1993-ൽ ഇറങ്ങിയ അമ്പിളി ആദ്യമായ് സംവിധാനം ചെയ്ത ചലച്ചിത്രം 'വീണപൂവ്'. ഈ ഗാനമന്ന് പ്രണയം തുളുമ്പുന്ന മനസ്സുകളെ തരളിതമാക്കിയത്. മനോരാഗാതുരാലയത്തിലെ ഒരന്തേവാസിയുടെ ഓർമ്മകൾ കലപിലകൂട്ടുമ്പോൾ ആർദ്രമായി പാടുന്ന ഗാനം. ശ്രീകുമാരൻ തമ്പി വരികൾക്ക് സംഗീതം ചെയ്തു കൊണ്ട് ഒരാരാധ്യ പുരുഷൻ ഇവിടെ ഉദയം ചെയ്തു. വിദ്യാധരൻ മാസ്റ്റർ എന്ന് നമ്മൾ ആദരവോടെ വിളിച്ചു.

വിദ്യാധരൻ മാസ്റ്ററെ കുറിച്ചെഴുതുമ്പോൾ ഒറ്റയ്ക്കും തെറ്റയ്ക്കും ഇവിടെ വന്നു പോയവരും മുഖം കാണിക്കും. അവരെയും കൂട്ടത്തിൽ നമ്മൾ ഓർമ്മിച്ചെടുക്കും. കുറച്ചു ഗാനങ്ങൾ മാത്രം പാടി രംഗം വിട്ട ജൻസി എന്ന ഗായികയെ കൂടി ഓർത്തെടുക്കുന്നു. വീണപൂവ് എന്ന ഈ ചിത്രത്തിൽ 'സ്വപ്നം കൊണ്ട് തുലാഭാരം നേർന്നപ്പോൾ' എന്ന സുന്ദരഗാനം.

'കന്നിപ്പൂ മാനം കണ്ണും നട്ടു ഞാൻ നോക്കിയിരിക്കെ'

'ഏകാന്തതേ നിന്റെ ദ്വീപിൽ'

'താലീപ്പീലി കാട്ടിനുള്ളിലൊരു'

എന്നീ അപൂർവ ഭാവസുന്ദര ഗാനങ്ങൾ ഓർക്കാതെ വയ്യ. ഇവയൊന്നും വിദ്യാധരൻ മാസ്റ്റർ സംഗീതം ചെയ്തതല്ലാഞ്ഞിട്ടും മാസ്റ്ററോടൊപ്പം ജൻസിയെയും ഒന്നോർത്തെടുക്കുന്നു.

അമ്പിളിയുടെ സംവിധാനത്തിൽ വീണ്ടും ഒരു സിനിമകൂടി. അഷ്ടപദി. ചന്ദന ചർച്ചിത നീലകളേബര എന്ന കൃഷ്ണഗീതം സുന്ദരമായൊരാലാപനമായി ഈ ചിത്രത്തിൽ ഉണ്ട്. വേറെയും അഷ്ടപദികളും ഉണ്ട്. ജയദേവരുടെ ഗീതങ്ങൾ ഉണ്ടെങ്കിലും ആധുനിക കാലത്തെ ലളിതചലച്ചിത്ര ഗാനങ്ങളും ചേർന്ന നല്ലൊരു സംഗീതിക ആണ് അഷ്ടപദി.

പി ഭാസ്കരന്റെ രചനയിൽ...

വിണ്ണിന്റെ വിരിമാറിൽ മഴവില്ലിൻ മണിമാല... മാസ്റ്ററുടെ മാസ്റ്റർ പീസ് എന്ന് വിശേഷിപ്പിക്കാവുന്നത്...മാനവഹൃദത്തിൻ അണിയറയിൽ... എന്നതും

സുജാതയുടെ കൊഞ്ചലീണത്തിൽ...

'പണ്ടൊരു പണ്ടൊരു കാലത്ത്...' എന്ന ഗാനവും...

ഇതൊക്കെ ഇറങ്ങിയെങ്കിലും ഒരു പുതു സംഗീത സംവിധായകന്റെ മികവോടെ മറ്റൊരു ഗാനചരിത്രം ഇവിടെ രേഖപ്പെടുത്തപ്പെട്ടു. എന്റെ ഗ്രാമത്തിൽ...

'ക' വെച്ച് തുടങ്ങി തുടർച്ചയായി 'ക' രാക്ഷരങ്ങളായി 'ക' വിതയിൽ അവസാനിച്ച ഒരു ഗാനം...

'കൽപ്പാന്ത കാലത്തോളം' എന്ന വിഖ്യാത ഗാനം..

ശ്രീമൂലനഗരം വിജയൻ എന്ന കവിയുടെ പേരും പ്രശസ്തിയും കൂട്ടിയ ഗാനം...

അതിലെ തന്നെ 'വീണാപാണിനീ രാഗവിലോലിനീ' എന്ന ഭക്തി സാന്ദ്രമായ ഗാനവും ഏറെ ശ്രദ്ധിക്കപ്പെട്ടു.

മുസ്ലീം പശ്ചാത്തലത്തിലുള്ള നാടൻ പ്രയോഗങ്ങൾ കൂടിച്ചേർന്ന പാട്ടുകൾ ആദ്യകാലത്തു ശ്രീമൂലനഗരം വിജയൻ എഴുതിയതായി കേട്ടിട്ടുണ്ട്..

'വണ്ടിക്കാരൻ ബീരാൻ കാക്കാ...

ചായക്കടക്കാരൻ ബീരാൻ കാക്കേടെ...'

മുണ്ടൊപ്പാടത്ത് കൊയ്യിനു വന്നപ്പോൾ എന്നൊരു ഗാനവും ഇദ്ദേഹത്തിന്റേതായിട്ടുണ്ട്...

പുതുകാലത്ത് ഈയോർമ്മയിലൊക്കെയായിരിക്കും 'ആമിനാത്താ

ത്താടെ പൊന്നുമോളാണേ' എഴുതിയതും...

ഇതൊക്കെ മാസ്റ്ററുടെ അക്കൗണ്ടിൽ എഴുതുന്നത് എന്തെന്ന് പലർക്കും അത്ഭുതം തോന്നും... മാഷിൽ കൂടിയാണ് ഇവർ കൂടുതൽ അറിയപ്പെട്ടത് എന്നതുകൊണ്ടാണ്...

മാസ്റ്ററുടെ സംഗീത പാരമ്പര്യം ഒട്ടും ചോർന്നു പോകാതെ ഈണമിട്ട വേറെയും കുറച്ചു ഗാനങ്ങൾ കൂടി പരിചയപ്പെടുത്താം. അച്ഛവേട്ടന്റെ വീട്ടിലെ ചന്ദനം മണക്കുന്ന പൂന്തോട്ടം എന്ന ഗാനം. രമേശൻ നായർ എഴുതിയ ഈ ഗാനത്തിന്റെ വരികൾ കാണുമ്പോൾ ഇത് സംഗീതം ചെയ്യേണ്ടത് വിദ്യാധരൻ മാസ്റ്റർ തന്നെ എന്ന് തോ ന്നിയാലും തെറ്റില്ല...

വിദ്യാധരൻ മാസ്റ്ററുടെ കരിയറിലെ, കെ എസ് ചിത്രയുടെ ആദ്യ ഗാനങ്ങളിലെ പ്രസിദ്ധമായതുമായ കാണാൻ കൊതിച്ച് എന്ന ചലച്ചി ത്രത്തിലെ ഗാനം 'സ്വപ്നങ്ങളൊക്കെയും പങ്കുവെക്കാം' പെട്ടിക്കുള്ളിൽ ഉറങ്ങിപ്പോയ ഒന്നായിപ്പോയി... റിലീസ് ആവാൻ യോഗമില്ലാതെ പോയ ഒരു ചലച്ചിത്രം...

സംഗീതാർച്ചനയിൽ, വിധികളിൽ ഒരു മാറ്റവും വരാതെ ആ യാത്ര തുടർന്നു. എഴുതാപ്പുറങ്ങളിലെ 'പാടുവാനായ് വന്നു നിന്റെ പടിവാ തിൽക്കൽ' ഓ എൻ വി കുറുപ്പിന്റെ കവിത.

'താലോലം പൈതൽ താലോലം'എന്ന താരാട്ടുപാട്ടും കൂടെ ഉണ്ട തിൽ.

വിദ്യാധരൻമാസ്റ്റർക്കു ലഭിച്ച ഒരു സൌഭാഗ്യം ഉണ്ട്. വ്യത്യസ്ത കഥാപശ്ചാത്തലത്തിലുള്ള ചിത്രങ്ങളിലെ പാട്ടുകൾക്ക് സംഗീതം ചെയ്യാനവസരം ലഭിച്ചു. അതും പ്രഗത്ഭ കവികളുടെ വരികൾക്കും..

പാദമുദ്ര അവതരണത്തിൽ മികച്ചു നിന്ന ഒരു ചലച്ചിത്രമായിരുന്നു. ഓച്ചിറ മാഹാത്മ്യം വിളമ്പുന്ന ഗാനം 'അമ്പലമില്ലാതെ ആൽത്തറയിൽ വാഴും'... ഹരി കുടപ്പനക്കുന്ന് എഴുതിയ രചനയിൽ വ്യത്യസ്തത പുലർ ത്തിയ ഒന്ന്...

കെ എസ് ചിത്രയുടെ ശബ്ദത്തിൽ 'കുറുമ്പിയാമമ്മയുടെ' എന്ന ഗാനവും കേൾക്കേണ്ടത് തന്നെ.

എംടിയുടെ രചനയിൽ പവിത്രൻ സംവിധാനം ചെയ്ത മറ്റൊരു ശൈലീ ചിത്രം 'ഉത്തരം'...

ഓ എൻ വി യുടെ കവിതാശകലങ്ങൾ അരുന്ധതിയുടെ ശബ്ദത്തിൽ കേൾക്കാം...

ചിത്രയുടെ ശബ്ദത്തോട് ഏറെ സാമ്യമുള്ള ഗായികയാണ് അരുന്ധതി.

‘എത്രപൂക്കാലമിനി എത്ര മധുമാസമതിൽ...’

‘കിളിയെ കിളിയെ കിളിമകളെ...’

‘സുമസായകാ...’

‘സ്വപ്നമാലിനി തീരത്തുണ്ടൊരു...’

‘ഗേയം ഹരിനാമധേയം...’

എന്നിവയിലൂടെ തന്റെ ശബ്ദസൗകുമാര്യം മലയാളി സംഗീതപ്രേമികളുടെ മുൻപിൽ തെളിയിച്ചതാണ്. എന്നാലും ഭാഗ്യം തികയാത്ത, തിരസ്കരിക്കപ്പെട്ട ഒരു ഗായികയായിപ്പോയി...

കഴിവില്ലായ്മ കൊണ്ടല്ല... സിനിമയിലെ കളികൾ തന്നെ...

ഉത്തരത്തിലെ ‘സ്നേഹിക്കുന്ന ഞാൻ..’ എന്ന കവിത ശ്രുതിമധുരമായാലപിച്ചിരിക്കുന്ന അരുന്ധതി. അതിൽ തന്നെ

‘മഞ്ഞിൻ വിലോലമാം യവനികക്കുള്ളിലൊരു’ എന്ന ഗാനവും ഉണ്ട്. ജി വേണുഗോപാലിന്റെ ശബ്ദത്തിലും, അരുന്ധതിയുടെയും ആയി കേൾക്കാവുന്നതാണ്.

നായികയുടെ ഉത്സാഹത്തിനു കുടപിടിക്കുന്ന ഗാനങ്ങൾ ഏറെയുണ്ട് മലയാളത്തിൽ. മാസ്റ്റർക്കും അത്തരമൊന്നു ചെയ്യേണ്ടിവന്നു. രാധാമാധവത്തിൽ ‘ഏഴു നിറമുള്ള കുപ്പിവള വിൽക്കും’ എന്ന തരത്തിലുള്ള ഗാനവും തനിക്കു ചേരുമെന്നദ്ദേഹം തെളിയിച്ചു.

വിദ്യാധരൻ മാസ്റ്ററുടെ സംഗീത ജീവിതത്തിൽ അതി വൈകാരികത തുളുമ്പുന്ന ഒരു കവിതയ്ക്കും ഈണം നൽകേണ്ടിവന്നു. മൃതിതാളം മുഴക്കുന്ന കവിത. ഇടപ്പള്ളി രാഘവൻ പിള്ളയുടെ പ്രസിദ്ധമായ കവിതയിൽ നിന്നും എടുത്ത ചില വരികൾ. എം ജി ശശിയുടെ സിനിമ. അടയാളങ്ങൾ.

‘ചിരികൾ തോറുമെൻ പട്ടട തീപ്പൊരി’ എന്ന ഗാനമായി പരിണമിച്ചു.

പുതുകാലത്ത് പാട്ടുകൾക്ക് ഈണം നൽകാൻ വിദ്യാധരൻ മാസ്റ്ററില്ലിപ്പോൾ. സംഗീതമടങ്ങാത്ത മനസ്സുമായി അദ്ദേഹമുണ്ടെങ്കിലും.

‘കെസ്സു പാടണ കാറ്റേ’ എന്ന രമേശ് കാവിൽ രചനയ്ക്ക് പള്ളിക്കുടത്തിൽ സംഗീതം ചെയ്തു ഇദ്ദേഹം... ഈണമടങ്ങാത്ത ഈ മഹാനുഭാവന് സംഗീതത്തിന്റെ അരങ്ങുകളിനിയും ഉണ്ടാവട്ടെ എന്നാശംസിക്കുന്നു...

സുജാതാമോഹന്റെ ഗാന സാമ്രാജ്യത്തിലൂടെ (ഭാഗം 1)

കണ്ണെഴുതി പൊട്ടു തൊട്ടു വന്നവൾ

1975-ൽ മലയാള സിനിമാ ഗാനരംഗത്ത് ഒരു പുത്തൻ താരോദയമുണ്ടായി. ഒരു കുഞ്ഞു താരം. അവൾ പ്രഭാപൂരിതമാക്കി പിന്നീ ട് സിനിമാ ഗാനശാഖയാകെ. പന്ത്രണ്ടാമത്തെ വയസ്സിൽ പാടാനെ ത്തിയവൾ. അതും നായികയ്ക്ക് ശബ്ദം നൽകിക്കൊണ്ട്. അതും പ്രണയലഹരിയിൽ പൂത്തുലഞ്ഞു നിൽക്കുന്ന ഒരുവൾക്കു വേണ്ടി. കണ്ണെഴുതി പൊട്ടു തൊട്ടു നിൽക്കുന്ന കണ്ണാന്തളി പൂവിന്റെ നാണത്തെ പ്രകീർത്തിച്ചുകൊണ്ടൊരു ഗാനം. സുജാത എന്ന പുതിയ ഗായിക. 1975-ൽ ടൂറിസ്റ്റ് ബംഗ്ളാവ് എന്ന ചലച്ചിത്രത്തിന് വേണ്ടി ഓ എൻ വി കുറുപ്പ് രചിച്ച 'കണ്ണെഴുതി പൊട്ടു തൊട്ട് കല്ലുമാല ചാർത്തിയപ്പോൾ'... ഈ ഗാനം സംഗീതം ചെയ്തത് എം കെ അർജ്ജു നൻ മാസ്റ്ററും. കാട്ടുപൂവിലൂടെ പ്രണയഭാവങ്ങൾ പ്രതിഫലിച്ചു കണ്ട നായികയുടെ ഭാവങ്ങൾ ആ കുഞ്ഞു ഗായിക ഭംഗിയാക്കുകയും ചെയ്തു. കൊഞ്ചലോടു കൂടിയുള്ള ഗാനാലാപനത്തിനു അന്ന് വലിയ സ്വീകരണമാണ് ലഭിച്ചത്. റേഡിയോവിൽ അത് മുഴങ്ങി വിലസിയത് ഇന്നുമോർക്കുന്നു...

പത്തു വർഷത്തെ സുജാതയുടെ ഗാനസമ്പത്തിലൂടെ ഒന്ന് കണ്ണോടിക്കുകയാണ്. ആ കുരുന്നു പ്രായം മുതൽ ഒരുറച്ച ശബ്ദമായി മലയാളത്തിൽ തുടർച്ച നേടിയ കാലത്തിലൂടെ ഒരു തിരിഞ്ഞു നോട്ടം. എല്ലാം

വിധത്തിലുമുള്ള ഗാനങ്ങളും ആ തുടക്കകാലത്തു സുജാതയ്ക്ക് പാടാൻ കിട്ടുകയുണ്ടായി. പ്രണയ പരവശ ഗാനങ്ങൾ മുതൽ, ഭക്തി ഗാനങ്ങൾ, വിഷാദഗാനം, തമാശ ഗാനം, യുഗ്മഗാനം, സംഘഗാനം തുടങ്ങിയവ യിലൊക്കെ പ്രാവീണ്യം നേടിയിട്ടായിരുന്നു ജൈത്രയാത്ര.. ഇരുത്തം വന്ന ഗായികയായി മാറി പിന്നീട് സുജാത. പന്ത്രണ്ടാം വയസ്സിൽ പാട്ടിൽ ഒളിഞ്ഞിരിക്കുന്ന ആ കൊഞ്ചൽ ഭാവം എന്നാൽ മുഴുവനായി സുജാതയെ കൈവിട്ടതായി കാണുന്നില്ല. പക്ഷെ അതൊരു കുറവായല്ല പറഞ്ഞത്.

ആദ്യത്തെ പ്രണയമോഹിതകൽപ്പനകൾ നിറഞ്ഞ ഗാനത്തിന് ശേഷം ഗാനഗന്ധർവനുമായിട്ടായിരുന്നു അടുത്തത്. ഭരണിക്കാവ് ശിവകുമാർ രചിച്ച് ശ്യാം ഈണം പകർന്ന 'സ്വപ്നം കാണും പെണ്ണേ... സ്വർഗം തേടും കണ്ണേ' എന്നത്... കാമം ക്രോധം മോഹം എന്നതിലേത്. പ്രണയശരങ്ങളേൽക്കുന്ന അവളുടെ ഭാവങ്ങൾ പാട്ടിൽ വരുത്തിക്കൊ ണ്ട് ഭംഗിയാക്കി സുജാത. 'വരൂ സ്വർഗ്ഗദേവാ..' എന്നിടത്തൊക്കെ വരുത്തിയ ഭാവം ശ്രദ്ധിക്കപ്പെട്ടു. കുട്ടിത്തത്തിൽ നിന്നും വിടുതൽ നേടുന്ന ഗായികയെ കണ്ടു നമ്മൾ...

സുജാതയ്ക്ക് കിട്ടിയ വലിയൊരു ഭാഗ്യം തുടക്കത്തിൽ തന്നെ യേശുദാസിനൊപ്പം, ശേഷം സഹഗായികമാരൊത്തു പല ഗാനങ്ങ ളിലും സഹകരിക്കാൻ കഴിഞ്ഞതും...

രണ്ടാമത്തെ ചിത്രം മുതൽ തന്നെ, മൂന്നാമത്തെ പാട്ടുമുതൽ അത് സാധിച്ചു.

'രാജാധിരാജന്റെ വളർത്തു പക്ഷി' എന്ന ഗാനം അമ്പിളിയുമൊത്തു പാടാൻ കഴിഞ്ഞു.

തുടക്കകാലത്തു തന്നെ കുറച്ചേറെ ഭക്തിഗാനങ്ങൾ ആലപിക്കാൻ പറ്റിയിട്ടുണ്ട്. അപരാധിയിലെ ലതാ രാജുവുമൊത്ത് 'നന്മ നേരും അമ്മ, വിണ്ണിൻ രാജകന്യ' എന്നതിലൂടെ ശബ്ദത്തിനൊരു സാത്വിക ഭാവവും കൈവന്നു.രാജപരമ്പരയിലെ 'വിശ്വം ചമച്ചും, ഭരിച്ചും വിളങ്ങുന്ന' എന്ന മറ്റൊരു ഗാനത്തിലൂടെ അത് വീണ്ടും നമ്മൾ കേട്ടറിഞ്ഞു...

1977-ൽ തന്നെ ഓർമ്മകൾ മരിക്കുമോ എന്നതിലൂടെ മങ്കൊമ്പ് ഗോപാലകൃഷ്ണൻ എം എസ് വിശ്വനാഥന്റെ ജ്വലിക്കുന്ന കാമത്തിന്റെ അമ്പേറ്റ് വിവശയായ നായികയ്ക്ക് വേണ്ടി.

'നാണം... കള്ളനാണം... കണ്ണിൽ ബാണം... കാമബാണം...' അതിൽ അതിസുന്ദരമായ ഹമ്മിങ്ങുകളോടോ പ്രിയ ഗായിക...

അപരാധി എന്ന ചിത്രത്തിൽ തന്നെ തന്റെ പ്രായത്തിനനുസരി

ച്ചോരു ഗാനം പാടാൻ പറ്റി. 'തുമ്പീ തുമ്പീ തുള്ളാൻ വായോ...'

യേശുദാസിന്റെ പ്രോത്സാഹനത്തോടെ സിനിമയിൽ സ്ഥിരമായ സുജാതയ്ക്ക് അദ്ദേഹം ഈണം പകർന്ന പാട്ടുകളും ആലപിക്കാൻ കഴിഞ്ഞു. 1981 ഇറങ്ങിയ മൂന്നു ചിത്രങ്ങളിൽ യേശുദാസിന്റെ സംഗീത ലഹരി പടർന്നിരുന്നു. താറാവിൽ കല്ല്യാണി മേനോനോടൊത്ത് 'ഒറ്റക്കാലിൽ തപസ്സു ചെയ്യും കൊറ്റി'

സഞ്ചാരിയിൽ 'കർപ്പൂരദീപം തെളിഞ്ഞു' എന്ന ഭക്തിഗാനവും. അമ്പിളിയുടെ 'വൃന്ദാവനം സ്വർഗ്ഗമാക്കിയ ശ്രീകൃഷ്ണാ' എന്ന അവിസ്മരണീയ ഗാനത്തോട് കിടപിടിക്കുന്ന ഒന്നായിരുന്നു അത്...

യേശുദാസിന്റെ സംഗീതത്തിൽ പൂച്ചസന്യാസിയിൽ ഒരു തമാശ ഗാനം മൂന്നു പ്രഗത്ഭ ഗായികമാരോടൊത്താലപിക്കാൻ സുജാതയ്ക്ക് കഴിഞ്ഞു... 'ഇവനൊരു സന്യാസി... കപടസന്യാസി' എന്നത് വാണിജയറാം, അമ്പിളി, എസ് പി ശൈലജ എന്നിവരോടൊപ്പമാണ് പാടേണ്ടി വന്നത്..

കാര്യം നിസ്സാരത്തിലെ 'കണ്മണി പെണ്മണിയെ...'

അഷ്ടപദിയിലെ 'പണ്ട് പണ്ടൊരു കാലത്ത്'

കാറ്റത്തെ കിളിക്കൂടിലെ 'കൂവരം കിളി കൂട്'

ആദ്യത്തെ അനുരാഗത്തിലെ 'രാഗം അനുരാഗം...'

എന്നിവയൊക്കെ ഇരുത്തം വന്ന ഒരു ഗായികയുടെ ശബ്ദമിശ്രണങ്ങളാണ്...

കെ എസ് ചിത്രയ്ക്ക് മുൻപേ മലയാളത്തിൽ വന്നു ചേർന്ന സുജാത ചിത്രയോടു ചേർന്നും മലയാള സിനിമാ ഗാന പ്രപഞ്ചത്തെ സമ്പുഷ്ടമാക്കി...

സുജാത മോഹന്റെ ഗാനസാമ്രാജ്യത്തിലൂടെ (ഭാഗം 2)

ഇനിയും വസന്തം പാടുന്നു...

എഴുപത്തഞ്ചിലുദിച്ച ആ പുതുനക്ഷത്രത്തിന് എൺപതുകളുടെ തുടക്കത്തിൽ വെളിച്ചം അൽപ്പം വിളറിയിരുന്നു. അതിനൊരു പ്രധാന കാരണവുമുണ്ട്. മറ്റൊരു പുതുതാരോദയം തന്നെ. മലയാളത്തിന്റെ ചിത്രാങ്കണങ്ങളിൽ സ്വർഗീയ തിരയിളക്കം സൃഷ്ടിച്ച കെ എസ് ചിത്ര എന്ന ഗായികയുടെ പടയോട്ടം. കൈ നിറയെ ഗാനങ്ങളുമായി ചിത്ര അപാരഫോമിലായിരുന്ന അക്കാലങ്ങളിൽ. ആ സൂര്യവെളിച്ചത്തിൽ പ്രഭയുണ്ടായിട്ടും അൽപ്പം മങ്ങിയെന്നു മാത്രം.. മത്സരവേദിയായ സിനിമയിൽ പക്ഷെ സുജാത-ചിത്ര ബന്ധം സ്നേഹോഷ്മളമായ ഒന്നായിരുന്നു എന്ന് പറഞ്ഞു കേട്ടിട്ടുണ്ട്. പരസ്പരം ബഹുമാനിക്കുകയും അറിയുകയും ചെയ്തിരുന്നവർ.

രവീന്ദ്രൻ സംഗീതത്തിലൂടെ സുജാത അതിസുന്ദരമായ ഹമ്മിങ്ങുകളിലൂടെ പാട്ടിന്റെ സാത്യതകളായി വീണ്ടും...

എന്റെ നന്ദിനിക്കുട്ടി എന്നതിലെ 'ഇനിയും വസന്തം പാടുന്നു..'

യേശുദാസിനൊപ്പം മധുരോദാരമായ ഒരോർമ്മ സമ്മാനിച്ചുകൊണ്ട് ഹമ്മിംങ് രാജകുമാരി...

എന്നാൽ എൺപതുകളുടെ ആ അഞ്ചാറു വർഷം കാര്യമായോർമ്മിക്കാവുന്ന ഒരു ഗാനവും സുജാതയുടെതായി പിറന്നില്ല. ഈ ഗായികയെ

അങ്ങനെ മറവിയിലേക്ക് തള്ളിവിടാൻ സിനിമാലോകം തെയ്യാറായിരുന്നില്ല. ചിത്രയുടെ കുതിപ്പിനൊപ്പം സമാന്തരമായി മറ്റൊരു വിജയക്കുതിപ്പം സുജാതയിലൂടെ പുനർജ്ജന്മം നേടുകയായിരുന്നു. സുജാതയിലെ പ്രതിഭയെ വീണ്ടും കണ്ടെടുത്തത്, മുത്തായി പാട്ടിന്റെ കൈവെള്ളയിലേക്കു എടുത്തുവെച്ചത് ഹിറ്റ്മേക്കർ പ്രിയദർശൻ എന്ന സംവിധായകനായിരുന്നു. അതൊരു കാലത്തിന്റെ ആവശ്യമായിരുന്നു.

1987ലെ ചെപ്പ് എന്ന പ്രിയദർശൻ ചിത്രത്തിലൂടെ സുജാതയുടെ പുനരരങ്ങേറ്റം. പിന്നീടുള്ള പ്രിയൻ സിനിമകൾ ചരിത്രം സൃഷ്ടിച്ചവ ആണല്ലോ. അതുകൊണ്ടും പാട്ടുകളും ഏറെ ഹിറ്റാവുകയും ചെയ്തു.

1988 ലെ സൂപ്പർ ഹിറ്റായ ആര്യൻ എന്നതിലെ

'പൊന്മുരളിയൂതും കാറ്റിൽ'

'ശാന്തിമന്ത്രം തെളിയും...'

എം ജി ശ്രീകുമാറോടൊപ്പം...

രഘുകുമാറിന്റെ സംഗീതം മലയാളം ശ്രദ്ധിച്ച നാളുകൾ പിന്നീടുണ്ടായി.

അക്കൊല്ലം തന്നെ വീണ്ടും പ്രിയൻ സിനിമകൾ! ശരിക്കും അദ്ദേഹത്തിന്റെ സിനിമകളിൽ മാത്രം പാടിയ വർഷങ്ങളായിരുന്നു 88ഉം, 89ഉം..

'പൂവിനെ കണ്ടു ഞാൻ ചോദിച്ചു' (മുകുന്ദേട്ടാ സുമിത്ര വിളിക്കുന്നു)

'കണ്ടാൽ ചിരിക്കാത്ത കാക്കകുറുമ്പിയെ' (ഒരു മുത്തശ്ശിക്കഥ)

'നല്ല മുത്തശ്ശിയമ്മ ചൊല്ലുന്ന'

'പാടുവാൻ ഓർമ്മകളിൽ' (വെള്ളാനകളുടെ നാട്)

എന്നിവയൊക്കെ പ്രിയമോടെ നമ്മൾ സ്വീകരിച്ചു.

മലയാള സിനിമാ പ്രേക്ഷകർ എന്നെന്നും ഓർക്കുന്ന, അവരേറ്റവുമധികം കണ്ട സിനിമയുടെ പിറവി നടന്ന വർഷം. കളക്ഷൻ റിക്കാർഡുകൾ ഭേദിച്ച് പൊടിപാറ്റിയ സിനിമ... ചിത്രം...

അതിലെ മിക്ക ഗാനങ്ങളും എം ജി ശ്രീകുമാറുമൊത്ത് പാടി വിലസി സുജാത..

'പാടം പൂത്ത കാലം..'

'ദൂരേകിഴക്കുദിക്കും...'

'കാടുമീ നാടുമെല്ലാം...'

'പാടം കൊയ്യും മുൻപേ...'

എല്ലാ ഗാനങ്ങളും ഹിറ്റാക്കി മാറ്റി സിനിമാചരിത്രത്തിൽ

പുതിയൊരിടം നേടി.. ഷിബു ചക്രവർത്തിയുടെ രചനയിൽ കണ്ണൂർ രാജൻ സംഗീതം...

വീണ്ടും മറ്റൊരു തരംഗം. വിജയസിനിമ ആയോ എന്ന് സംശയം. എങ്കിലും പാട്ടുകൾ വലിയൊരു തരംഗം തന്നെ സൃഷ്ടിച്ച അക്കാലത്ത്... വന്ദനം എന്ന പ്രിയൻ സിനിമ.

1989-ൽ പുറത്തിറങ്ങിയ വന്ദനത്തിൽ നിറയെ പാട്ടുകളുണ്ട്.

ഷിബു ചക്രവർത്തി, ഔസേപ്പച്ചൻ ടീം..

'തീരം തേടുമോളം...'

'അന്തിപൊൻവെട്ടം...'

'കവിളിണയിൽ കുങ്കുമമോ...'

'മേഘങ്ങളേ പാടിയുറക്കാൻ...'

പ്രിയദർശന്റെ സിനിമകളിലൂടെ നഷ്ടപ്പെട്ടുപോയേക്കാവുന്ന പാട്ടുകാലം തിരിച്ചെടുക്കുകയായിരുന്നു സുജാത. അതും ഉജ്വലമായൊരു തിരിച്ചുവരവും, ഉറച്ചൊരു നിലനിൽപ്പും...

മറ്റു ഗായകൻമൊരൊപ്പം ഗായികമാരുടെ ശബ്ദം എങ്ങിനെയെന്ന് നോക്കുന്നത് ഒരു രസമാണ്. യേശുദാസിനൊപ്പം സുജാത എത്താൻ ശ്രമിച്ചിട്ടുണ്ടെങ്കിലും മറികടന്ന് സുജാത തിളങ്ങുന്നത് എം ജി ശ്രീകുമാറിനൊപ്പം ആണ്. സുജാതയുടെ ശബ്ദം എം ജി ഗാനങ്ങൾക്കൊപ്പം വേറിട്ട ഭാവമായി തിളങ്ങി നിൽക്കുന്നതും ഒരപൂർവ കാഴ്ച തന്നെ... മലയാള സിനിമ കരുതിക്കൂട്ടി ഒതുക്കിയ ഗായകനും, സുജാതയുടെ ബന്ധുവുമായ ജി വേണുഗോപാലുമൊത്ത് പാടിയപ്പോൾ ഭാവബന്ധുരമായിത്തീരുകയും ചെയ്തു. അത്രയ്ക്കും ചേർന്നൊഴുകി രണ്ടുപേരും പാടിയപ്പോൾ...

മഴവിൽകാവടിയിലെ 'പള്ളിത്തേരുണ്ടോ ചതുരംഗക്കളമുണ്ടോ' എന്ന ഗാനത്തിലെ ലയനം ഒന്ന് ശ്രദ്ധിക്കുക..

മാളൂട്ടിയിലെ 'സ്വർഗങ്ങൾ സ്വപ്നം കാണും മണ്ണിൻ മടിയിൽ...'

അപാരം, അസാദ്ധ്യം എന്നൊക്കെ വിശേഷിപ്പിക്കാവുന്നത്..

തലയണമന്ത്രത്തിലെ 'തൂവൽ വിണ്ണിൻ മാറിൽത്തൂവി..'

നയം വ്യക്തമാക്കുന്നുവിലെ 'പാട്ടു താലിപൂത്തുമ്പീ...'

എന്നതിലും ആ വിശുദ്ധി അനുഭവിക്കാം...

അക്കാലത്തെ സംഗീതത്രിമൂർത്തികൾ എന്ന് വിശേഷിപ്പിക്കാവുന്ന രവീന്ദ്രൻ, ജോൺസൻ, ഔസേപ്പച്ചൻ എന്നിവരൊക്കെ ഈ 84-94

കാലഘട്ടത്തിൽ പാട്ടുകൾ ഏറെ കൊടുത്തിട്ടുണ്ട്..

ജോൺസൺ ഈണത്തിൽ...

'സിന്ദൂരം തുകും ഒരു സായംകാലം' (ശുഭയാത്ര)

'മൗനത്തിൻ ഇടനാഴിയിൽ' (മാളൂട്ടി)

'മുത്താരത്തോരണമേകിയ' (കൗതുകവാർത്തകൾ)

'തുവാനം ഒരു പാലാഴി' (സവിധം)

'പാതിരാപാൽക്കടവിൽ' (ചെങ്കോൽ)

'പാലാഴിത്തിരകളിൽ കുളിരാറാടി പൗർണമി' (ചകോരം)

വീണ്ടും പ്രിയൻ സിനിമകൾ...

'നീലക്കുയിലേ ചൊല്ല്...' (അദ്വൈതം)

എ ആർ റഹ്മാന്റെ മലയാളത്തിലെ ഏക സിനിമയായ യോദ്ധായിലെയും ഗാനങ്ങൾ സുജാതയ്ക്കാണ്.

'കുനു കുനെ ചെറു കുറുനിരകൾ' എന്ന ഗാനം...

രവീന്ദ്രന്റെ ഈണത്തിൽ

'ആരോ പോരുന്നെൻ കൂടെ' (ലാൽസലാം)

'കസ്തൂരി എന്റെ കസ്തൂരി' (വിഷ്ണുലോകം)

'കിഴക്കുണരും പക്ഷി' (കിഴക്കുണരും പക്ഷി)

ആ കാലഘട്ടത്തിൽ തന്നെ ഒട്ടേറെ വേറെ മികച്ച ഗാനങ്ങളും ലഭിക്കുകയുണ്ടായി സുജാതയ്ക്ക്.. എന്തായാലും മുന്നോട്ടേയ്ക്കുള്ള യാത്രയ്ക്ക് പലരുടെയും കൂട്ടായ്മയിലൂടെ ആണെങ്കിലും വലിയൊരു സഹായം ലഭിക്കുക ഉണ്ടായി ഈ ഗായികയ്ക്ക്.

സുജാത മോഹന്റെ ഗാന സാമ്രാജ്യത്തിലൂടെ (അവസാന ഭാഗം)

നീയെന്റെ പാട്ടിൽ ശ്രീരാഗമായി...

എന്നുമൊരു സംരക്ഷണവലയമുണ്ടായിരുന്ന ഗായിക ആയിരുന്നു സുജാത മോഹൻ... അത് ചിലപ്പോൾ തോന്നും ആരാധകരുടെ കൂട്ടായ്മയിൽ നിന്ന് വളർന്നു വന്നതെന്നൊക്കെ... പക്ഷെ അത്രയ്ക്കും വ്യക്തമായി അവരുടെ ശബ്ദത്തെ മനസ്സാ സ്വീകരിച്ച സിനിമാ പ്രവർത്തകർ തന്നെ, സംവിധായകർ, ഈണമിടുന്നവർ, ഇവരൊക്കെ തന്നെ ആരാധനയോടെ, വ്യക്തമായ അറിവോടെ അവർക്കിവിടെയൊരു സംഗീതാലയം തന്നെ തീർക്കുകയായിരുന്നു.

മലയാളത്തിലേക്ക് തമിഴിൽ നിന്നും, ഹിന്ദിയിൽ നിന്നും വരെ വന്നവർ നമുക്ക് വ്യതിരിക്തമായ ഒരു സംഗീതാനുഭവം നൽകിയിട്ടുണ്ട്. ഉഷാഖന്ന മുതൽ ഇങ്ങു വിദ്യാസാഗർ വരെ അത് നീണ്ടുകിടക്കുന്നു. തീർത്തും അവരിവിടുത്തെ പ്രതിഭകളെ തന്നെ ഉപയോഗപ്പെടുത്തുകയും ചെയ്തു.

സുജാത എന്ന ഗായികയെകുറിച്ച് പറയുക ആണെങ്കിൽ അത് തീർത്തും അർത്ഥവത്താവുകയും ചെയ്യും. മലയാള സംഗീത സംവിധായകരേക്കാൾ തമിഴ് സംഗീത ചക്രവർത്തി വിദ്യാസാഗർ നൽകിയ മധുര ഈണങ്ങൾ സുജാതയ്ക്ക് നൽകിയത് തിട്ടപ്പെടുത്തുമ്പോൾ

അതിശയപ്പെട്ടും.

പാട്ടാസ്വാദകരുടെ മനസ്സിലെ ആശിർവാദങ്ങളും, അംഗീകാരങ്ങ ളും തുടക്കം മുതൽ തന്നെ നേടിയെടുത്ത ഗായികയ്ക്ക് പ്രത്യക്ഷത്തിൽ പുരസ്കാരങ്ങൾ ഒന്നും തന്നെ കാലങ്ങളോളം വന്നു ചേർന്നിരുന്നില്ല. കേരള സർക്കാരിന്റെ ചലച്ചിത്ര അവാർഡ് സുജാതയിലെത്തിച്ചേരാൻ 1996 വരെ കാത്തിരിക്കേണ്ടി വന്നു. വിദ്യാസാഗറിന്റെ ഈണത്തിൽ പാടിയ അഴകിയ രാവണനിലെ 'പ്രണയമണിത്തൂവൽ പൊഴിയും പവിഴമഴ' എന്ന ഗാനത്തിനായിരുന്നു പുരസ്കാരം. അദ്ദേഹം മലയാ ളത്തിൽ ആദ്യമായീണം നൽകിയതിന് തന്നെ അംഗീകാരവും കിട്ടി.

വിദ്യാസാഗർ സംഗീതം ഈ ഗായികയുടെ കരിയറിൽ പാട്ടിലൂടെ നേടിയെടുക്കാനാവുന്നതൊക്കെ സാധിക്കുകയും ചെയ്തു. അദ്ദേഹം പിന്നീട് ഈണം കൊടുത്ത ചിത്രങ്ങളിലെ അധികം ഗാനങ്ങളും പാടാൻ സുജാതയ്ക്ക് കഴിഞ്ഞിട്ടുണ്ട്. അതും തിരഞ്ഞെടു ത്ത ഗാനങ്ങളിലെ ഏറിയ പങ്കും വിദ്യാസാഗർസംഗീതം തന്നെ...

'വിണ്ണിലെ പൊയ്കയിൽ' (കൃഷ്ണഗുഡിയിൽ ഒരു പ്രണയകാല ത്ത്)

'എത്രയോ ജന്മമായ്' (സമ്മർ ഇൻ ബത്‌ലഹേം)

ഈ ഗാനങ്ങൾക്ക് ശേഷം വീണ്ടും വിദ്യാസാഗറിലൂടെ 1998-ൽ സ ർക്കാർ അംഗീകാരം. പ്രിയ കവി സച്ചിദാനന്ദൻ പുഴങ്കരയുടെ കവിത തുളുമ്പുന്ന കാവ്യത്തിലൂടെ... 'വര മഞ്ഞളാടിയ രാവിന്റെ മാറിൽ' മഞ്ഞു തുള്ളിയുടെ നിറവ് പോലെ ഒരു കുഞ്ഞുസൂര്യനെ കയ്യടക്കിയ മൗനം...

'മഞ്ഞുപെയ്യണ് മനം തുടിക്കണ്' (ചന്ദ്രനുദിക്കുന്ന ദിക്കിൽ)

'അമ്പാടിപ്പയ്യുകൾ മേയും...'

'വെണ്ണിലാക്കൊമ്പിലെ രാപ്പാടി' (ഉസ്താദ്)

'പ്രായം നമ്മിൽ മോഹം നൽകി' (നിറം)

'മിഴിയറിയാതെ വന്നു ഞാൻ'

'മണിമുറ്റത്താവണി പന്തൽ' (ഡ്രീംസ്)

'ദ്വാദശിയിൽ മണിദീപിക തെളിഞ്ഞു' (മധുരനൊമ്പരക്കാറ്റ്)

'ധും ധും ധും ദൂരെയേതോ' (രാക്കിളിപ്പാട്ട്)

'ശാരികേ നിന്നെ കാണാൻ'

'മറന്നിട്ടുമെന്തിനോ' (രണ്ടാം ഭാവം)

'കരിമിഴിക്കുരുവിയെ കണ്ടില്ല' (മീശ മാധവൻ)

'എന്റെ എല്ലാമെല്ലാമല്ലേ'

'ചിലമ്പൊലി കാറ്റേ' (സി ഐ ഡി മൂസ)

'ഒന്നാം കിളി രണ്ടാം കിളി' (കിളിച്ചുണ്ടൻ മാമ്പഴം)

'വിളക്കു കൊളുത്തി വരും'

'ആരൊരാൾ പുലർമഴയിൽ' (പട്ടാളം)

'ആലിലക്കാവിലെ തെന്നലേ'

'നിനക്കെന്റെ മനസ്സിന്റെ' (ഗ്രാമഫോൺ)

'തൊട്ടുരുമ്മി ഇരിക്കാൻ കൊതിയായി' (രസികൻ)

'ചാന്തു കുടഞ്ഞൊരു സൂര്യൻ മാനത്ത്' (ചാന്തുപൊട്ട്)

'മുന്തിരിപ്പാടം' (കൊച്ചിരാജാവ്)

'ആരാരും കാണാതെ' (ചന്ദ്രോത്സവം)

ഇങ്ങനെയിങ്ങനെ കൊതിപ്പിക്കുന്ന സ്വരരാഗപ്രപഞ്ചമാണ് അദ്ദേഹം സുജാതയ്ക്ക് വേണ്ടി തീർത്ത് കൊണ്ടുത്തത്.

ക്ലാസിക്കൽ സംഗീതത്തിന്റെ അഴകിൽ പാട്ടൊരുക്കുന്നതിൽ നിപുണനാണ് ശ്രീ ശരത്... പാട്ടിന്റെ ഓരോ അരികും ചെത്തിമിനുക്കി പാട്ടുകാരെവരെ രാകിമിനുക്കുന്ന സംഗീതജ്ഞൻ. ശരത്തും സുജാതയ്ക്ക് കുറച്ചു ഗാനങ്ങൾ നൽകിയിട്ടുണ്ട്.

'വാലിന്മേൽ പൂവും വാലിട്ടെഴുതിയ' (പവിത്രം)

'താളമയഞ്ഞു രാഗമാപൂർണം'

'രാവിൽ വീണാനാദം പോലെ' (സിന്ദൂരരേഖ)

'എന്റെ സിന്ദൂരരേഖയിലെങ്ങോ'

'സൂര്യനാളം പൊൻവിളക്കായ്' (തച്ചോളി വർഗ്ഗീസ് ചേകവർ)

തുടക്കകാലത്തെ ശരത് പാട്ടുകൾ പാടാൻ സുജാതയ്ക്ക് ഭാഗ്യമുണ്ടായി.

എത്രയെത്ര അവാർഡുകൾ കിട്ടിയാലും പ്രേക്ഷകരുടെ മനസ്സിൽ ചില ആരാധനയിൽ പൊതിഞ്ഞ പുരസ്കാരങ്ങൾ എന്നേ നല്കിക്കഴിഞ്ഞിരിക്കും. ഒരു പാട്ടിഷ്ടക്കാരന്റെ മനസ്സൊന്നു നോക്കാം... എന്റെ മനസ്സ് ആരാധിച്ച, പുരസ്കാരം കിട്ടേണ്ടിയിരുന്നു എന്ന് തോന്നിയ ചില ഗാനങ്ങൾ...

കണിക്കൊന്നകൾ പൂക്കുമ്പോൾ എന്ന അഭിഭാഷകന്റെ കേസ് ഡയറിയിലെ ഗാനം സുജാത ആലപിച്ചത് കേൾക്കേണ്ടതാണ്. മറ്റെങ്ങുമില്ലാത്ത ഒരു ഭാവസാന്ദ്രത ആ ഗാനത്തിൽ ചേർക്കാൻ ഗായികയ്ക്കു കഴിഞ്ഞിട്ടുണ്ട്. ഏറെ കേട്ടിട്ടില്ലാത്ത ഒരു ഗാനം ആണിത്...

'കാക്കക്കുറുമ്പൻ കണ്ടാൽ കുറുമ്പൻ' (ഈ പുഴയും കടന്ന്)

'എങ്ങിനെ ഞാൻ ഉറക്കേണ്ടു' (ദേശാടനം)

'എത്രയോ ജന്മമായ്' (സമ്മർ ഇൻ ബത്‌ലഹേം)

'കണ്ണാന്തളി മുറ്റത്തെ' (അഗ്നിസാക്ഷി)

'പ്രണയിക്കുകയായിരുന്നു ഞാൻ' (മനസ്സിൽ ഒരു മഞ്ഞുതുള്ളി)

'ദ്വാദശിയിൽ മണിദീപിക' (മധുരനൊമ്പരക്കാറ്റ്)

'മഴയുള്ള രാത്രിയിൽ' (കഥ)

'ഓടലെണ്ണ വിളക്കിലാ മുഖം' (സ്ഥിതി)

'തട്ടം പിടിച്ച വലിക്കല്ലേ' (പരദേശി)

പരദേശിയിലെ ഗാനം ദേശീയ അവാർഡിന്റെ വക്കിൽ പൊഴിഞ്ഞു പോയ ഗാനമാണ്.

ശേഷം വരുന്നവരും നിറയെ ഗാനങ്ങൾ നൽകിയിട്ടുണ്ട് ഈ അനുഗ്രഹീത ഗായികയ്ക്ക്. ചിത്രാതരംഗം നിലനിൽക്കുന്ന കാലങ്ങളിലൂടെ ആണ് സുജാതയുടെ മുന്നേറ്റവും. അന്ന് പിടിച്ച നിൽക്കാൻ കഴിഞ്ഞത് ഇവർക്ക് മാത്രമാണ്.

എം ജയചന്ദ്രൻ തുടക്കം മുതൽ തന്നെ നല്ല മെലഡീസ് സുജാതയ്ക്ക് കൈമാറിയിട്ടുണ്ട്..

'മണിക്കുയിലേ' (വാൽക്കണ്ണാടി)

'ചക്കരമാവിൻ മുന്തിരി' (കണ്മഷി)

'ജൂണിലെ നിലാമഴയിൽ' (നമ്മൾ തമ്മിൽ)

'കല്ലായിക്കടവത്ത്' (പെരുമഴക്കാലം)

'കണ്ടു കണ്ടു കൊതി കൊണ്ട് നിന്ന കുയിലേ' (മാമ്പഴക്കാലം)

'പൃഴ പാടുമീ പാട്ടിൽ' (മേൽവിലാസം ശരിയാണ്)

'പച്ചപ്പനംതത്തെ' (നോട്ടം)

'മനസ്സിൽ വിരിയുന്ന മലരാണ് സ്നേഹം' (മധുചന്ദ്രലേഖ)

'കരിനീലക്കണ്ണിലെന്തെടി' (ചക്കരമുത്ത്)

പുതു സംഗീത സംവിധായകരും അതെ പോലെ തന്നെ

'ഒരു സിംഹമലയും കാട്ടിൽ' സുരേഷ് പീറ്റേഴ്സിന്റെ ഈണം 'എല്ലാം മറക്കാം നിലാവേ' എന്ന പഞ്ചാബി ഹൗസിലേത്...

രവീന്ദ്രനും, ഔസേപ്പച്ചനും ജോൺസനും ഏകിയതൊക്കെ എടുത്തു പറയാവുന്നത് തന്നെ..

ബഹളക്കാരനല്ലാത്ത ഒരു സംഗീതജ്ഞനുണ്ട് നമുക്ക്. ഒന്ന് മുതൽ പൂജ്യം വരെ എന്നതിൽ തുടങ്ങി ശാന്തമായൊഴുകുന്ന പുഴപോലെ ഒരു സംഗീതജീവിതം... മോഹൻ സിതാര.

'നീയെന്റെ പാട്ടിൽ ശ്രീരാഗമായി' (നക്ഷത്രതാരാട്ട്)

'തേങ്ങാപ്പൂളും കൊക്കിലൊതുക്കി' (വാസന്തിയും ലക്ഷ്മിയും പിന്നെ ഞാനും)

'എനിക്കും ഒരു നാവുണ്ടെങ്കിൽ' (ഊമപ്പെണ്ണിന് ഉരിയാടാപ്പയ്യൻ)

'മിണ്ടാതെടി കുയിലേ' (തന്മാത്ര) തുടങ്ങിയവയൊക്കെ ഉദാഹരണങ്ങൾ...

ഏറെ ഗാനങ്ങൾ ഇനിയും എഴുതാനുണ്ട്. ബാസുരി എന്ന ഗാനത്തിലൂടെ വീണ്ടും സർക്കാർ പുരസ്കാരം നേടുകയുണ്ടായി..

പുതുകാലത്തെ സംഗീതസദസ്സിൽ അധികം കാണാറില്ലിപ്പോൾ സുജാത എന്ന ഗായികയെ. മകൾ ശ്വേതയ്ക്ക് വേണ്ടി ഒഴിഞ്ഞുകൊടുത്തതാണോ എന്ന് സംശയിക്കും... എന്നിരുന്നാലും കഴിഞ്ഞ കാലത്തിന്റെ സംഭാവനകൾ മാത്രം മതി ഈ ഗായികയ്ക്കു നമ്മുടെയൊക്കെ മനസ്സിൽ എന്നുമെന്നും പുതുമയോടെ നിലനിൽക്കാനും...

കണ്ണിൽ നിൻ മെയ്യിൽ ഓർമ്മപ്പൂവിൽ...

സങ്കീർണമായ മനുഷ്യാവസ്ഥകളെയും, ബന്ധങ്ങളെയും വെള്ളിത്തിരയിലെ ചലിക്കുന്ന ബിംബങ്ങളാക്കിയ ചലച്ചിത്രകാരൻ ശ്രീ പത്മരാജൻ. ഒരു കൊലപാതകത്തിലൂടെ ഒരു നാടിന്റെ തുടിപ്പാവുന്ന രാമനിലൂടെ സ്വാതന്ത്ര്യത്തിന്റെ മേച്ചിൻപുറങ്ങളും, ഇടത്താവളങ്ങളും എല്ലാം അന്ന് കണ്ടറിഞ്ഞു. മലയാളി ഇതുവരെ ദർശിക്കാത്ത ദൃശ്യചാരുത. പെരുവഴിയമ്പലം.

അസ്തിത്വത്തിന്റെ കുതിപ്പും കിതപ്പും...

ഭരതൻ, ഐ വി ശശി, കെ ജി ജോർജ്, കെ എസ് സേതുമാധവൻ ചിത്രങ്ങൾക്ക് തിരക്കഥാകാരനായി തുടക്കം. സ്വതന്ത്രസംവിധായകനായി പെരുവഴിയമ്പലം. ശേഷം പതിനേഴ് സിനിമകൾ സംവിധാനം ചെയ്തു. ഓരോന്നും വ്യത്യസ്തമാർന്നത്.

സിനിമകളെ അപഗ്രഥിക്കുന്ന ഒരു കുറിപ്പല്ലിത്. പത്മരാജൻ സിനിമകളിലെ ഗാനങ്ങൾ. അതിലൂടെ ഒന്ന് പോയി വരാം...

പത്മരാജൻ സിനിമയിൽ ഗാനങ്ങൾ പ്രാധാന്യമുള്ളതല്ല എന്ന് പറയുമ്പോൾ ഇതൊക്കെയല്ലേ, അതൊക്കെയില്ലേ എന്ന് ആസ്വാദകർ തിടുക്കപ്പെടും... 18 സിനിമകൾ സംവിധാനം ചെയ്തതിൽ പതിനൊന്നെണ്ണത്തിൽ മാത്രം പാട്ടുകൾ ഉണ്ട്. ഏഴെണ്ണത്തിൽ ഗാനങ്ങൾ ഇല്ല. താൻ തിരക്കഥയെഴുതിയ മറ്റു സംവിധായകർ ചെയ്തതിൽ മിക്കതിലും മികച്ച ഗാനങ്ങൾ ഉണ്ട്. എന്നാൽ പത്മരാജൻ സിനിമകളിൽ പാട്ടിനുവേണ്ടി പാട്ടൊരിക്കലും ഉൾപ്പെടുത്തിയിട്ടില്ല. നാലാമത്തെ സിനിമ

മുതൽ ആണ് സിനിമയിൽ പാട്ടുവന്നുതുടങ്ങിയത്. രണ്ടോ മൂന്നോ ഗാനങ്ങളിൽ കൂടുതൽ ഒരിക്കലും ചേർക്കാറുമില്ല.

പെരുവഴിയമ്പലം, ഒരിടത്തൊരു ഫയൽവാൻ, കള്ളൻ പവിത്രൻ എന്നിവയ്ക്ക് ശേഷം നവംബറിന്റെ നഷ്ടത്തിൽ ആദ്യമായ് പാട്ടുരംഗം വരുന്നു. പ്രണയനഷ്ടം സംഭവിച്ച നായികയുടെ മാനസികഭാവങ്ങളും ജീവിതരീതികളും ചിത്രീകരിച്ച സിനിമയാണ് നവംബറിന്റെ നഷ്ടം. കൂട്ടുകാരികളുടെ കുസൃതികളും, കളികളും, സ്നേഹ പ്രകടനങ്ങളും നിറഞ്ഞൊഴുകുന്ന സീനുകളോടെ 'അരികിലോ, അകലെയോ, എവിടെയാണ് നീ..' പൂവച്ചൽ ഖാദറിന്റെ വരികൾക്ക് എംജി രാധാകൃഷ്ണന്റെ സംഗീതം... പ്രണയനഷ്ടത്തിന്റെ തീവ്രതയിൽ ഏകാന്തതയിൽ അകപ്പെട്ടുപോയ ഒരുവളുടെ നൊമ്പരങ്ങൾ വാക്കുകളാക്കിയ ഗാനം കൂടിയുണ്ട്...' ഏകാന്തതേ നിന്റെ ദ്വീപിൽ...'

അങ്ങനെ പത്മരാജനും സിനിമയിലെ അവിഭാജ്യഘടകമായ പാട്ടിന്റെ കൂട്ടുകാരനാവുകയായിരുന്നു. എന്നാൽ അളവിൽ കവിഞ്ഞൊരു അടുപ്പം പാട്ടിനെ സിനിമയോട് ബന്ധിപ്പിക്കുന്നതായി കാണുന്നില്ല എന്ന ദുഃഖസത്യം പറയാതെ വയ്യ.

എന്നാലും തുടർച്ചയായി പിന്നീട് വന്ന നാല് സിനിമകളിലും പാട്ടുകൾ കൊടുത്തിട്ടുണ്ട്. കൂടെവിടെ, പറന്നു പറന്നു പറന്ന്, തിങ്കളാഴ്ച നല്ല ദിവസം, നമുക്ക് പാർക്കാൻ മുന്തിരി തോപ്പുകൾ എന്നിവയിലാണിത്..

ബാല്യത്തിൽ അമ്മ നഷ്ടപ്പെട്ട ഒരു കോടീശ്വര പുത്രന് അമ്മയെന്ന വാത്സല്യവും, സ്നേഹവും, സംരക്ഷണവും വരെ ആലീസിൽ നിന്ന് ലഭിക്കുമ്പോൾ, അവരുടെ ബന്ധത്തിൽ അസൂയാലുവാവുന്ന ക്യാപ്റ്റൻ തോമസിന്റെ പെരുമാറ്റത്തിന്റെ വഴിവിട്ട നീക്കങ്ങളും എല്ലാം കൂടിക്കലർന്ന ചിത്രം. മഹത്തരമായെതൊന്നിനെ ആണോ അതിനെ ചേർത്തുപിടിക്കുന്നുണ്ട് പത്മരാജൻ സിനിമകൾ. ആലീസിന്റെ നന്മയും, രവി പുത്തൂരാന്റെ സാരള്യവും എല്ലാം ഹൃദ്യമായൊരനുഭവം. ഓ എൻ വി കുറുപ്പിന്റെ രചനയിൽ രണ്ടു പാട്ടുകൾ. 'ആടിവാ കാറ്റേ... പാതിരാകാറ്റേ'

'പൊന്നുരുകും പൂക്കാലം നിന്നെ കാണാൻ വന്നു...'

ജോൺസന്റെ പൊന്നുരുകുന്ന സംഗീതം...

പാട്ടുകൾ സിനിമാ പ്രേക്ഷകർ ആഗ്രഹിക്കുന്നത് കൊണ്ട് ചേർക്കുന്നതായി തോന്നാറുണ്ട്. പല പാട്ടുകളിലും നായകനോ നായികയോ പാടുന്നതായിട്ടല്ല. പകരം പശ്ചാത്തലത്തിൽ മുഴങ്ങുന്ന സംഗീതസ്വരങ്ങൾ... അപൂർവം സിനിമകളിലെ കഥാപാത്രങ്ങൾ ചുണ്ടനക്കുന്നതായി ചിത്രീകരിച്ചിട്ടുള്ളൂ...

കഥാപാത്രങ്ങൾ പാടുന്നതായി വന്നിട്ടുള്ളതു ഇവയൊക്കെ ആണ്...

നവംബറിന്റെ നഷ്ടത്തിലെ 'അരികിലോ അകലെയോ..'

കൂടെവിടെയിലെ 'പൊന്നുരുകും പൂക്കാലം..'

നൊമ്പരത്തിപ്പൂവിലെ ഗാനങ്ങൾ

ഞാൻ ഗന്ധർവനിലെ 'ദേവാങ്കണങ്ങൾ കയ്യൊഴിഞ്ഞ താരകം,' 'പാലപ്പൂവേ', 'ദേവീ ആത്മരാഗമായി...'

ഇത്രയും ഗാനങ്ങൾ മാത്രമേ പാടി അഭിനയിക്കുന്നതായിട്ടുള്ളൂ..

ബാക്കി എല്ലാ ഗാനങ്ങളും അണിയറയിലെ ശബ്ദങ്ങൾ മാത്രം... എന്നാൽ അവയ്ക്കുമുണ്ട് സിനിമയിൽ പ്രധാന സ്ഥാനം. വെറുതെ ഒരു സമയംകൊല്ലിയായോ, വൈകാരികസുഖം തരുവാനായോ മാത്രം ചേർത്തു കെട്ടിയതല്ല എന്ന് സ്പഷ്ടം.

ഒരിടിത്തീ പോലെ ചില സിനിമകളിൽ പാട്ടുതിർന്നു വീഴും... നായികയും നായകനും കെട്ടിപ്പുണർന്നുകൊണ്ടും, മരം ചുറ്റിക്കൊണ്ടും, സ്വിറ്റ്സർലാൻഡിലോ, അമേരിക്കയിലോ, ഒക്കെ ഉടനടി എത്തപ്പെടുന്ന മായികജാലങ്ങൾ... അതൊന്നും പത്മരാജൻ സിനിമകളിൽ പ്രതീക്ഷിക്കേണ്ട. അത്തരം ഒരൊറ്റ പാട്ടും അദ്ദേഹം ചിത്രീകരിച്ചി ട്ടില്ല. നമ്മുടെ നാട്ടിൽ നിന്നും ഒരൊറ്റ നായകനും നായികയും സ്വപ്നത്തിൽ ദൂരങ്ങൾ താണ്ടിയിട്ടില്ല... ഇവിടുത്തെ മണ്ണിലും, പ്രകൃതിയിലും മാത്രം അഭിരമിക്കുന്നവർ...

മുൻപ് ചിത്രീകരിച്ച പല സീനുകളും കോർത്തിണക്കി, അല്ലെങ്കിൽ വെട്ടിമാറ്റിയ അത്യാവശ്യമില്ലാത്ത രംഗങ്ങൾ ഒരുമിച്ചൊരു ഗാനത്തിൽ ഇഴചേർക്കുന്നതായി പലപ്പോഴും അനുഭവപ്പെട്ടിട്ടുണ്ട്. പാട്ടൊരു വഴിക്കും, സീനുകൾ മറ്റൊരു വഴിക്കും എന്നപോലെ എന്ന് പറയുമ്പോഴും ഒരിക്കലും മടുപ്പനുഭവപ്പെടാത്ത തരത്തിൽ അത് അവിസ്മരണീയമാക്കാൻ പത്മരാജന് കഴിഞ്ഞിട്ടുണ്ട് എന്നും പറയാതിരിക്കാൻ വയ്യ.

ഉദാഹരണത്തിന് ചില പാട്ടുകളിലൂടെ പോവാം..

തൂവാനത്തുമ്പികളിലെ 'മേഘം പൂത്തു തുടങ്ങി മോഹം പെയ്തു തുടങ്ങി...'

മൂന്നാം പക്കത്തിലെ 'താമരക്കിളി പാടുന്നു...'

നമുക്ക് പാർക്കാൻ മുന്തിരിത്തോപ്പുകളിലെ 'ആകാശമാകെ കണിമലർ...'

ഇന്നലെയിലെ 'നീ വിൺ പൂ പോൽ...'

ദേശാടനക്കിളി കരയാറില്ലയിലെ 'പൂ വേണോ പൂ വേണോ...'

'വാനമ്പാടി ഏതോ തീരങ്ങൾ തേടുന്ന...'

കൂടെവിടെയിലെ 'ആടിവാ കാറ്റേ പാതിരാ കാറ്റേ..'

തിങ്കളാഴ്ച നല്ല ദിവസത്തിലെ 'പനിനീരുമായി ഇളംകാറ്റ് വീശി..'

ഇവയൊക്കെതന്നെ അത്തരം ഒരേ പാറ്റേണിൽ പിറവികൊണ്ട പോലെ തോന്നും... എന്നാൽ ഓരോന്നും വ്യത്യസ്തവും തന്നെ എന്ന അറിവും പങ്കുവെക്കുന്നു. ഒരിക്കലും ആ പാട്ടുസീനുകൾ സിനിമയിൽ അധികപ്പറ്റാവുന്നുമില്ല എന്നതും ശ്രദ്ധനീയം..

കൂടെവിടെയിലെ 'പൊന്നുരുകും പൂക്കാലം' ആലീസിന്റെ മനസ്സിൽ നിറയുന്ന സന്തോഷാധിക്യത്തിന്റെ പ്രതിഫലനങ്ങളാണ്.

മൂന്നാംപക്കത്തിലെ 'ഉണരുമീ ഗാനം' ഒരു മുത്തശ്ശന്റെ സ്നേഹാധിക്യത്തിന്റെ പ്രകടനങ്ങൾ പ്രേക്ഷക മനസ്സിനെ ആ പാട്ടിലൂടെ എത്ര മാത്രം സിനിമയിലേക്ക് അടുപ്പിച്ചു എന്നതിന് ഒരുദാഹരണം.

പത്മരാജൻ സിനിമയിലെ മികച്ച പാട്ട് ഏതെന്നു ചോദിച്ചാൽ ഉടനടി ഉത്തരം ഉണ്ട്...

ഭൂതകാലം നഷ്ടപ്പെട്ട മായയുടെ മനസ്സിന്റെ വിഭ്രമാവസ്ഥയും, പുതിയ ബന്ധങ്ങൾ നൽകുന്ന സ്നേഹ സമ്പുഷ്ടതയും ഭാവിയുടെ മൂടൽ മഞ്ഞുനിറഞ്ഞ അകലകാഴ്ചകളായി സ്വപ്നദർശനം നൽകിയപ്പോൾ... ഓർമ്മപ്പൂവുകളെ തഴുകി ഉണർത്തുന്ന ആ സ്നേഹ പീലീസ്പർശത്തിന്റെ സുഖാലസ്യത്തിൽ നിന്നൊരു ഗാനം... 'കണ്ണിൽ, നിൻ മെയ്യിൽ, ഓർമ്മപ്പൂവിൽ ഇന്നാരോ പീലി ഉഴിഞ്ഞോ...' അവ്യക്തമായ അവളുടെ തിരിച്ചറിവുകൾ കൈതപ്രം ദാമോദരൻ നമ്പൂതിരി എത്ര ഭാവസാന്ദ്രമായി വരികളാക്കി! പെരുമ്പാവൂർ ജി രവീന്ദ്രനാഥിന്റെ തെളിമയാർന്ന സംഗീതധാര...

കുടുംബത്തിൽ മാനസികമായും ശാരീരികമായും പീഡനമനുഭവിച്ച സോഫിയ എന്ന പെൺകുട്ടിയെ പ്രേമിച്ച സോളമൻ. അവരുടെ പ്രണയകഥ പറയുന്ന നമുക്ക് പാർക്കാൻ മുന്തിരിത്തോപ്പുകൾ... അതിലെ...

'പവിഴം പോൽ പവിഴാധരം പോൽ... പനിനീർ പൊൻമുകുളം പോൽ' എന്ന ഗാനവും ചിത്രീകരണവും ഒരിക്കലും മറക്കാനാവാത്തത്. പ്രണയത്തിന്റെ മുന്തിരിപ്പഴങ്ങളും, സംരക്ഷണത്തിന്റെ പുതപ്പും ഏകുന്നവൻ, സോളമൻ. അവന്റെ പ്രണയിനി സോഫി.

ഈ രണ്ടു ഗാനങ്ങളും പത്മരാജൻ സിനിമാചരിത്രത്തിൽ പാട്ടിന്റെ രണ്ടു സുവർണ്ണ ഗോപുരങ്ങൾ തന്നെയാണ്... ദൂരെ നിന്നേ കാണാവുന്ന, ഇളവെയിലിൽ വെട്ടിത്തിളങ്ങുന്ന രണ്ടു ഗോപുരങ്ങൾ...

ജി വേണുഗോപാൽ എന്ന ഗായകന്റെ പാട്ടുജീവിതത്തിൽ എന്നു മോർക്കാൻ രണ്ടു ഗാനങ്ങൾ പത്മരാജൻ വക സംഭാവന.

തൂവാനത്തുമ്പികളിലെ 'ഒന്നാം രാഗം പാടി...'

മൂന്നാം പക്കത്തിലെ 'ഉണരുമീ ഗാനം...'

പശ്ചാത്തല സംഗീതത്തിനും വളരെയേറെ പ്രാധാന്യം കൊടുത്ത സംവിധായകൻ ആണിദ്ദേഹം. അതും മികച്ച സംഗീതജ്ഞരായ ജോൺസൻ, ശ്യാം, തുടങ്ങിയവർക്കും അവസരം ഉണ്ടായിട്ടുണ്ട്...

ഒരു ലേഖനത്തിൽ എഴുതാൻ പാകത്തിലുള്ള അത്രയും പാട്ടുകളെ ഇദ്ദേഹത്തിന്റെ സിനിമകളിൽ നിന്നും കേട്ടെടുക്കാനുള്ളൂ... അത്രയും മതി താനും.. രംഗങ്ങളുടെ അത്യാവശ്യ ഭാഗത്തു മാത്രം പാട്ടുകൾ എടുത്തുവെച്ച ആ അതുല്യ കലാകാരനെ പാട്ടുകളിലൂടെയും സ്മരിക്കാൻ കഴിയും എന്നതും ഗന്ധർവമാഹാത്മ്യം...

പാട്ടിന്റെ തിരുവാവണി രാവ്...

പാട്ടെഴുത്തിന്റെ, ഈണങ്ങളുടെ ഇഴയടുപ്പങ്ങളിലൂടെ നൂണ്ടിറങ്ങാൻ തുടങ്ങിയിട്ട് കുറച്ചു കാലമായി. മനസ്സിലടിയുറച്ചു പോയ പഴയ ഗാനങ്ങളിൽ നിന്നും ഒരു കാലത്തും പടിയിറങ്ങേണ്ടി വന്നിട്ടില്ല. അതെന്നും മനസ്സിലൊരു നിധി തന്നെയാണ്. കാലം കഴിയുന്നതിനനുസരിച്ച് സിനിമകളിൽ പാട്ടൊരു അധികപറ്റാവുകയാണോ! ഇന്നത്തെ ഗാനങ്ങളെ വിമർശിക്കുമ്പോൾ പലരും എന്നോട് പറഞ്ഞിട്ടുണ്ട്

'ഇന്ന് പാട്ടില്ലേ?'

'നിങ്ങൾ ഇന്നത്തെ ഗാനങ്ങൾ ശ്രദ്ധിക്കാഞ്ഞിട്ടാണ്'

'ഇന്നത്തെ ഗാനങ്ങളും കേൾക്കൂ... എന്നിട്ടു വിമർശിക്കൂ'

ഇതൊക്കെ മനസ്സിലേക്ക് കയറ്റിവിട്ടു. പത്തു കൊല്ലത്തെ ഏകദേശം എല്ലാ ഗാനങ്ങളിലൂടെയും കയറി ഇറങ്ങി. കേൾക്കാത്തത് കേട്ടു. നിറയെ എഴുത്തുകാരും സംഗീതജ്ഞരും, ഗായകരും. പുതിയവർ കഴിവുള്ളവരാണ്. എഴുതുന്നതിലും, സംഗീതം ചെയ്യുന്നവരിലും എല്ലാമുണ്ട് പ്രതിഭകൾ. ഒരു കാര്യം എനിക്ക് മനസ്സിലായി. സംഗീതം നശിപ്പിച്ച ഏറെ നല്ല വരികൾ ഇവിടെ പിറന്നിട്ടുണ്ട്. ബി കെ ഹരിനാരായണന്റെതൊക്കെ ഏറെയും നല്ല വരികളാണ്. എന്നിട്ടും സംഗീത അതിപ്രസരത്തിൽ പലതും മുങ്ങിപ്പോയി. ഇതിനിടയിലും അദ്ദേഹത്തിന്റെ പല വരികളും ശ്രദ്ധിക്കപ്പെട്ടിട്ടുണ്ട്. അത് പറയാതെ വയ്യ. അവിടെയും സംഗീതം അല്പം മൃദുലത കൈവരിച്ചത് കൊണ്ടും...

ഷാൻ റഹ്മാൻ എന്ന സംഗീതജ്ഞനെ കുറിച്ചൽപ്പം പറയാം എന്ന് കരുതുന്നു. ഇന്നത്തെ യുവത്വം ഏറെ ആസ്വദിക്കുന്ന സംഗീതമായി തീർന്നിരിക്കുന്നു ഷാൻ റഹ്മാൻ ഈണങ്ങൾ. യൂറ്റിയൂബിലൂടെ ഏറെ സഞ്ചരിച്ചാൽ ആരാധകരുടെ നീണ്ടനിര കാണാൻ കഴിയും... അതിലുമേറെ പുറത്തുണ്ടാവാം. അദ്ദേഹത്തിന്റെ കുറെ ഏറെ ഗാനങ്ങൾ കേട്ടു. ഒറ്റ വാക്കിൽ പറയാം. ഇദ്ദേഹത്തിൽ സംഗീതമുണ്ട്. എന്നാൽ ഏറെയും ഒരേ റൂട്ടിൽ ഓടുന്ന ബസ്സ് പോലെ ആണെന്ന് പറഞ്ഞാൽ ആരും പിണങ്ങേണ്ട. അതിനിടയിലും കുറച്ചെണ്ണം ഓർത്തുവെക്കാനുണ്ട് അതുമിവിടെ പറയാം. മലയാള സിനിമ സംഗീതരംഗത്തെ ഇന്നത്തെ കാലത്തെ പ്രതിനിധീകരിക്കുന്നു ഷാനീണങ്ങൾ...

2009-ൽ *ഈ പട്ടണത്തിൽ ഭൂതം* എന്ന ചലച്ചിത്രത്തിലെ ഗാനങ്ങൾക്ക് സംഗീതം ചെയ്തുകൊണ്ട് പ്രവേശം. ഗിരീഷ് പുത്തഞ്ചേരി വരികൾക്ക് തുടക്കം തന്നെ ഈണം നൽകാൻ ഭാഗ്യമുണ്ടായി ഷാന്. *ഈ പട്ടണത്തിൽ ഭൂതം* എന്ന ചിത്രത്തിന് വേണ്ടി ഗിരീഷിന്റെ സുന്ദരമായ വരികൾക്ക്... അതിലെ 'മാമരങ്ങളെ ഒരു മഞ്ഞുകൂട്ട നെയ്തതാ' 'ആരോ നിലാവായ് തലോടി' തുടക്കം പാട്ടാസ്വാദകർ സ്വീകരിച്ചിരുന്നു.

പിന്നീട് വിനീത് ശ്രീനിവാസൻ സിനിമകളുടെ ഒരു ഭാഗമാവുകയായിരുന്നു ഷാൻ. ഷാൻ സംഗീതം ആ ചിത്രങ്ങൾക്ക് നല്ല മൈലേജ് കൊടുത്തിട്ടുണ്ട്. ആദ്യ ചിത്രമായ മലർവാടി ആർട്സ് ക്ലബ് എന്നതിലെ യുവത്വത്തിന്റെ തുടിക്കുന്ന ചലനങ്ങൾ നിറഞ്ഞ ആട്ടം പാട്ടം നിറഞ്ഞതത്. അവസാന ഗാനം ശരിക്കും സിനിമയുടെ ഒരു കൊട്ടിക്കലാശം തന്നെയായിരുന്നു.

'നേരിൻ വഴി തൻ ജാലകവാതിൽ നീ
ഇട നെഞ്ചിന് തുടികളിലുണരും സ്വരമോ നീ..
നിൻ മലർ വാടിയിലെന്നും വാടാമലരുകൾ ഞങ്ങൾ
അനഘ സംഗീതമിവിടെ ഒഴുകുന്നിതാ
അമര സൗഹാർദ്ദമിവിടെയുണരുന്നിതാ
ആയിരം കാതമകലെ നിന്നു നീ
തൂകിടും മന്ദഹാസം
ഇവിടെ ഈ സന്ധ്യശോഭയിൽ ഞാനറിവൂ.'

വിനീതിലെ കവിയും, ഗായകനും, അഭിനേതാവും, സംവിധായകനും ഉണർന്നുലഞ്ഞ സിനിമ. തരക്കേടില്ലാത്ത ഒരു പാട്ടെഴുത്തുകാരൻ ആണ് വിനീത്. ഷാനീണം ഇവയിലെ മിക്ക ഗാനങ്ങൾക്കും മുതൽക്കൂട്ടാണ്. 'നിൻ മലർവാടിയിലെന്നും വാടാമലരുകൾ ഞങ്ങൾ'. ഷാൻ എന്ന സംഗീതജ്ഞനെ തിരിച്ചറിഞ്ഞ ഗാനം...

അനു എലിസബത്ത് എന്ന പുതു എഴുത്തുകാരിയുടെ വരികൾക്ക് ഈണം നൽകി ഇദ്ദേഹം. 'ശ്യാമാംബരം പുൽകുന്നൊരാ' എന്ന നല്ല വരികൾക്ക്...

പിന്നീട് വിനീതിന്റെ തന്നെ മേൽനോട്ടത്തിൽ ചിത്രീകരിച്ച തട്ടത്തിൻ മറയത്ത് എന്ന ചിത്രത്തിലും ഷാൻ ഈണം തന്നെ. സകലകലാവല്ലഭനായ വിനീതിന്റെ വരികൾക്ക് തന്നെ ഈണം ചേർക്കുന്നത്.. 'അനുരാഗത്തിൻ വേളയിൽ' മലയാളക്കരയാകെ അലയടിച്ച ഒരു ഗാനം. നായകന്റെ സൂപ്പർ പെർഫോമൻസും മറ്റൊരു കാരണം. എങ്കിലും വരികളും സംഗീതവും മികച്ചുനിന്ന ഒരു ഗാനം തന്നെ ഇത്... അനു എലിസബത്ത് വീണ്ടും... 'തട്ടത്തിൻ മറയത്തെ പെണ്ണേ...' സച്ചിൻ വാരിയർ എന്ന പുതു ഗായകനിലൂടെ...

അനൂപ് മേനോന്റെ വരികളിലൂടെ കാലിഫോർണിയയിൽ ഒരു നീക്കം.. 'മഞ്ഞുതിരും രാവിനുള്ളിൽ' എന്നത് ആവറേജ് സുഖം തന്ന ഗാനം...

2014-ൽ ഹരിനാരായണൻ ഗാനങ്ങളെ പുൽകികൊണ്ട് ഷാൻ സംഗീതം ഒരു തുടക്കമിട്ടു. അത് ഹിറ്റായിരുന്നു. 'കാറ്റു മൂളിയോ..'

ഓം ശാന്തി ഓശാനയിൽ. മനു മഞ്ജിത്തിന്റെ 'മന്ദാരമേ..' എന്നതും വരികൾ കൊണ്ടും സംഗീതം കൊണ്ട് ശ്രദ്ധിക്കപ്പെട്ടു.

ഒരു വടക്കൻ സെൽഫിയിലൂടെ തമാശപ്പാട്ടുകൾക്കും ഈണം നൽകിക്കൊണ്ട് ഷാൻ റഹ്മാൻ. 'എന്നെ തല്ലേണ്ടമ്മാവാ ഞാൻ നന്നാവൂല', 'കൈക്കോട്ടും കണ്ടിട്ടില്ല കയ്യിൽ തഴമ്പുമില്ല' എന്ന കോമഡി ഗാനങ്ങൾക്ക്. പാട്ടുകളുടെ ചിത്രീകരണം കൊണ്ടും നവീൻ പ്രകടനം കൊണ്ടും അതേറെ ശ്രദ്ധിക്കപ്പെട്ടു. മടിയൻ യുവത്വത്തിന്റെ പ്രതീകം എന്ന പോലെയുള്ള ഒരു നവീൻ കഥാപാത്രം..

വിനീത് ശ്രീനിവാസന്റെ എഴുത്തും, പാടലും...

ജേക്കബിന്റെ സ്വർഗ്ഗരാജ്യത്തിൽ മലയാളി എന്നുമോർക്കുന്ന അല്ലെങ്കിൽ ഒരു പ്രവാസി മനസ്സിൽ സൂക്ഷിക്കുന്ന ചില ദൃശ്യങ്ങളും പാട്ടും, സംഗീതവും... 'തിരുവാവാണി രാവ്' എന്ന ഗാനം വരികളുടെ അർത്ഥം ചോർന്നുപോവാതെ സംഗീതം കൊടുക്കാൻ ഷാൻ റഹ്മാന് കഴിഞ്ഞു... മനു മഞ്ജിത് മനസ്സറിഞ്ഞെഴുതിയ ഗാനം...

പിന്നീട്... 'തെന്നൽ നിലാവിന്റെ' ഒരു മുത്തശ്ശി ഗദ, ബി കെ ഹരിനാരായണൻ എന്നതിലൂടെ ചുറ്റിത്തിരിഞ്ഞുകൊണ്ട് ഒരു അഡാറ് ലവ് എന്ന ചിത്രത്തിലെ കോളിളക്കം സൃഷ്ടിച്ച ഗാനത്തിലൂടെ ആ ഗാനസഞ്ചാരം തുടർന്ന് കൊണ്ടിരുന്നു. പി എം എ ജബ്ബാറിന്റെ പഴയൊരു

പാട്ടായ 'ഒരു മാണിക്യ മലരായ പൂവി' യുവത്വത്തിന്റെ കളിയും ചിരിയും നിറഞ്ഞ ലോകത്തിലൂടെ...വീണ്ടും ഹരിനാരായണനിലൂടെ... നല്ല വരികളിലൂടെ പോയി കളിരലയിലൊരു മുങ്ങിനിവരൽ സാധിക്കുന്നുണ്ട് ഷാൻ സംഗീതത്തിന്... അരവിന്ദന്റെ അഥിതികളിലെ 'രാസാത്തി എന്നെ വിട്ടു പോകാതേടീ...' നല്ലൊരു കമ്പോസിംങ് ആണ്. കൂടാതെ സത്യം പറഞ്ഞാ വിശ്വസിക്കുമോ എന്നതിലെ.. 'ഇല്ലിക്കൂടിനുള്ളിൽ' എന്ന ബി കെ ഹരിനാരായണൻ ഗീതവും ഷാൻ സംഗീത ലോകത്തിനു ഒരു മുതലാണ്...

ഇനിയും സംഗീതം തുടരുക. ആദ്യം പറഞ്ഞപോലെ ഒരേ റൂട്ടിലെ ബസ്സ്... അതാവരുത്. ഒരേ കാഴ്ചകൾ, ഒരേ അനുഭൂതികൾ... കാഴ്ചകൾ വ്യത്യസ്ഥമാവട്ടെ. ഈണത്തിലെ ഉച്ചസ്ഥായികൾ ഹൃദ്യം. പാശ്ചാത്യ സംഗീതത്തിൽ നിന്ന് നല്ലതു ഊറ്റിയെടുക്കുന്ന വിരുത് എല്ലാം നല്ലത്... തുടരുക... സംഗീതയാത്ര... ആശിർവാദങ്ങൾ...

പാതിപെയ്ത ആഷാഢ മേഘങ്ങൾ

മാനസികമായ ഐക്യം തന്നെയാണ് ശരിയായ സുഹൃദ്ബന്ധത്തിനു നിദാനം. അത് പലപ്പോഴും കൂട്ടായ പ്രവർത്തനങ്ങളിലേക്കും തിരിയും. ബിസിനസ് രംഗങ്ങളിൽ അങ്ങനെ വിജയിച്ചവരെ ത്ര! സാഹിത്യരംഗത്തും അത്തരം ബന്ധങ്ങളിൽ നിന്നും ഉരുത്തി രിഞ്ഞു വന്ന മികച്ച സൃഷ്ടികൾ ഉണ്ടായിട്ടുണ്ട്. എം ടി-എൻ പി മുഹമ്മദ്, പുനത്തിൽ കുഞ്ഞബ്ദുള്ള-സേതു, കെ എൽ മോഹനവർമ്മ-മാധവിക്കുട്ടി എന്നിവരിൽ നിന്നും രൂപപ്പെട്ട നോവലുകൾ ഉദാഹരണങ്ങൾ. സിനിമയിലും അത്തരം കൂട്ട് തിരക്കഥകളും, സംവിധായകരും, സംഗീത സംവിധായകരും ഉണ്ടായിട്ടുണ്ട്.

പറയാൻ ഉദ്ദേശിച്ച കാര്യം നേരിയ സാമ്യമുള്ള മറ്റൊരു ബന്ധത്തെ കുറിച്ചാണ്. ഒരു സംരംഭം തുടങ്ങുമ്പോൾ സമാനമനസ്കരായവരെ കൂടെ കൂട്ടി അവർക്കുചേർന്ന രീതിയിലുള്ള ചുമതലകൾ ഏൽപ്പിക്കുന്നതും കാണാവുന്നതാണ്. സിനിമയിൽ പുതുമുഖമായി എത്തുന്നവരിൽ അത്തരം കൂട്ടുകെട്ടുകൾ ഏറെയുണ്ട്.

ഭദ്രൻ-പുതിയങ്കം മുരളി കൂട്ടുകെട്ടിനെ ഒന്ന് വിശദമാക്കാം. പാട്ടെഴുത്തിൽ 1982ൽ പുതുമുഖമായെത്തിയ പുതിയങ്കം മുരളിയും, സംവിധായകനായി കന്നിയാത്ര തുടങ്ങിയ ഭദ്രനും ഒന്ന് ചേർന്ന സിനിമയായിരുന്നു എന്റെ മോഹങ്ങൾ പൂവണിഞ്ഞു. സംഗീതം പ്രേമേയമാക്കി ഒരുക്കിയെടുത്ത ചിത്രം. പ്രണയവും, വിരഹവും, ചതിയും, പ്രതികാരവും ഒത്തുചേർത്ത് സൃഷ്ടിച്ചെടുത്ത ആ ചിത്രം കാലം ആവശ്യപ്പെട്ട ചിത്രം. 1982 ലെ ഹിറ്റ് ചിത്രമായിരുന്ന ശങ്കർ, മേനക, മോഹൻലാൽ

എന്നിവർ നടിച്ച ഈ ചിത്രം. അതിലെ രണ്ടു ഗാനങ്ങൾ എഴുതിയത് പുതിയങ്കം മുരളിയാണ്. ബിച്ചുതിരുമല രചിച്ച 'നനഞ്ഞ നേരിയ പട്ടുറുമാൽ', 'തംബുരു താനേ ശ്രുതി മീട്ടി എന്നതൊക്കെ വമ്പൻ ഹിറ്റായി റേഡിയോവിൽ ശ്രോതാക്കളാവശ്യപ്പെട്ടുകൊണ്ടേയിരുന്ന ഗാനങ്ങൾ. എന്നാൽ വിരഹത്തിന്റെ മൂർദ്ധന്യാവസ്ഥയിൽ ഒഴുകിവീണ ഒരു ഗാനമുണ്ടിതിൽ. പ്രകൃതിയോട് ചേർത്ത് തങ്ങളുടെ ദുഃഖങ്ങളെ ദർശിക്കുന്ന വിരഹകാമുകർ. അന്നത്തെ കാലത്തെ വളരെ വ്യത്യസ്തതയാർന്ന ഒരു രചനയായിരുന്നു അത്.

'ആഷാഢ മേഘങ്ങൾ
നിഴലുകളെറിഞ്ഞു
വിഷാദ ചന്ദ്രിക മങ്ങി പടർന്നു
വിരഹം വിരഹം
രാവിനു വിരഹം
രാഗാർദ്രനാം കിളി
തേങ്ങിത്തളർന്നു...'

വിരഹത്തിന്റെ അത്യാഗാധമായ നിലനിൽപ്പ്. ദൂരങ്ങളിലുള്ള കമിതാക്കൾ പാടി പാടി അറിയുന്നത്. നല്ലൊരു അനുഭവമായിരുന്നു ആ ഗാനം. ദക്ഷിണാമൂർത്തി സ്വാമിയുടെ വിരഹാശ്രുസംഗീത ധാര..

1983-ൽ ചങ്ങാത്തം എന്ന ചിത്രത്തിലൂടെ വീണ്ടും ആ സ്നേഹബന്ധം തുടർന്നു. ഭദ്രൻ-പുതിയങ്കം മുരളി കൂട്ടുകെട്ട്.

സിനിമ അത്ര വിജയിച്ചില്ല. അതേ പോലെ പാട്ടുകളും.. എന്നാലും പ്രണയിനിയുടെ പിണക്കത്തിലേക്കു പാട്ടുമായി വരുന്ന നായകന്റെ ഭാവങ്ങൾ പകർത്തിയ ഗാനം കൊള്ളാമായിരുന്നു. ഏറെ ഒന്നും കേൾക്കാത്ത നല്ലൊരു ഗാനം.

'ഈറൻ പീലിക്കണ്ണുകളിൽ
ശോകം വീണ്ടും മെയ്യെഴുതി'

എന്ന ഗാനം രവീന്ദ്രൻ സംഗീതം കൊണ്ടും മെച്ചപ്പെട്ടതായി. സിനിമയുടെ പരാജയം പാട്ടുകളെയും ബാധിച്ചു.

1984 ഒരാവറേജ് വിജയവുമായി ഭദ്രൻ വീണ്ടും വന്നു. കൂടെ പുതിയങ്കം മുരളി എന്ന പാട്ടെഴുത്തുകാരനും...

കെ ടി മുഹമ്മദിന്റെ തിരക്കഥയുടെ ബലത്തിൽ സിനിമ പ്രേക്ഷകർ ഇഷ്ടപ്പെട്ടു. നല്ല പാട്ടുകളും. ആറ്റുവഞ്ചി ഉലഞ്ഞപ്പോൾ എന്നതായിരുന്നു ആ ചിത്രം...

'ഇന്ദ്രനീലമെഴുതിയ മിഴികൾ തൻ
മാഹേന്ദ്ര ജാലത്തിലോ..

പത്മരാഗം ചൂടിയ ചൊടികൾ തൻ
മൌനരാഗത്തിലോ
അലിഞ്ഞു പോയെന്റെ ഹൃദയം
കളഞ്ഞു പോയെന്റെ ഹൃദയം'

അതിമനോഹരമായ ഒരു റൊമാന്റിക് പശ്ചാത്തലത്തിൽ പൂർണ ചന്ദ്രോദയം പോലെ പാട്ടുദയം. ശ്യാം സംഗീതത്തിന്റെ അപാര സാധ്യതകൾ നിറമാല ചാർത്തിയത്... കണ്ണിനും, കാതിനും ഇന്നും അതിന്റെ ലയവിന്യാസം കൊതികൊള്ളിക്കുന്നൊരോർമ്മ...

അതിലെ തന്നെ...

'ആരോമലെ നിലാവിൽ നീ പാടു രോമാഞ്ച രാഗം'

എന്ന ഗാനത്തിലൂടെ ആ പാട്ടുകാലവും ഏകദേശം തീരുക തന്നെയായിരുന്നു.

പിന്നീടുള്ള ഭദ്രൻ ചിത്രങ്ങളിലൊന്നും ഈ കൂട്ടുകെട്ട് തുടർന്ന് കണ്ടില്ല. പൂതിയങ്കം മുരളി എന്ന പാട്ടെഴുത്തുകാരനും അതോടു കൂടി ശനിദശയും... ശേഷമിറങ്ങിയ ചിത്രങ്ങളിലെ ഗാനങ്ങളൊന്നും ശ്രദ്ധിക്കപ്പെട്ടില്ല. പ്രിയപ്പെട്ട കക്കപോലുള്ള ചിത്രങ്ങളിലെ എസ് പി വെങ്കിടേഷ് ഈണങ്ങളിലൂടെ തുടരാനൊരു ശ്രമം ഉണ്ടായെങ്കിലും കൂടുതൽ വിജയിച്ച കണ്ടില്ല... 2009നു ശേഷം പൂതിയങ്കം മുരളിയുടെ ഗാനങ്ങൾ ഇറങ്ങിയിട്ടില്ല...

ശക്തമായ ബന്ധങ്ങൾ സിനിമയിൽ പലർക്കും അവസരങ്ങൾ ലഭിക്കുന്നതിന് കാരണമാവാറുണ്ട്. ആ ബന്ധം പിന്നീട് വഴിയിൽ നഷ്ടപ്പെടുമ്പോൾ ചിലർക്ക് സിനിമയുമായുള്ള ബന്ധവും അറ്റുപോവുന്നു. മറ്റു ചിലരാകട്ടെ അപ്പോഴേക്കും തങ്ങളുടേതായ ഒരു ഇടം അവിടെ കണ്ടെത്തുകയും അതുറപ്പിക്കുകയും ചെയ്തിട്ടുണ്ടാവും. നിർഭാഗ്യവാന്മാരും അവസരങ്ങൾ തേടി പോവാത്തവരും പാതിവഴിയിൽ അവസാനിപ്പിച്ചു കൊണ്ട് മടങ്ങുകയും ചെയ്യുന്നു... എന്തായാലും പാട്ടിന്റെ ലോകത്ത് പൂതിയങ്കം മുരളി എന്ന പേര് അടയാളപ്പെടുത്തിയിട്ടുണ്ട് എന്നത് തീർച്ച...

ഈറൻകാറ്റിൻ ഈണം പോലെ...

2010-ൽ തുടങ്ങി 2020-ൽ എത്തിനിൽക്കുന്ന ഒരാളുടെ സിനിമാ പാട്ടുകാലത്തെ ഒന്ന് വിലയിരുത്തുന്നത് നന്നായിരിക്കും. സിനിമ ആസ്വദിക്കുന്നവരിൽ ഒരു ചേരിതിരിവും സാധ്യമല്ല. ആസ്വാദനത്തിന്റെ അളവിൽ വരെ. അളന്നെടുക്കുന്ന രീതി തന്നെ പ്രാധാന്യം. ഇന്നത്തെ കാലത്ത് ആസ്വാദനത്തിനും ജാതിമത രാഷ്ട്രീയ ചിന്താധാരകൾ വഴിമരുന്നിട്ടും. ആ സ്ഫോടനത്തിൽ നിന്നും 'ഉത്തമ' ആസ്വാദനക്കുറിപ്പും പുറത്തുവരും. ചിലപ്പോൾ അതാവും രേഖ പ്പെടുത്തുന്ന സിനിമാചരിത്രത്തിലേക്കുള്ള നീക്കിവെപ്പും. അപ്പോഴും ഉത്തമമായെതെന്തു നമ്മൾ വേർതിരിക്കുന്നത് സാക്ഷാൽ പ്രേക്ഷകരിൽ, ശ്രോതാക്കളിൽ ഉറങ്ങിക്കിടക്കുന്നുമുണ്ടാവും. അവരാണ് സിനിമയെ എന്നും രക്ഷിക്കുന്നതും, ചിലപ്പോൾ ശിക്ഷിക്കുന്നതും.

ആസ്വാദനത്തിന്റെ കാര്യം പറഞ്ഞു കൊണ്ട് നീങ്ങുമ്പോൾ ഇന്നത്തെ പാട്ടുകളിലേക്കു വീണ്ടും വീണ്ടുമെന്നെ ആരൊക്കെയോ നിർബന്ധിച്ചു കൊണ്ട് വരുന്നു. പാട്ടെഴുത്തിന്റെ കാലത്തെ കുറിച്ചെഴുതുമ്പോൾ എന്നും ഒരു സുവർണ്ണകാലത്തെ ഓർമ്മിപ്പിച്ചു കൊണ്ടേ തുടങ്ങൂ... ഒരസ്തമയമെന്നു നിനച്ച കാലം വരെ മനസ്സിലുണ്ടായിരുന്നു. അത്തരമൊരു അടഞ്ഞ ചിന്ത വേണ്ടെന്നു തീരുമാനിച്ചപ്പോൾ ഇന്നിന്റെ ഒറ്റതിരിഞ്ഞിട്ടുള്ള ചില പാട്ടുയാത്രക്കാരെ കണ്ടെത്താനും കഴിഞ്ഞു...

ഒരു സിനിമയിൽ ഒരാൾ തന്നെ പാട്ടെഴുതുകയും, ഒരാൾ തന്നെ സംഗീതം ചെയ്യുകയും ആയിരുന്നു പതിവ്. ആ പതിവ് എന്നാണു തെറ്റിയതെന്ന് ചികഞ്ഞു പോവുമ്പോൾ നമ്മൾ പലരിലും എത്തപ്പെടും. ഇപ്പോൾ ഒരു സിനിമയിൽ തന്നെ അഞ്ചാറു പാട്ടെഴുത്തുകാരും,

അതുപോലെ തന്നെ അത്രതന്നെ സംഗീത സംവിധായകരും വരെ പണിയെടുക്കുന്നു എന്ന് മനസ്സിലാക്കാൻ കഴിഞ്ഞു. രണ്ട് പാട്ടെഴുത്തു കാർ ഇല്ലാത്ത സിനിമ തന്നെ കുറവ് ഇപ്പോൾ. വ്യത്യസ്ത രീതിയിലുള്ള പാട്ടുകൾ കേൾക്കാൻ കഴിയുന്നത് സുഖമുള്ള കാര്യം തന്നെ.

ബി കെ ഹരിനാരായണൻ എന്ന പാട്ടെഴുത്തുകാരൻ 2010-ൽ ഇവിടെ ഉദയം ചെയ്തു. ചിത്രീകരണത്തിന്റെ എല്ലാ പുതിയ ടെക്നിക്കുകളും ഉപയോഗപ്പെടുത്താൻ കഴിയുന്ന ഒരു കാലത്താണ് ഈ എഴുത്തുകാരൻ മലയാളത്തിൽ പാട്ടെഴുത്തുകാരനായി വന്നത്. സംഗീതം എഴുത്തിനെ നിയന്ത്രിച്ചിരുന്ന കാലത്തെന്നു പറഞ്ഞാൽ എഴുതുന്നവർക്കും വേദനിക്കും. അവരുടെ വികലപ്പെടുത്തേണ്ടിവന്ന വാക്കുകൾ ശബ്ദമില്ലാതെ കരയുന്നതവർ കേൾക്കും. എന്നിട്ടും എഴുത്താണ് മുഖ്യം അല്ലെങ്കിൽ ഞാൻ ചെയ്യുന്ന പ്രവർത്തിയാണ് വിലപ്പെട്ടത് എന്ന് തോന്നുന്ന ഒരാൾക്ക് വ്യാകുലപ്പെടേണ്ട കാര്യമില്ല. അത്തരമൊരു ചിന്താഗതി ഹരിനാരായണൻ എന്ന ഗാനരചയിതാവിനുണ്ട് എന്ന് ആ പത്തു വർഷത്തെ ഗാനങ്ങളിലൂടെപോയപ്പോൾ എനിക്കും മനസ്സിലായി. പാട്ടിൽ അദ്ദേഹം ഏകനാണ്. പല ഗാനങ്ങളിലും നിറഞ്ഞുകവിയുന്ന ആ മനസ്സ് കാണാം. പക്ഷെ അത്തരം എത്രയോ ഗാനങ്ങൾ ശ്രദ്ധിക്കപ്പെടാതെ പോയിട്ടുണ്ട്. സംഗീതത്തിന്റെ, പാടിയവരുടെ അധികപ്രകടനങ്ങൾ എന്ന് മാത്രം പറഞ്ഞുവെക്കുന്നു.

ദി ത്രില്ലറിലൂടെ കടന്നുവന്നെങ്കിലും ത്രില്ലടിക്കാൻ മലയാളിക്ക് പിന്നെയും കാത്തിരിക്കേണ്ടി വന്നു. 2014-ൽ എന്നാലതിനു ഭാഗ്യമുണ്ടായി. 'ഓലഞ്ഞാലി കുരുവീ ഇളം കാറ്റിലാടി വരൂ നീ' എന്ന ഗാനവുമായി നമ്മുടെ മനസ്സിൽ സ്ഥിരപ്രതിഷ്ഠ നേടാൻ കഴിഞ്ഞു ഇദ്ദേഹത്തിന്. എൺപതു കാലങ്ങളെ മനസ്സിലെന്നും താലോലിച്ച സൂക്ഷിക്കുന്നവർക്കതു തീർത്തും നിർവൃതിദായകമായി. എബ്രിഡ് ഷൈൻ എന്ന സംവിധായകന് പ്രേക്ഷകന് എന്തുവേണമെന്നു അറിവുണ്ടായിരുന്നു. 1983-നു ശേഷവും അതിന്റെ അനുഭവസാക്ഷ്യങ്ങൾ ഉണ്ടല്ലോ!. അത്തരമൊരു പാട്ടു ചിത്രീകരണവും ഒരു എബ്രിഡ് ഷൈൻ തുടക്കം തന്നെയായിരുന്നു. അത് ഹരി നാരായണനും തന്റെ മനസ്സ് മലർക്കെ തുറക്കാനായി... നാലുമണിപ്പൂവും, ചെറുമഷിത്തണ്ടും ഉണർത്തിവിട്ട ബാല്യകുതുഹലങ്ങൾ വീണ്ടുമൊന്നു തളിർക്കാനുതകി... പതറാത്ത ശബ്ദവിന്യാസത്തോടെ ജയചന്ദ്രനും, വാണി ജയറാമും... വാണിജയറാമിന്റെ തിരിച്ചു വരവ് ആഘോഷിച്ച കാലം... നന്ദി ശ്രീ ഗോപി സുന്ദർ...

ഗോപീസുന്ദർ സംഗീതം പലപ്പോഴും ഹരിനാരായണൻ വരികളോട് കൂട്ടുചേർന്നു പോകുന്നുണ്ട്. എന്നുമുണ്ടാവുമല്ലോ ഇത്തരം കൂടിച്ചേ

രലുകൾ... സലാല മൊബൈൽസിലെ 'ഈറൻകാറ്റിൻ ഈണം പോലെ' എന്ന ഗാനവും ചിട്ടപ്പെടുത്തിയത് നോക്കുക. ഏറ്റം മൃദുലമായ വരികളെ ഇതിലേറെ എങ്ങിനെ തൊട്ടുണർത്തും... അതും അത്രയേറെ ഭാവസാന്ദ്രമായ അനുഭവങ്ങൾ പാടിത്തരുന്ന ശ്രേയാൽ ഘോഷാലിലൂടെ പുതുകാലത്തെ നല്ലൊരു പാട്ടറിവ് തന്നെയായിരുന്നു ഈറൻകാറ്റിന്റെ തൊട്ടുതലോടൽ. മഴനിലാവിൽ ഖയാൽ പാടുന്നതൊക്കെ

'നോവിന്റെ കായൽക്കരയിൽ തനിയെ തേങ്ങുന്നു' എന്നൊരു ഗാനം ഉണ്ട്. മിഖായേൽ എന്ന ചോരക്കളി ചിത്രം. അതിൽ പിരിമുറുക്കം തോന്നുന്ന നിമിഷത്തിൽ തന്നെ ഈ പാട്ടൊഴുകി വരും. ചോര കല്ലിച്ച നിമിഷങ്ങളെ തുടച്ചുനീക്കുന്ന പാട്ടിന്റെ സ്പർശം. ഗോപിയുടെ ആർദ്രസംഗീതമിതിനും.

ശ്രേയ എന്ന ഹിന്ദി ഗായികയെ ഏറെ പുകഴ്ത്തുമ്പോഴും ഇടയ്ക്കിടെ കയറി വരുന്ന മറ്റൊരു മുഖമുണ്ട്. അതേ ഭാവത്തോടെ പാടുന്ന മലയാളത്തിന്റെ ഗായിക. സിതാര കൃഷ്ണകുമാർ. സിതാര പകർന്നു തരുന്ന ശ്രവണ സുഖം. സിതാരയിലൂടെ, ഹരിയുടെ, ഗോപിയിലൂടെ ഈ ഗാനം ഇനിയുമേറെക്കാലം ഇവിടെ ജീവിക്കും...

മുരുകാ മുരുകാ പുലി മുരുകാ എന്ന തരത്തിലുള്ള ഗാനങ്ങളും രണ്ടു പേരും ചേർന്ന് സൃഷ്ടിച്ചിട്ടുണ്ട്. ഇന്നത്തെ കാലം ആവശ്യപ്പെടുന്നത് അത്തരത്തിലുള്ളതും ആവാം. വിജയമാണല്ലോ ഏതൊരു നിർമ്മാതാവും കൊതി ക്കുന്നത്. അതിനോട് ചേർന്ന് നിൽക്കാനേ മറ്റുള്ളവർക്കും കഴിയൂ.. കഴിവുകൾ ചിലപ്പോൾ ഭാരമായി തോന്നിയേക്കാവുന്ന നിമിഷങ്ങളുമുണ്ടാവും...

ഗിരീഷിനോടുള്ള പൂജയുടെ അത്യാകർഷണത്തിന്റെ നറും തമാശകൾ നിറഞ്ഞ ചിത്രമായ ഓം ശാന്തി ഓശാനയിലെ 'കാറ്റ് മൂളിയോ പ്രണയം' എന്നത് ഇടക്കൊക്കെ മൂളക്കം പോലെ തോന്നിയെങ്കിലും രചനയുടെ സൗകുമാര്യത്തിൽ ഇടയ്ക്കിടെ ഓളങ്ങൾ സൃഷ്ടിക്കുന്നു മനസ്സിൽ. ഷാൻ റഹ്മാൻ സംഗീതം കുഴപ്പമില്ല..

നാദിർഷായുടെ നർമ്മം പാട്ടിൽവരെയെത്തി. നല്ലൊരു കാമുകനുണ്ട് നാദിർഷയിൽ. അതുകൊണ്ടും ആ ദൃശ്യം സുന്ദരമായി. നറുനനെ വിരിയുന്ന മലരായി പ്രണയത്തെ എഴുതി ഹരിനാരായണൻ. നാദിർഷ തന്നെ സംഗീതം ചെയ്ത ഈ ഗാനം എഴുത്തിലും സംഗീതത്തിലും മികവ് പുലർത്തുന്നു.

ഏഴ് ജന്മവും ചിറകായി മാറുവാനായി പ്രണയത്തെ വാക്കുകളാൽ പുനഃസൃഷ്ടിക്കുന്ന ഹരിനാരായണൻ സ്പർശം തെളിഞ്ഞു വില സിയത് തീവണ്ടിയിലെ ഈ ഗാനത്തിലാണ്.. 'ജീവാംശമായ് താനേ നീ എന്നിൽ കാലങ്ങൾ മുന്നേ വന്നു..' പൂവാടി തേടി നടന്ന ശലഭം പോൽ അവളുടെ കാൽപാദം തേടി അലഞ്ഞവൻ... ഓരോ രാവും പകലുകളാക്കിയും, ഓരോ നോവും മധുരിതമാക്കിയും തുടർന്നത്... കാറ്റ് പോലെ, നിളപോലെ പ്രണയത്തിന്റെ നിറഞ്ഞൊഴുക്ക്... പാട്ടുകാരനിലെ കവി സന്തോഷിച്ച നിമിഷങ്ങളാവും ഇവ. സരളമായ വാക്കുകളിലൂടെ പൂവായും, ശലഭമായും വിടർന്നുലഞ്ഞ വാക്കുകൾ... കൈലാസ് മേനോൻ എന്ന സംഗീത സംവിധായകന്റെ അർദ്ധ ക്ളാസിക്കൽ പ്രണയം. എങ്കിലും സംഗീതത്തിന്റെ വഴികൾ തമിഴിലെ പ്രസിദ്ധമായ ഒരു ഗാനത്തിൽ കൊണ്ടെത്തിച്ചു.. രീതിഗൗള രാഗത്തിന്റെ തനിമ നിലനിർത്തിയ 'കൺകൾ ഇരുന്താൽ..' എന്ന സുബ്രമണ്യപുരത്തിലെ ഗാനം. ഒരു സിനിമയെ എന്നുമോർമ്മിപ്പിക്കുന്ന ഗാനചിത്രീകരണവും, പാട്ടും... രാഗങ്ങളെക്കുറിച്ച് ഏറെയൊന്നും അറിയാത്ത ഞാൻ ഈ രാഗത്തെത്തേടി പോയി... കാണാതിരിക്കാൻ ആവാത്തതരത്തിൽ ഒന്നായിപ്പോയ ഹൃദയങ്ങൾ താലോലിക്കുന്ന രാഗസൗരഭം അനുഭവിച്ചറിഞ്ഞു ഞാൻ...

ഷാൻ റഹ്മാന്റെ സംഗീതം ഹരിനാരായണൻ വരികൾക്ക് ഉതകും വിധം ചിട്ടപ്പെടുത്തിയ ഗാനമാണ് അരവിന്ദന്റെ അതിഥികളിലെ 'രാസാത്തി എന്നെ വിട്ടു പോകാതെ' എന്ന ഗാനം. മൂകാംബി ജീവിതത്തിന്റെ ചില ഏടുകളിൽ കൂടി കടന്നു പോയ ഗാനം ഹൃദ്യമായിരുന്നു...

കലാഭവൻ മണിക്ക് ആദരം അർപ്പിക്കുംപോൽ അതീവ ഹൃദ്യമായ ഒരു രചനയാണ് 'കൂടപ്പുഴയോരത്തെ മാടക്കിളിപെണ്ണാള്' എന്നത്. ചാലക്കുടിക്കാരൻ ചങ്ങാതി എന്ന പടം ഏൽപ്പിക്കുന്ന വേദനയുടെ ഓളമുണ്ട്... ആ അതുല്ല്യ കലാകാരനെ സെന്തിൽ കൃഷ്ണ എത്രമാത്രം അവിസ്മരണീയമാക്കി എന്ന് ചിത്രം കാണുന്നവർ ഓർക്കും.. നോക്കിലും, വാക്കിലും, എല്ലാം മണി നിറഞ്ഞു നിന്ന സിനിമ. ഈ ഗാനവും ഹരിനാരായണന്റെ ഒരു അഞ്ജലി തന്നെയാണ് തീർച്ചയായും...

അരുൺരാജിന്റെ ഒരു ബോംബ് കഥയിലെ 'മൂവാണ്ടൻ ചോട്ടിൽ കണ്ടപ്പോ തന്നെ' എന്നത് ഒരു നാടൻ മട്ടിലുള്ള വരികളും, സംഗീതവും...

രഞ്ജിൻ രാജ് എന്ന പുതുമുഖ സംഗീതസംവിധായകന്റെ വരവ് തന്നെ ആഘോഷപൂർണമായി. ജോസഫ് എന്ന ചിത്രത്തിലെ എല്ലാ ഗാനങ്ങളും ഗംഭീരമായിരുന്നു. അജീഷിന്റെ പൂമുത്തോളെ എന്ന ഗാനം കഴിഞ്ഞാൽ അതിലെ മറ്റു ഗാനങ്ങൾ ഹരിനാരായണന്റേതായിരുന്നു.

ഒരു പ്രാർത്ഥനാഗീതമായ 'ഉയിരിൻ നാഥനെ ഉലകിൻ ആദിയെ ഇരുളിൻ വീഥിയിൽ വിരിയാൻ നീവരൂ' അതിലെ തന്നെ അനുപല്ലവിയിലെ വരികൾ തന്ന അനുഭൂതി വിവരണാതീതം...

'ഞാനെന്നൊരീ ജന്മം
നീ തന്നൊരീ സമ്മാനം
ആനന്ദമാം ഉറവേ...

ജോസഫിന്റെ മനഃസംഘർഷങ്ങളെ ഭക്തിയിലലിയിച്ച വരികൾ... 'കരിനീലക്കണ്ണുള്ള പെണ്ണേ' മറ്റൊരു പ്രണയഗീതം...

രാഹുൽ രാജ് എന്ന ദക്ഷിണേന്ത്യൻ സംഗീതജ്ഞനെ മറന്നും കൊണ്ടൊരു ഹരിനാരായണ ഗീതങ്ങളില്ല! ഹേമന്തം തന്റെ കൈക്കുമ്പിളിൽ ഉുവിയ നിലാപ്പൂവാണ് നീ എന്ന് പ്രണയിനിയോട് പറയുന്ന വരികളിലും തുടർന്നും പ്രണയാഭിനിവേശം മൃദുലമായ് ഒപ്പിയെടുത്ത ഗാനം.! വരികളുടെ ആത്മാവ് തൊട്ടെടുത്ത രാഗലയം... ആ ലയനം തുടർന്നും എസ്രയിലെ 'ലൈലാകമേ' എന്നതിലും മിന്നിത്തിളങ്ങിയിരുന്നു.

പാട്ടിന്റെ തുഴയെറിഞ്ഞു നീങ്ങിയ കാലമിപ്പോൾ 2020-ൽ എത്തി നിൽക്കുന്നു. വളരെ കുറച്ച് പാട്ടുകളിലൂടെയേ ഞാൻ പോയിട്ടുള്ളൂ... അഞ്ഞൂറിൽ എത്താറായി ഹരിനാരായണൻ ഗീതങ്ങൾ. അതിൽ നിന്നും ഏറെ ഇഷ്ടപ്പെട്ടത് തിരഞ്ഞെടുത്ത് പങ്കിടുന്നു. ആ ഇഷ്ടങ്ങളിനിയും തുടരണം ഹരീ...

ഈ കോവിഡ് കാലത്ത് തീയേറ്റർ കാണാതെ കംപ്യൂട്ടറിൽ ജനനമെടുത്ത 'സൂഫിയും സുജാതയും എന്നതിലെ ഗാനം പറയാതെ ഇതിനൊരു താൽക്കാലിക വിരാമമില്ലല്ലോ... സിനിമയും ഗാനങ്ങളും സോഷ്യൽ മീഡിയ കൊണ്ടാടിയത്...തുടക്കത്തിലെ ആ ഒതുക്കം നിലനിർത്തിയ കവിയുടെ ഈ ഗാനവും ഏറെ പ്രചരിക്കപ്പെട്ടു..

'വാതുക്കല് വെള്ളരിപ്രാവ്' എം ജയചന്ദ്രന്റെ സംഗീതമികവിൽ പാട്ടുസ്വാദകർ ഏറ്റെടുത്ത പാട്ടുമാണിത്. വെള്ളിമീനായ് നീയെന്ന റൂഹ് റൂഹ്... ഗംഭീരം...പ്രേമംവെളിച്ചം ഉള്ളുനിറച്ചൊരു താള്...

ഇനിയുമെത്ര രചനകൾ!

കാത്തിരിക്കുന്നു ഞങ്ങൾ...

ഇനിയൊരു കാലത്തേക്ക്...

വർണ്ണാഭമായ ഒരു പാട്ടുകാലം നമുക്കുണ്ടായിരുന്നു. അങ്ങനെ എഴുതുമ്പോൾ തന്നെ നെറ്റിചുളിക്കുന്നവരും, ചോദ്യം ചെയ്യുന്നവരും ഉണ്ടാവാം. ഉണ്ടാവണം. ഇപ്പോഴില്ലേ എന്ന് അസ്വസ്ഥതയോടെ ചിലർ..

എഴുത്തിനു ശേഷം ഈണം ചേർക്കുന്ന കാലത്തിൽ നിന്നും മാറി തയ്യാറാക്കിയ ഈണത്തിലേക്കു വരികളെ ചിലപ്പോൾ വികൃതമായി ചേർത്തുവെക്കേണ്ടിവരുന്ന എഴുത്തുകാരുടെ ധർമ്മസങ്കടങ്ങൾ ഉണ്ടിന്ന്. മുറിഞ്ഞുപോകുന്ന വാക്കുകൾ, അർത്ഥമില്ലായ്മയിൽ കുടുങ്ങി അപശബ്ദമായി പരിണമിച്ചതും നമ്മൾ കേട്ടറിഞ്ഞു. എന്നാലും അതിലും ആശയുടെ കിരണങ്ങൾ ഉണ്ടായിരുന്നു എന്നതും സത്യം. എഴുത്തും സംഗീതവും ഇഴുകിച്ചേർന്ന പഴയ കാല കെട്ടുറപ്പ്.. അവിടെ നിന്നും മടങ്ങുമ്പോൾ ഇന്നത്തെ കാലത്തെ ഗാന സ്രഷ്ടാക്കളെ ഒന്നോർത്തെടുക്കുന്നു...

സിനിമയ്ക്ക് മുൻപേ പാട്ട് ഹിറ്റാവുന്നത് ഇപ്പോൾ പുതിയ സംഭവ മല്ല. 'ഞാനും ഞാനുമെന്റാളും ആ നാൽപ്പതു പേരും പൂമരം കൊണ്ടേ ഒരു കപ്പലുണ്ടാക്കി' എന്ന വ്യത്യസ്തതയാർന്നൊരു ഗാനം അനുഭൂതിയലകൾ സൃഷ്ടിച്ചിരുന്നു ഇവിടെ. പൂമരം എന്ന ചലച്ചിത്രം മലയാള സിനിമയിൽ ഇതുവരെ ഇറങ്ങിയവയിൽ നിന്നും അതിന്റെ പ്രമേയം കൊണ്ട് വ്യത്യസ്തമായിരുന്നു. മഹാത്മാഗാന്ധി യുവജനോത്സവത്തിന്റെ ലൈവ് ആയിരുന്നോ അത് എന്ന് നമുക്ക് തോന്നും. ഒട്ടും അസ്വാഭാവികത തോന്നിക്കാത്ത തരത്തിൽ അത് ചിത്രീകരിക്കാൻ കഴിഞ്ഞതിൽ

അണിയറപ്രവർത്തകർക്ക് അഭിമാനിക്കാം. സംഗീത സാന്ദ്രമായ ഒരു അനുഭവം കൂടിയായിരുന്നു അത്. പുതുമുഖങ്ങളുടെ ഒരു മേളനം. അഭിനേതാക്കളായാലും, സംവിധായകനായാലും എല്ലാം... പാട്ടെഴുത്തിലും ഒരു പുതുമുഖം അതിൽ തെളിഞ്ഞു വിലസിയത് നമ്മൾ അനുഭവിച്ചറിഞ്ഞു. കവിയും എന്റെ സുഹൃത്തുമായ ശ്രീ അജീഷ് ദാസൻ എന്ന പുതുമുഖ പ്രതിഭ. കവിതയിൽ തന്റെ കഴിവ് തെളിയിച്ച യുവകവി. എന്നാൽ മുകളിൽ പറഞ്ഞ ഗാനം പക്ഷെ അദ്ദേഹത്തിന്റെ സൃഷ്ടി ആയിരുന്നില്ല. ആ പാട്ടിന്റെ ആദ്യ ലഹരി ഒതുങ്ങിയപ്പോൾ തെളിഞ്ഞു വന്നത് അജീഷ് എന്ന പ്രതിഭയുടെ മുഖമായിരുന്നു. മൂന്നു ഗാനങ്ങൾ അതിൽ അജീഷ് ചെയ്തിട്ടുണ്ട്. രണ്ടു ദിവസമായി ഞാൻ അജീഷിന്റെ പൂമരം ഗാനങ്ങൾ കേട്ടുകൊണ്ടിരിക്കുകയായിരുന്നു. വീണ്ടും വീണ്ടും കേൾക്കാൻ കൊതിപ്പിക്കുന്നത്. സരളമായ വരികളുടെ അസാധാരണമാ യ ഒതുക്കം എന്നെ അത്ഭുതപ്പെടുത്തി. ഫൈസൽ റാസി സംഗീതം ചെയ്ത 'നേരമായ് നിലാവിലീ ജാലകം തുറന്നീടാം...' എന്ന ഗാനം പകർന്നു തന്നതെന്തൊക്കെ എന്ന് ഞാൻ എന്നോട് ചോദിച്ചു... ഒരു കണ്ണീർത്തുള്ളി തുളുമ്പി, ഒന്ന് വിതുമ്പി ഞാൻ... എന്തിനോ... അത്രയ്ക്കൊരു ഫീൽ തന്നു ആ ഗാനം. പതുങ്ങി വന്ന സംഗീതത്തിന്റെ കുഞ്ഞു വിരലുകൾ നനുനനുത്ത നോവറിവുകൾ നൽകി കൺപോളകളെ നനച്ചുകളഞ്ഞു. സുഖകരമായ സംഗീതത്തിന്റെ അകമ്പടിയും അജീഷ് കവിതയും ചേർന്നപ്പോൾ മറ്റൊരു ലോകം തന്നെ സൃഷ്ടിക്കപ്പെട്ടുകയായിരുന്നു. ഉത്സവാന്തരീക്ഷം നിലനിൽക്കുന്ന സിനിമാതന്തു ആണെങ്കിലും പാട്ടുകൾ നേർത്ത വിഷാദം ഉള്ളിലടക്കിയ തംബുരു നാദങ്ങളായിരുന്നു. അതിങ്ങനെ ചിത്രത്തിന്റെ ഓരോ ഇടവേളകളിലും പടർന്നു കയറിയ നാദവിസ്മയം തന്നെയായിരുന്നു. വൈകാരികത മുറ്റിനിൽക്കുന്ന, ഗൃഹാതുരത്വം നിറഞ്ഞു കവിയുന്ന ഒരു ഗാനം കൂടി ഉണ്ട്. മഹാരാജാസ് കോളജിൽ പഠിച്ചവർക്കും, കലാലയ ജീവിതം ആഘോഷിച്ചവർക്കും വേദനയുടെ നെയ്യുറുമ്പുകൾ കടിക്കുന്ന അനുഭവമായിരിക്കും... ലീല ഗിരീഷ് കുട്ടൻ എന്ന അനുഗ്രഹീത സംഗീതകാലാകാരൻ ഈണമിട്ട 'ഇനിയൊരു കാലത്തേയ്ക്കൊരു പൂ വിടർത്തുവാൻ ഇവിടെ ഞാനീമരം നട്ടു' എന്ന ഗാനമേൽപ്പിച്ച സുഖവേദനയുടെ ആലസ്യത്തിൽ നിന്നും മുക്തനായിട്ടില്ല ഞാൻ ഇതുവരെ... അതിലെ 'വിരഹജനാലകൾ, വിജനവരാന്തകൾ' എന്ന പ്രയോഗത്തിലെ വൈകാരികതയും എടുത്തു പറയേണ്ടത്...പൂവിടർത്തുവാൻ മരവും, തീ പടർത്തുവാൻ മിഴികളും നട്ടു പോവുന്നവന്റെ അടർന്നു പോരുവാനാവാതെ വേരുറച്ചു പോവുന്നവന്റെ വിരഹജ്വാലകൾ... മഴയോർമ്മ ചൂടി നിൽക്കുന്ന ഇലകളെപോലെ കലാലയഓർമ്മകൾ... സൗഹൃദവും, പ്രണയവും, മഴയുടെ മൗനമായും,

ശിശിരത്തിന്നിലകളായും അടർന്നു പോയ മണ്ണിൽ നിന്നും തിരിച്ചുവരവില്ലാത്ത ഒരു വിടവാങ്ങൽ... കവിയുടെ വിങ്ങുന്ന മനസ്സിനെ ദർശിച്ച ഈ പാട്ടിൽ...

മറ്റൊരു ഗാനവുമുണ്ടതിൽ. അതിസുന്ദരമായ ഒരു രേഖാചിത്രം പോലെ തനിമയാർന്നത്.. കടവത്ത് ഉപേക്ഷിക്കപ്പെട്ടതായ ഒരു തോണി. തുഴക്കാരനില്ലാതെ, പുഴയുടെ പാട്ടറിയാതെ, നാവായ പങ്കായമുണരാതെ മണലിലമർന്ന തോണി... പുഴയിലൊഴുകിയ ഒരു കാലമോർത്ത് തളരുന്ന ഒരു തോണിജീവിതം അഥവാ മനുഷ്യജീവിതം... 'കടവത്തൊരു തോണിയിരിപ്പൂ പാട്ടില്ലാതെ, പുഴയില്ലാതെ' എന്ന കവിത നിറഞ്ഞു തുളുമ്പിയ ഗാനം...

പൂമരത്തിലെ ഗാനങ്ങൾ നൽകിയ ആത്മവിശ്വാസം കവിയ്ക്ക് തുടർ ചിത്രങ്ങളിലും ഗുണം ചെയ്യുക ഉണ്ടായി.. ആറോളം ചിത്രങ്ങൾക്ക് പാട്ടുകൾ എഴുതിയ അജീഷിന്റെ കഴിവ് തെളിയിക്കപ്പെട്ടത് മൂന്നു ചിത്രങ്ങളിലാണ്. പൂമരം, ജോസഫ്, തൊട്ടപ്പൻ. കവിതകളിൽ നിന്നും ആർജ്ജിച്ചെടുത്ത കരുത്തും, പദസമ്പത്തും വിതറിയിട്ടിരിക്കയാണ് ആദ്യചിത്രമായ പൂമരത്തിൽ.. തുടർ ചിത്രങ്ങളായ ഒരു ബോംബെ കഥയും, ഒരൊന്നൊന്നര പ്രണയ കഥയും കാര്യമായ ചലനങ്ങൾ കൊണ്ടുവന്നില്ലെങ്കിലും ബോംബെകഥയ്ക്ക് വേണ്ടി ചെയ്തപോലെ ഉള്ള ഗാനങ്ങളിൽ കൂടുതൽ മുഴുകി പോകരുത് എന്നൊരപേക്ഷയുണ്ട്...

ജോസഫിലെ പ്രധാന ഗാനം അജീഷിന്റേതാണ്. മലയാളികൾ ആഘോഷിച്ച ഗാനം. 'പൂമുത്തോളെ' എന്ന് ഒരൊറ്റ വാക്ക് മാത്രം പറഞ്ഞാൽ ആ പാട്ടിലെത്തപ്പെടുന്ന പ്രയോഗങ്ങൾ നിറഞ്ഞ ഒരു ഗാനം. ഒരച്ഛന്റെ മകളോടുള്ള മാനസികാടുപ്പത്തിന്റെ തീക്ഷ്ണത പൂമുത്തോൾ എന്ന സ്നേഹത്തിൽ നിന്നും വാറ്റിയെടുത്ത പദപ്രയോഗത്തിൽ തുടങ്ങി ഒരു മഴവില്ലു പോലെ ഉദിച്ചുയരുകയായിരുന്നു.. ജന്മം മുഴുവൻ അവൾക്കു വേണ്ടി, ഏതു ഇടറിച്ചയിലും കൈത്താങ്ങായി, അവൾക്കു ചുറ്റും കറങ്ങുന്ന ഉപഗ്രഹമായി സ്വയം സമർപ്പിക്കുന്ന ഒരച്ഛൻ മനം... രഞ്ജിൻ രാജ് എന്ന പുതുമുഖ സംഗീത സംവിധായകന്റെ നല്ല തുടക്കവുമായിരുന്നു. അവാർഡുകൾ വാരിക്കൂട്ടിയ ഗാനം. സിനിമയിൽ നിരഞ്ജ് സുരേഷ് ഭംഗിയായി പാടിയെങ്കിലും ഇതേ ഗാനം തന്നെ പാടിയ വിജയ് യേശുദാസിനാണ് അവാർഡുകൾ എല്ലാം കിട്ടിയതും എന്നത് ഖേദകരം തന്നെ...

തൊട്ടപ്പനിലെ സിതാരയുടെ ശബ്ദത്തിൽ ലീല ഗിരീഷ് കുട്ടൻ സംഗീതം ചെയ്ത 'കായലേ... കായലേ... നീ തനിച്ചല്ലേ' എന്ന ഗാനവും അജീഷ് ദാസന്റെ കയ്യൊപ്പു കലർന്ന കവിത തന്നെ... വീർപ്പുമുട്ടിക്കുന്ന

ഒരു ജീവിത സന്ദർഭത്തിന്റെ ഗാന ചിത്രീകരണം.. പ്രകൃതിയിലേക്ക് കലർന്ന് ചേരുന്ന ദുഖത്തിന്റെ നിഴൽപ്പാട്ടുകൾ. ചോദിക്കുകയാണ്... നീയുമെന്നെപോലെ തനിച്ചല്ലേ... എന്ന്. കടലോളമുണ്ട് സങ്കടങ്ങൾ നെഞ്ചിൽ... അത് നീയറിയുന്നില്ലേ എന്ന് കായലിനോടും, കാറ്റിന്നല കളോടും... ചങ്കിലുറഞ്ഞു കൂടുന്ന വിഷാദത്തിന്റെ ചുഴികളും തീർക്കുന്ന തീരാ വേദനകൾ...

അജീഷ് എന്ന പാട്ടെഴുത്തുകാരന്റെ യാത്ര തുടങ്ങിയിട്ടേ ഉള്ളൂ... ഇനിയുമെത്ര ചിത്രങ്ങൾ കാത്തിരിക്കുന്നു. എത്രയെത്ര പാട്ടുകൾ പിറ ക്കാനിരിക്കുന്നു... കാത്തിരിക്കുന്നു ഞങ്ങളും പ്രിയ എഴുത്തുകാരാ... എല്ലാ ഭാവുകങ്ങളും നേരുന്നു...

വരമഞ്ഞളാടിയ ശ്രുതികൾ

വൈകാരിക മുഹൂർത്തങ്ങൾ നിറഞ്ഞ ഗാനങ്ങൾ രചനയിലും സംഗീതത്തിലും മികവ് പുലർത്തിയവ ഏറെയുണ്ട് മലയാള സിനിമയിൽ. അതി വൈകാരികത കലർത്തിയും ചിലത്... വിരഹം, തനിച്ചാവൽ തുടങ്ങിയവ ചിത്രീകരിക്കുന്ന സീനുകളിൽ കടന്നു വരുന്ന ഗാനങ്ങളുടെ വൈകാരിക സ്ഫോടനങ്ങൾ പാട്ടു ചിന്തകരെ, ഇഷ്ടക്കാരെ അതിലേക്ക് വലിച്ചിടും. പൂർണത നേടാത്ത വരികളും ചിലപ്പോൾ സംഗീതത്തിന്റെ മേന്മയിൽ ലഹരി പതയ്ക്കും മനസ്സിൽ... സംഗീതത്തിന്റെ ആ കടലലകൾ മനസ്സിലുയർന്നതാണ് അസ്വസ്ഥമാക്കും...

'ഒരിക്കൽ മാത്രം വിളികേൾക്കുമൊ ഗദ്ഗദമായൊരു പാഴ്സ്വരമായ്' ശ്രീകുമാരൻ തമ്പി-ദക്ഷിണാമൂർത്തി ടീമിന്റെ ഈ സംഭാവന അവിസ്മരണീയമാണ്. 'ഏകാന്തപഥികൻ ഞാൻ' എന്ന പി ഭാസ്കരൻ-കെ രാഘവൻ കൂട്ടുകെട്ടിലെ ഈ വൈഡൂര്യം തിളക്കമോടെന്നും... ഒറ്റപ്പെടലിന്റെ തീക്ഷ്ണത വിവരിച്ച പി ഭാസ്കരൻ ഭാവനയെ കൈക്കൂപ്പുന്നു.. മാനവസുഖമെന്ന മായാമൃഗത്തിനെ തേടുന്ന പാന്ഥനല്ലോ നമ്മളൊക്കെ! വയലാറും-ദക്ഷിണാമൂർത്തിയും ചേർന്ന് രൂപപ്പെടുത്തിയെടുത്തിയ ഗാനം മുഖംമൂടികൾ ചീന്തിയെറിഞ്ഞു കൊണ്ട് സത്യത്തെ വെളിപ്പെടുത്തി. ആയിരം മുഖങ്ങളിലും കാണാത്ത മനുഷ്യന്റെ യഥാർത്ഥ മുഖത്തെ കുറിച്ച്... വിരസങ്ങളായ ആയിരമായിരം സ്വപ്നങ്ങളെ കുറിച്ച്... 'ആയിരം മുഖങ്ങൾ ഞാൻ കണ്ടു... ആയിരവും പൊയ്മുഖങ്ങളായിരുന്നു'

ദക്ഷിണാമൂർത്തിയേക്കാളും വൈകാരിക നിമിഷങ്ങൾ സംഗീതസാന്ദ്രമാക്കാൻ കൂടുതൽ വൈദഗ്ദ്യം ബാബു രാജിനായിരുന്നു എന്ന

തോന്നും ചിലപ്പോൾ... പി ഭാസ്കരൻ-ബാബുരാജ് ലയനം 'വിജന തീരമേ എവിടെ' എന്ന ഗാനത്തിൽ അനുഭവപ്പെട്ടും... വിരഹത്തിന്റെ അഴിഞ്ഞുലഞ്ഞ മാനസികാവസ്ഥ... ഇനിയുമെത്ര പറയാൻ കിടക്കു ന്നു. എഴുതിയാൽ തീരില്ല..

പാട്ടെഴുത്തിലും, സംഗീതത്തിലും പ്രതിഭകൾ മലയാളത്തിൽ ആദ്യം മുതൽക്കേ ഉണ്ടായിരുന്നു. മറ്റു ദക്ഷിണേന്ത്യൻ ഗായകർ മലയാള സിനിമയെ കീഴടക്കി എന്നത് സത്യമെങ്കിലും എഴുത്തിനും സംഗീത ത്തിനും മലയാളത്തിന്റേതായ ഒരു ആധിപത്യം എന്നുമുണ്ടായിരുന്നു. എന്നിരുന്നാലും തമിഴിൽ നിന്നും തെലുങ്കിൽ നിന്നും ഹിന്ദിയിൽ നിന്നും ഉജ്വല സംഗീത സംവിധായകർ ഇവിടെ തങ്ങളുടെ ലോകം സൃഷ്ടിച്ചി ട്ടുണ്ട്. നമ്മൾ മതിമറന്നിട്ടുണ്ട്... എം എസ് വിശ്വനാഥൻ, ഇളയരാജ, ബോംബെ രവി, നൗഷാദ്, സലിൽ ചൗധരി തുടങ്ങിയവരൊക്കെ തീർ ത്തുവെച്ചിട്ടുപോയ അക്ഷയഖനികൾ ഇവരിൽ നിന്നൊക്കെ തീർത്തും വ്യത്യസ്തനായിരുന്നു 1996-ൽ മലയാളത്തിൽ ഈണമിട്ടു വന്ന ശ്രീ വിദ്യാ സാഗർ.. തീവ്ര വൈകാരിക സന്ദർഭങ്ങളെ പാട്ടിലേക്കാ വാഹിക്കാൻ അസാമാന്യകഴിവ് പ്രകടിപ്പിച്ച വൻ. മലയാളം അതിനും സാക്ഷിയായി. വിദ്യാസാഗർ മാഹാത്മ്യം തമിഴിൽ കണ്ടമ്പരന്നവർ നമ്മൾ. പ്രണയ സാഫല്യത്തിന്റെ നിമിഷങ്ങളിലെ വൈകാരിക മുറുക്കം അനുഭവി പ്പിച്ച ഒരു ഗാനം ഉണ്ട്. എ സ് പി ബാലസുബ്രഹ്മണ്യവും ജാനകിയും ചേർന്നാലപിച്ച എന്നേക്കും സുന്ദര ഗാനം. 'മലരേ... മൗനമാ...' ഒരു സമർപ്പണത്തിന്റെ സ്നിഗ്ധത വഴിഞ്ഞൊഴുകുന്ന സംഗീതം... ഓരോ വരിയിലും വന്നു നിറയുന്ന രാഗസമ്പൂർണതയുടെ മഹാത്ഭുതം! വർണ്ണിക്കാൻ വാക്കുകളില്ലാത്ത, മനസ്സുറഞ്ഞുപോയ വിദ്യാവൈഭവം! അത്തരമൊരു സംഗീതമായാജാലക്കാരൻ ആണ് 1996-ൽ മലയാള ഗാനങ്ങൾക്ക് ഈണമിടാൻ എത്തപ്പെട്ടത്. മലരേ മൗനമാ ഗാന ത്തിന്റെ ഉയരങ്ങ ളിലേക്ക് മലയാള ഗാനങ്ങൾ എത്തപ്പെട്ടില്ലെങ്കിലും വിദ്യാസാഗർ സംഗീതം ഇവിടെയും സമാന പരീക്ഷണങ്ങൾ നടത്തി യിട്ടുണ്ട്. വിരഹത്തിന്റെ തീവ്രത മനുഷ്യ മനസ്സിനെ അസ്വസ്ഥപ്പെടുത്തുന്ന നിമിഷങ്ങളിൽ ഭ്രാന്താവസ്ഥയിൽ എത്തപ്പെടുന്നതും നമ്മൾ കണ്ടു, കേട്ടു... ദേവദൂതൻ എന്ന ചിത്രത്തിലെ കൈതപ്രത്തിന്റെ ലളിതമായ വരികൾക്ക് വിദ്യാസാഗർ നൽകിയ പൂർണത... 'എൻ ജീവനേ... എങ്ങാണ നീ... ഇനിയെന്ന് കാണും വീണ്ടും' എന്ന സാമാന്യ വരികൾ പോലും സംഗീതം കൊണ്ട് അത്യുന്നതി പൂകാൻ കഴിയും എന്ന് നമ്മൾ അറിഞ്ഞു. ശരിക്കും അതിവൈകാരികതയുടെ തീക്ഷ്ണ മുഹൂർത്തങ്ങളായി രുന്നു അതിലെ സംഗീതധാര... പിന്നീടോ അതിനു മുൻപോ ആ തീവ്രത അത്രയേറെ അനുഭവപ്പെട്ടിട്ടില്ല... എങ്കിലും...

‘സാന്ദ്രമാം സന്ധ്യതൻ മനയോല മാഞ്ഞുപോയ്...’ (കൃഷ്ണഗുഡിയിൽ ഒരു പ്രണയകാലത്ത്) ‘കാത്തിരിപ്പ കണ്മണീ... യാത്രയായ് സൂര്യാങ്കുരം...’ (നിറം) ‘സൂര്യനായ് തഴുകിയുറക്കമെന്നെച്ചനെയാണെനിക്കിഷ്ടം’ (സത്യം ശിവം സുന്ദരം) ‘പുന്നെല്ലിൻ കതിരോലത്തുമ്പത്ത്’ (മെയ്ഡ് ഇൻ യു എസ് എ) എന്നിവയിലൊക്കെ അത്ര ആഴത്തിലല്ലെങ്കിലും അത് മിന്നിമറഞ്ഞിട്ടുണ്ട്...

പ്രണയത്തിലെ മുറുക്കം അനുഭവിക്കുന്ന ഗാനങ്ങളും സുലഭം...

‘പിന്നെയും പിന്നെയും ആരോ കിനാവിന്റെ’ (കൃഷ്ണഗുഡിയിൽ..) ‘എങ്ങുനിന്നെങ്ങുമിന്നീ സുഗന്ധം’ (ഇലവങ്കോട് ദേശം) ‘ഒരു രാത്രി കൂടി വിടവാങ്ങവേ’ (സമ്മർ ഇൻ ബത്‌ലഹേം) എത്രയോ ജന്മമായ്..

‘ആരോ വിരൽ മീട്ടി’ (പ്രണയവർണ്ണങ്ങൾ) ‘വരമഞ്ഞളാടിയ രാവിന്റെ മാറിൽ മിഴിയറിയാതെ വന്നു ഞാൻ’ (നിറം) ‘കരളേ നിൻ കൈ പിടിച്ചാൽ’ (ദേവദൂതൻ) ‘വർത്തിങ്കൾ തെല്ലല്ലേ’ (ഡ്രീംസ്) ‘ദ്വാദശിയിൽ മണിദീപിക’ (മധുരനൊമ്പരക്കാറ്റ്) ‘മറന്നിട്ടുമെന്തിനോ മനസ്സിൽ’ (രണ്ടാം ഭാവം) ‘ചന്തുകുടഞ്ഞൊരു സൂര്യൻ മാനത്ത്’ (ചാന്തുപൊട്ട്)

‘ആരാരും കാണാതെ’ (ചന്ദ്രോത്സവം)

‘അനുരാഗവിലോചനനായി’ (നീലത്താമര) ‘മലർവാക കൊമ്പത്ത്’ (എന്നും എപ്പോഴും)

ഈ ഗാനങ്ങളൊക്കെ നിരത്തിഎഴുതിയത് അതിൽ വന്നു പോവുന്ന ഭാവങ്ങൾ ഒന്നോർത്തു പോവാൻ വേണ്ടി കൂടിയാണ്.

ഗിരീഷ് പുത്തഞ്ചേരി രചനകൾ കൂടുതൽ മിഴിവേകിയ കാലങ്ങളായിരുന്നു അവ. ഗിരീഷിനെ വിദ്യാസാഗറിൽ കൂടിയും നമ്മളോർക്കും. വരികളും സംഗീതവും അത്രയേറെ പൊരുത്തം... പുത്തഞ്ചേരിയുടെ മനസ്സറിഞ്ഞു കൊണ്ട് സംഗീതം ചെയ്യുതാണെന്ന് തോന്നും... 1996-ൽ അഴകിയ രാവണൻ എന്ന ചിത്രത്തിന് വേണ്ടി സംഗീതം ചെയ്യാനായി നിയോഗിക്കപ്പെട്ടുവന്ന ആ ആന്ധ്രപ്രദേശുകാരൻ പിന്നീട് ഓരോ ഇടവേളകളിലും ഇവിടം സംഗീതസാന്ദ്രമാക്കുകയായിരുന്നു. ഇന്ദ്രപ്രസ്ഥത്തിലെ ഗാനങ്ങളിലൂടെ തുടർന്ന് വെള്ളിലാ ചന്ദനക്കിണ്ണം കണ്ട് മഞ്ഞുമാസ പക്ഷിയുമായി കൂട്ടുചേർന്ന് കണ്ണാടി കൂടും കൂട്ടി ഒത്തിരി ഒത്തിരി സ്വപ്നങ്ങൾ കാണാൻ ഞങ്ങളെ പ്രേരിപ്പിച്ചു...

കൂടുതൽ ഗാനങ്ങളിലൂടെ ഒന്നും കടന്നു പോവുന്നില്ല. മികച്ചതിനിയും കിടക്കുന്നു. എപ്പോഴുമെപ്പോഴും കേൾക്കാൻ തോന്നുന്നത്.

എം ഡി രാജേന്ദ്രൻ-ദേവരാഗശിൽപി

ഭരതൻ ചിത്രങ്ങളിലൂടെ ഒരു യാത്ര പോയപ്പോഴാണ് കൈവിട്ടുപോയ ആ എഴുത്തുകാരനെ കണ്ടെത്തിയത്. കവിയും പാട്ടെഴുത്തുകാരനുമായ ശ്രീ എം ഡി രാജേന്ദ്രൻ. അതുമൊരു മുഷിപ്പൻ ചിത്രത്തിന്റെ നീണ്ട റീലുകളിൻ അനാവശ്യമായി തലവെച്ച കൊട്ടത്തതിന്റെ അസ്വസ്ഥതകൾക്കിടയിലും...

ഭരതൻ ചിത്രങ്ങളിൽ മോശപ്പെട്ട ഒരു ചലച്ചിത്രമാണ് പാർവതി. തുടക്കത്തിലെ ഗാനം കാരണം അൽപനേരം സിനിമ ചെറിയൊരു നിർവൃതി തന്നു. പിന്നെ...ഭരതൻ ചിത്രമല്ലേ... ഭരതൻ ടച്ച് ഉണ്ടാവാതിരിക്കുമോ എവിടെ? ഒരു ക്രോസ്സ് ബെൽറ്റ് മണി ചിത്രത്തിന്റെ 'മേന്മ' പോലും ഇല്ലാത്ത വഷളൻ ചിത്രം... കഥ, തിരക്കഥ കാക്കനാടനും വല്ലാത്ത ചതിയായി പോയി എന്ന് മനസ്സ് പുലമ്പിക്കൊണ്ടിരിക്കുമ്പോഴാണ് 'നന്ദസുതാവര തവ ജനനം വൃന്ദാവന ശുഭ പുളിനം 'എന്ന ജോൺസൺ സംഗീതം ചെയ്ത ഗാനം വീണ്ടും കേട്ടത്... നൃത്ത സംബന്ധിയായി ചിട്ടപ്പെടുത്തിയ ഗാനമായിരുന്നു ചിത്രത്തിൽ... വാണിജയറാം പുഷ്കല കാലത്തായിരുന്നു ഈ പാട്ടിന്റെ വരവും..

എം ഡി രാജേന്ദ്രൻ സിനിമയ്ക്ക് വേണ്ടി തന്റെ കവിത്വം ബലി കഴിക്കാത്ത കവിയാണ്. കവിത നിറഞ്ഞ ഗാനങ്ങൾ ആയിരുന്നു മിക്കവാറും എല്ലാ ചിത്രങ്ങളിലും. അതുകൊണ്ടു തന്നെ അദ്ദേഹത്തിന്റെ ഗാനങ്ങളുടെ കൂടിച്ചേരൽ കൊണ്ട് ആ ഭരതൻ ചിത്രം മുഴുക്കെ കണ്ടു... ആ സർഗസൃഷ്ടികളിൽ മുങ്ങി നിവർന്നപ്പോൾ എന്തൊരു സുഖം... നന്ദിയോടെ അദ്ദേഹത്തിന് വേണ്ടി അല്പം കുറിക്കാമെന്നു കരുതി.

തോപ്പിൽഭാസിയുടെ ചിത്രമായ മോചനം എന്നതിൽ ആദ്യ ഗാനം. ദേവരാജൻ സംഗീതത്തിൽ തുടക്കം. വന്ധ്യമേഘങ്ങളേ എന്തിനു പാടി സിന്ധുഭൈരവി രാഗം...മാധുരിയുടെ ശബ്ദത്തിൽ നല്ലൊരു തുടക്കം. ഒരു വിരഹഗാനത്തിന്റെ എല്ലാ ചേരുവകളും നിറഞ്ഞ വരികൾ...

പിന്നീടായിരുന്നു ശാലിനി എന്റെ കൂട്ടുകാരി എന്ന മോഹൻ ചിത്രം.. ഹിമശൈല സൈകത ഭൂമിയിൽ നിന്നു നീ... മാധുരിയുടെ സ്വരം. ഗംഗാ പ്രവാഹമായ്, കൈക്കുടന്നയിലെ നീലാഞ്ജന തീർത്ഥമായ്, പീയൂഷ വാഹിനിയായ്, പ്രണയപ്രവാഹമായ് വന്നത് ഓർമ്മകളുടെ കാണാ ക്കയങ്ങളിൽ നിന്നും വീണ്ടും ഒരുക്കിയെടുക്കുന്ന കവിത... എംഡി രാജേന്ദ്രന്റെ മികവുറ്റ രചനയാണ് ഇത്..

പാർവതിക്ക് വേണ്ടി എഴുതിയ മദനഗാനമായിരുന്നു 'കുറനിരയോ മഴ മഴ മുകിൽ നിരയോ' എന്നത്. മദനകേളീ രംഗങ്ങൾ ചിത്രീകരിക്കു ന്നതിൽ ഏറെ നിപുണത കാട്ടുന്ന സംവിധായകൻ ആണല്ലോ ഭരതൻ. അത്തരം രംഗങ്ങൾ ഇഴുകി ചേർന്ന ഒരു പാട്ടായിരുന്നു അത്. അനുപ ല്ലവിയിലും ചരണത്തിലും കാമോൽസുകമായ ചടുല വാക്കുകൾ ഇഴ ചേർന്ന സുരഭില നിമിഷങ്ങൾ കോർത്തെടുക്കുന്ന അവാച്യാനുഭൂതി പ്രേക്ഷകന് നൽകുന്ന വരികൾ തന്നെയായിരുന്നു അത്. എന്നാൽ ഒരു വിരഹ കാമുകന്റെ മാറി നിന്നുള്ള ലോല വികാരങ്ങൾ പകർത്തിയ ഒരുഗാനം ആയിരുന്നു 'നിൻ തുമ്പു കെട്ടിയിട്ട ചുരുൾ മുടിയിൽ...' ഒരു കവിത പോലെ സുന്ദരമായ വരികൾ വീണ്ടും ഇതൾ വിരിഞ്ഞിട്ടുണ്ട് ഈ കവിയിൽ നിന്ന്...

മോഹന്റെ തന്നെ മംഗളം നേരുന്നു എന്ന ചിത്രത്തിലെ രണ്ടു ഗാനങ്ങളും മികവിൽ മികച്ചതായിരുന്നു... 'ഋതു ഭേദകൽപ്പന ചാരുത നൽകിയ' എന്ന ഗാനത്തിന്റെ വരികളിലൂടെ പോവുമ്പോൾ അത്ഭുത പ്പെട്ടും നമ്മൾ. അതീവ പ്രണയത്തിന്റെ നാൾവഴികളിൽ നിന്നും ചില പ്പോഴനിവാര്യമായ വിരഹത്തിന്റെ, പിരിഞ്ഞുപോകലിന്റെ യാഥാർഥ്യ ത്തിലൂടെ പോവുമ്പോൾ പ്രത്യേകിച്ചും...അമ്മയുടെ താരാട്ടുപാട്ടുകളേറെ കേട്ടിട്ടുണ്ട് സിനിമയിലൂടെ, എന്നാൽ അച്ഛന്റെ താരാട്ടുഗീതങ്ങൾ വളരെ കുറവായിരുന്നു. വരിയിലും ഈണത്തി ലും ഒന്നാംതരമായ ഒരു ഗാനവും ഇതിലുണ്ട്. 'അല്ലിയിളം പൂവോ, ഇല്ലിമുളം തേനോ?' കൃഷ്ണചന്ദ്രനിലെ ഗായകനെ പൂർണമായും ഉപയോഗപ്പെടുത്തിയ താരാട്ടുപാട്ട്. അതീവ ഹൃദ്യമായിരുന്നു..ഭരതന്റെ ദേവരാഗത്തിലും എം ഡി രാജേന്ദ്രൻ വരികൾ ആയിരുന്നു. ചിത്രത്തേക്കാൾ എന്തുകൊണ്ടും ഉയർന്നു നിന്ന ഗാനങ്ങൾ... 'ശശികല ചാർത്തിയ ദീപാവലയം' എന്ന നൃത്ത ഗാനം. പ്രണയത്തിന്റെ ലാസ്യ ലഹരിയുടെ ഉൾത്തുടിപ്പുകളോടെ 'ശിശിരകാല

മേഘമിഥുന രതിപരാഗമോ?' എന്ന ഗാനവും അതിൽ ശ്രദ്ധയാകർഷിച്ചു. 'യ യ യാ യാദവാ' എന്ന വരികളോടെ ഒരു പരീക്ഷണവും അദ്ദേഹം നടത്തി. കീരവാണിയുടെ മായാജാലം തന്നെയായിരുന്നു അതിലെ ഓരോ ഗാനവും..

ഒരു കഥ ഒരു നുണക്കഥ എന്നതിലെ 'അറിയാതെ അറിയാതെ എന്നിലെ എന്നിൽ കവിതയായ് വന്ന തുളുമ്പി' മറ്റൊരു എം.ഡി.രാജേന്ദ്രൻ സാക്ഷ്യം...

ജെറി അമൽദേവും, ജോൺസണും കുറച്ചു ഗാനങ്ങൾ സംഗീതം ചെയ്തിട്ടുണ്ട്. ഒരു എം ഡി രാജേന്ദ്രൻ കാലം സിനിമയിൽ ഉറപ്പിച്ചു നിർത്തുന്ന വിരലിലെണ്ണാവുന്ന ഗാനങ്ങളെ ഉള്ളുവെങ്കിലും...

മനതാരിലെന്നും...

ബഹുമുഖപ്രതിഭകളായ എത്രയോപേർ ഇവിടെ സർഗ്ഗപരമായ തങ്ങളുടെ ലോകത്തിൽ വിഹരിക്കുന്നുണ്ട്. അന്തർമുഖരായ പ്രതിഭകൾ അതിലുമെത്രയോ! അത് പലപ്പോഴും കാലത്തോടൊപ്പം ഒഴുകിമറയും. പ്രതിഭ വെളിച്ചത്തു കൊണ്ടുവരാൻ, ഒഴുകിപ്പരക്കാൻ ആഗ്രഹിക്കാത്ത പ്രഗത്ഭമതികൾ ഉള്ളയിടത്താണ് അല്പജ്ഞാനി കളുടെ വിളയാട്ടങ്ങളും. എല്ലാം കാണാനും കേൾക്കാനും അനുഭവി ക്കാനും പാവം പ്രേക്ഷകരും, ശ്രോതാക്കളും, നിരീക്ഷകരും... മറ്റു ചില രാകട്ടെ തങ്ങളുടെ ലക്ഷ്യത്തിലെത്താൻ അതിന്റെ പാതകളിലെ ചില വഴിയമ്പലങ്ങളിൽ വിശ്രമിച്ചുകൊണ്ട് ഊർജസ്വലരായി യാത്ര തുടരും... ആ വഴിയമ്പലങ്ങൾ അവരുടെ യാത്രാവേളകളിൽ പലതും ഇറക്കി വിശ്രമിക്കുന്ന ഇടങ്ങൾ കൂടിയാണ്... അങ്ങനെ ഓരോ ഇ ടത്താവളങ്ങ ളിലും ഇറക്കി വെച്ച് പോവുന്ന അവരുടെ നിശ്വാസങ്ങളും, വിചാരങ്ങളും, വികാരങ്ങളും വരെ മറ്റൊരു ഭൂമിക തീർക്കുന്നു. ആ സർഗ്ഗഭൂമിക പിന്നീ ടവർക്കൊരു അതിശയം തന്നെയായിരി ക്കും...

അങ്ങനെ സിനിമയിൽ കടന്നു വന്ന ശ്രീ സത്യൻ അന്തിക്കാട് എന്ന സംവിധായകന്റെ സിനിമായാത്രകളിലെ ഇടത്താവളങ്ങളിലെ സമ്പുഷ്ടമായ ചില പാട്ടിടങ്ങളിൽ നമ്മളൊന്ന് പോയിവരുകയാണ്, മനസ്സുകൊണ്ട്...

കുടുംബചിത്രങ്ങളുടെ സംവിധായകൻ ആണ് സത്യൻ അന്തിക്കാട്. ഹാസ്യത്തിന്റെ നൂൽകൊണ്ട് കോർത്തെടുത്ത കുടുംബസദസ്സിലെ വൈകാരിക മുഹൂർത്തങ്ങൾ നിറഞ്ഞത്. സത്യൻ സിനിമകൾക്ക് വേണ്ടി കാത്തിരിക്കുന്ന കാലം തന്നെ ഉണ്ടായിരുന്നു. ന്യൂജനറേഷൻ

സിനിമാകാലത്ത് അദ്ദേഹത്തിന്റെ സിനിമകൾ കാലത്തിനനുസരിച്ച സഞ്ചരിക്കാത്തവ എന്ന അപഖ്യാതിയും നേരിടാൻ തുടങ്ങി. കളം മാറ്റിച്ചവിട്ടാൻ എന്നിട്ടും അദ്ദേഹം തെയ്യാറായില്ല. ഞാൻ പ്രകാശൻ എന്ന സിനിമ വരെ എത്തിനിൽക്കുമ്പോൾ മലയാള സിനിമയ്ക്ക് അഭിമാനിക്കാവുന്ന ഒട്ടേറെ സിനിമകളും, മുഹൂർത്തങ്ങളും ഉണ്ട് എന്നതിൽ സംശയമൊന്നുമില്ല..

1975-ൽ സുഹൃത്തായ ഡോക്ടർ ബാലകൃഷ്ണന്റെ സിനിമയിലൂടെ അരങ്ങേറ്റം. എങ്കിലും രണ്ടാമത്തെ ചിത്രമായ സിന്ദൂരത്തിലൂടെ പേരും പെരുമയും. 'ഒരു നിമിഷം തരൂ നിന്നിലലിയാൻ... ഒരു യുഗം തരൂ നിന്നെയറിയാൻ നീ സ്വർഗരാഗം ഞാൻ രാഗമേഘം' എന്ന ഭാവനയും ഈണവും വല്ലാതെ തരളിതമായിരുന്നു... സ്ത്രീജന്മത്തെ എത്ര മഹത്തരമാക്കി എഴുതിയ ഗാനം! ഒരു നിമിഷം കൊണ്ട് നേടുന്ന അലിഞ്ഞു ചേരൽ എങ്കിലും അനുഭവിച്ചറിയാൻ ഒരു യുഗം തന്നെ വേണമെന്ന പ്രണയസാക്ഷ്യം...

ആദ്യത്തെ ഗാനത്തിലൂടെ തന്നെ ശ്രീകുമാരൻതമ്പി, ഓ. എൻ.വി. കുറുപ്പ് രചനകളോട് കിടപിടിക്കുന്നതായിരുന്നു സത്യൻ രചനയും. നീലാംബരത്തിലെ 'നീരദകന്യകൾ നിൻ നീല മിഴി കണ്ടു മുഖം കനിച്ച്' എന്ന സങ്കല്പം ഓ എൻ വി ഭാവനകളോട് ഏറെ സാമ്യം...

സത്യൻ അന്തിക്കാടിന്റെ ഏറെ ഗാനങ്ങളും സംഗീതം ചെയ്തിട്ടുള്ളത് എ.ടി.ഉമ്മർ, ശ്യാം, രവീന്ദ്രൻ എന്നിവരാണ്. എം.ജി. രാധാകൃഷ്ണനും, ജോൺസണും ഇടയ്ക്കു വന്നു പോയവർ. എ. ടി. ഉമ്മറിന്റെ ലളിതഗാന രീതിയിൽ നിന്നും ശ്യാമിന്റെ പാശ്ചാത്യരീതി കലർപ്പിൽ നിന്നും രവീന്ദ്രന്റെ അർദ്ധ ക്ലാസിക്കൽ ഈണങ്ങളിലൂടെ കടന്നുപോയതാണ് സത്യൻ ഗാനങ്ങൾ...

ഏറ്റവും മികച്ചവ ഇവയൊക്കെയാണ്...

1. 'ഒരു നിമിഷം തരൂ നിന്നിലലിയാൻ...' (സിന്ദൂരം-എ ടി ഉമ്മർ)

2. 'താരകേ മിഴിയിതളിൽ കണ്ണീരുമായി' (ചൂള-രവീന്ദ്രൻ)

3. 'പൂവിരിഞ്ഞല്ലോ ഇന്നെന്റെ മുറ്റത്തും' (എനിക്ക് ഞാൻ സ്വന്തം... ശ്യാം)

4. 'ഓ... മൃദുലേ... ഹൃദയമുരളിയിലൊഴുകി വാ' (ഞാൻ ഏകനാണ്... എം ജി രാധാകൃഷ്ണൻ)

ഈ നാല് ഗാനങ്ങൾ മാത്രം മതി സത്യൻ അന്തിക്കാട് എന്ന നാമം പാട്ടുലോകത്തോർമ്മിക്കാൻ...

1976-ൽ തുടങ്ങിയ പാട്ടുസപര്യ ദീർഘകാലം നീണ്ടുനിന്നിരുന്നില്ല 1982-ൽ ആദ്യ ചിത്രം സംവിധാനം ചെയ്തിറക്കിയതിലും തുടർന്നും ചില സ്വന്തം സിനിമകളിലും പാട്ടുകളെഴുതി ഇദ്ദേഹം... 'പൂവെയിൽ മയങ്ങും പൊന്നുഷസ്സിൻ മടിയിൽ പൂമ്പൊടിയലിയും തെന്നലിന്റെ ചൊടിയിൽ...' സരിത എന്ന ചിത്രത്തിലെ ശ്യാം സംഗീതം ചെയ്ത സുശീല ഗാനത്തിലൂടെ തുടർന്ന്...

തേൻമുല്ല പൂവേ... മാരിക്കാർ മുകിലേ... നീയോ ഞാനോ എന്ന ചിത്രത്തിലെ ശ്യാമീണത്തിലൂടെ ജാനകീ സ്വരത്തിലൂടെ ആനന്ദരാഗമെഴുതിയ കരളിലെ മദഭരഭാവം...തടവറ എന്ന ചിത്രത്തിലെ എ ടി ഉമ്മർ ഭാവനയിലൂടെ വാണിജയറാം ശബ്ദത്തിലൂടെ ഒഴുകിയൊഴുകി...ചിത്രയുടെ സ്വരരാഗഭാവലയങ്ങളിലൂടെ ഉള്ള സഞ്ചാരം... ചിത്ര ആദ്യമായി പാടി ശ്രദ്ധിക്കപ്പെട്ടത് ഞാൻ ഏകനാണ് എന്ന ചലച്ചിത്രത്തിലൂടെ ആണ്.. ആദ്യത്തെ ചിത്രയുടെ യുഗ്മഗാനം പിറവി കൊണ്ടത് സത്യൻ ഗാനത്തിലൂടെ... പ്രണയവസന്തം തളിരണിയുമ്പോൾ പ്രിയസഖി എന്തെ മൗനം... എന്ന യുഗ്മഗീതം ഒരു ചിത്രയുഗത്തിന്റെ തുടക്കമായിരുന്നു... 'രജനീ പറയൂ... പൂനിലാവിൻ പരിലാളനത്താൽ നൊമ്പരങ്ങൾ മാറുമോ?' എന്ന ചോദ്യത്തോടെ ചിത്രയുടെ സോളോ അരങ്ങേറ്റം... തരളിത പ്രകൃതീ ഭാവങ്ങൾ ഹൃദയത്തി ലേക്ക് ഏറ്റുവാങ്ങിയാലും നൊമ്പരത്തിന്റെ അലകൾ അടങ്ങുമോ? പ്രണയ വിരഹത്തിന്റെ അതിതീവ്ര തലങ്ങൾ ചിത്രീകരിച്ച ഞാൻ ഏകനാണ് എന്ന മധുവിന്റെ നിർമാണത്തിൽ പി.ചന്ദ്രകുമാർ സംവിധാനം ചെയ്ത ചിത്രം അന്ന് വമ്പൻ വിജയമായിരുന്നു. പാട്ടുകളുടെ ലയനം സിനിമയ്ക്ക് കൂടുതൽ കൊഴുപ്പേകി...

രവീന്ദ്രൻ അർദ്ധ ക്ലാസിക്കൽ തലത്തിലേക്ക് സത്യൻ ഗാനങ്ങൾ മാറുന്നതിൻ മുൻപേ എ.ടി.ഉമ്മർ ലളിത സംഗീതത്തിൽ കുറേ യുറെ ഗാനങ്ങൾ ജന്മമെടുത്തു...

അഗ്നിവ്യൂഹത്തിലെ പ്രേതഗാനം എസ് ജാനകിയുടെ ശബ്ദ ത്തിൽ കേരളക്കരയാകെ അലയടിച്ചു... റേഡിയോവിൽ മുഴങ്ങിയ ആ ഗാനം... 'യാമിനീ... എന്റെ സ്വപ്നങ്ങൾ വാരിപ്പുണർന്നു... മൂകമാം കാലത്തിൻ പൊൻശരങ്ങൾ 'വാസന്തദേവത വന്നു' (അധികാരം) 'താളം തുള്ളും താരുണ്യമോ' (അധികാരം) 'നിലാവിന്റെ ചുംബനമേറ്റു' (അവതാരം) 'കാറ്റും ഈ കാടിന്റെ കുളിരും മായല്ലേ എൻ മഴവില്ലേ' (തടവറ) 'അന്തരംഗത്തിൻ അജ്ഞാത നൊമ്പരങ്ങൾ' (ആയുധം) 'ശ്യാം സംഗീതത്തിൽ മഴത്തുള്ളിത്തുള്ളി നൃത്തമാടിവരും' (സരിത) 'ഒരു പ്രേമഗാനം പാടി' (അസ്തമയം) 'കിനാവിൻ ഏദൻ തോട്ടം' (ഏദൻ തോട്ടം) 'കുഞ്ഞിളം

ചുണ്ടിൽ പുഞ്ചിരി കാണാൻ' (ഗായത്രിദേവി എന്റെ അമ്മ) എന്നിവയൊക്കെ സത്യൻ വരികളെ കൊണ്ടാടിയ കാലത്തെ സംഗീതവഴികൾ...

ശരിക്കും രവീന്ദ്രൻ സംഗീതം ഒന്നുകൂടി സത്യൻ വരികളെ മുറുക്കി... അർദ്ധശാസ്ത്രീയമായ രീതിയിൽ കുറച്ചു ഗാനങ്ങൾ...

'മാനസാദേവീ നിൻ രൂപമോ...

വനമാല ചൂടി മദിരോത്സവത്തിന്' (ധ്രുവ സംഗമം) 'ഇല്ലിക്കാട്ടും ചെല്ലക്കാറ്റും..' (അടുത്തടുത്ത്) 'മനതാരിലെന്നും പൊൻകിനാക്കൾ' (കളിയിൽ അല്പം കാര്യം) 'കണ്ണോടു കണ്ണായ സ്വപ്നങ്ങൾ... ഹൃദയ സഖീ നീ അരുകിൽ വരൂ' (കിന്നാരം) ഇവയിലൂടെ അന്തിക്കാടിന്റെ ഭാവന സ്വരരാഗചിലങ്കയണിഞ്ഞു നൃത്തംവച്ചു...

ജോൺസൺ ഒന്ന് രണ്ടു സിനിമകൾക്ക് സംഗീതം ചെയ്തിട്ടുണ്ട്. ജോൺസന്റെ മാസ്മരിക സംഗീതത്തിൽ തന്റെ വരികൾ ചേർക്കപ്പെടണം എന്ന സത്യൻ അന്തിക്കാടിന്റെ മോഹം ആയിരിക്കും കാലങ്ങൾക്കു ശേഷം അദ്ദേഹം വീണ്ടും എഴുതാൻ കാര്യം... ഗുവൽ കൊട്ടാരത്തിലെ 'തങ്കനൂപുരമോ...' വീണ്ടും ചില വീട്ടുകാര്യങ്ങളിലെ 'വിശ്വം കാക്കുന്ന നാഥാ' എന്ന ഓരോ ഗാനങ്ങൾ എഴുതിയതും...

സത്യൻ അന്തിക്കാട് പാട്ടെഴുതിയ സിനിമകളൊക്കെ ഏറെയും രണ്ടാം തരം സിനിമകളായിരുന്നു. ജയൻ, രവികുമാർ, സീമ കാലഘട്ടത്തിലെ തട്ടിക്കൂട്ട് സിനിമകൾ.. എന്നിട്ടും പാട്ടുകൾ ഇവയെ അതിജീവിച്ചു എന്നത് ഇദ്ദേഹത്തിലെ കവിയുടെ കഴിവ്. വരും സിനിമകളിലും ഞങ്ങളിനിയും പാട്ടുകൾ പ്രതീക്ഷിക്കുന്നുണ്ട്. പ്രത്യേകിച്ച് സിനിമയിൽ നിന്നും പാട്ടുകളുടെ കാലം ഒഴിഞ്ഞു പോയിരിക്കുന്ന ഈ സമയത്ത്...

പാട്ടിന്റെ മഞ്ഞണിക്കൊമ്പ്

പാട്ടെഴുത്തുകാരനും സംഗീതജ്ഞനും തമ്മിലുള്ള പൊരുത്തത്തെ പറ്റി പലപ്പോഴും പറഞ്ഞിട്ടുണ്ട്. ഒരാളുടെ പ്രതിഭ കൊണ്ട് രണ്ടുപേരും ശ്രദ്ധിക്കപ്പെട്ടുപോവാറുമുണ്ട്. രണ്ടുപേരും തുല്യ നിലയിലുള്ള പ്രതിഭാധനർ ആണെങ്കിൽ എന്നെന്നും ഓർമ്മിക്കത്തെരത്തിലുള്ള സൃഷ്ടികൾ പിറക്കുകയും ചെയ്യും. മലയാള സിനിമ അത്തരം കൂടിച്ചേരലുകൾക്കു വേദിയായിട്ടുണ്ട്. പലവട്ടം. പലരാൽ. അവരിൽ നിന്നും പിറവിയെടുക്കുന്നതൊക്കെ നിധിയായി കൈനീട്ടി വാങ്ങിയിട്ടുമുണ്ട്.

പാട്ടെഴുത്ത്-സംഗീതം പോലെ ഇഴുകിച്ചേർന്ന വേറെയും ബന്ധങ്ങൾ ഉണ്ട്. അതിലൊന്ന് സംവിധായകൻ-സംഗീതജ്ഞൻ കൂട്ടുകെട്ടാണ്. അതാവുമ്പോൾ കുറേക്കൂടെ ഭാവനാലോകം വികസിക്കുന്നതായി തോന്നും. അത്തരം ബന്ധങ്ങളിൽ നിന്നും ഉരുത്തിരിഞ്ഞു വന്ന സിനിമകൾ രണ്ടു വിധത്തിൽ ശ്രദ്ധിക്കപ്പെടുന്നു. മികച്ച സിനിമയും, ഉജ്വല ഗാനങ്ങളും. അങ്ങനെയുള്ള ഒരു കോമ്പിനേഷൻ ആണ് ഫാസിൽ-ജെറി അമൽദേവ്. തുടക്കം തന്നെ ഒന്നിച്ച്. ഒന്നായൊഴുകിയത് കുറെ സിനിമകളിലൂടെ. പിന്നീടെന്തോ വേറിട്ടൊഴുകി. അപ്പോൾ നഷ്ടം രണ്ടുപേർക്കുമായിരുന്നു. അത്യപൂർവം ഫാസിൽ ചിത്രങ്ങളേ ജെറി സംഗീതം ഇല്ലാതെ വിജയിച്ചിട്ടുള്ളൂ.

ഫാസിലിനും ജെറി അമൽദേവിനും മികച്ചൊരു തുടക്കം സമ്മാനിച്ച ചിത്രമായിരുന്നു മഞ്ഞിൽ വിരിഞ്ഞ പൂക്കൾ. മലയാള സിനിമ ഗതി മാറി ഒഴുകിയ വർഷം. 1980 എൺപതുകളിലെ വസന്തങ്ങളിൽ മലയാള സിനിമ പൂത്തുലഞ്ഞ വർഷം. ആ മഞ്ഞിൽ വിരിഞ്ഞ പൂക്കളുടെ

സുഗന്ധം ഏറെക്കാലം മലയാള സിനിമയെ ഉന്മത്തയാക്കി. അതിളക്കിയ ഓളം സിനിമാസങ്കൽപ്പങ്ങളെ തന്നെ മാറ്റിമറിച്ചു. നായകസങ്കൽപ്പത്തിന് മറ്റൊരു രൂപം. അതെത്ര മലയാള സിനിമാപ്രേക്ഷകർ സ്വീകരിച്ചു എന്നത് മറ്റൊരു കാര്യം! നായികാ ഭാവത്തിനും ഏറെ ചാരുത പകർന്ന കഥാപാത്രം. അതിലേറെ ജനം സ്വീകരിച്ചത് വില്ലനെ ആയിരുന്നു. മലയാള സിനിമ അത്യാശ്ചര്യത്തോടെ വരവേറ്റ വില്ലൻ നടൻ-മോഹൻലാൽ. കടുത്ത ഭാവങ്ങളുള്ള വില്ലൻ കഥാപാത്രങ്ങൾ മുൻപും ഉണ്ടായിട്ടുണ്ടെങ്കിലും നാടകീയത കലരാത്ത, കടുംചായങ്ങൾ കലരാത്ത, ജീവിതത്തിൽ നിന്നും ഇറങ്ങി വന്ന വില്ലൻ. അതിലെ ഗാനങ്ങൾ ഏറെ ശ്രദ്ധിക്കപ്പെട്ടതായിരുന്നു. പുതു മുഖ സംഗീതജ്ഞനെ മലയാളം നെഞ്ചേറ്റി ലാളിച്ചു. 'മിഴിയോരം നിലാവലയോ...' 'മിഴിയോരം നനഞ്ഞൊഴുകും..' എന്ന ഇരട്ട ഗാനം സൃഷ്ടിച്ച അലകൾ കാലങ്ങളോളം ഇവിടെ തരംഗമായിരുന്നു... 'മഞ്ഞണികൊമ്പിൽ ഒരു കിങ്ങിണി കൊമ്പിൽ' എന്ന ഗാനത്തോടൊപ്പം നായികയ്ക്കൊപ്പമായിരുന്നു ജനമനസ്സ്. 'മഞ്ചാടിക്കുന്നിൽ മണിമുകിലുകൾ ദൂരെ' എന്ന ഗാനവും അതെപോലെ തന്നെ നമ്മൾ പാടി നടന്നു... ബിച്ചു തിരുമല എന്ന എഴുത്തുകാരനും നല്ല മൈലേജ് കൊടുത്ത സിനിമ തന്നെയായിരുന്നു മഞ്ഞിൽ വിരിഞ്ഞ പൂക്കൾ..

പിന്നീട് 1981-ൽ ധന്യ എന്ന ചിത്രത്തിലൂടെ രണ്ടുപേരും വീണ്ടും ഒന്നിച്ചെങ്കിലും എന്തുകൊണ്ടോ ചിത്രം കാര്യമായി വിജയിച്ചില്ല. തിരക്കഥ പോരായ്ക കൊണ്ടോ എന്തോ അങ്ങനെ സംഭവിച്ചു. എന്നിട്ടും ഗാനങ്ങൾ ഹിറ്റായിരുന്നു. 'ധന്യേ നീയെൻ ജീവന്റെ ഇതളിൽ...'

'നൂപുരമേതോ കഥ പറഞ്ഞു...'

'കൊഞ്ചും ചിലങ്കേ...' ഇവയൊക്കെ അവാച്യാനുഭൂതി പകർന്ന ഗാനങ്ങളായിരുന്നു. ശരിക്കും മഞ്ഞിൽ വിരിഞ്ഞ പൂക്കൾ നൽകിയ ലയം ഈ സിനിമയ്ക്ക് കിട്ടിയിരുന്നില്ല. പല കഥാ സന്ദർഭങ്ങളും, ചിലരുടെ അഭിനയശൈലിയും പ്രേക്ഷകർ സ്വീകരിച്ചിരുന്നില്ല എന്നത് മറ്റൊരു സത്യം...

എന്നാൽ അവർ പിന്മാറിയില്ല. 1983-ൽ മറ്റൊരു സൂപ്പർ ഹിറ്റുമായി അവരെത്തി. പ്രേക്ഷക മനസ്സിനെ പിടിച്ചുലച്ച കഥാസന്ദർഭങ്ങളുള്ള ഒന്ന്. ഒരു കുട്ടി താരോദയത്തിന് മലയാള സിനിമ സാക്ഷിയായി. ബേബി ശാലിനി. ഒതുങ്ങിയ മട്ടിലുള്ള കഥാപാത്രങ്ങൾ. ജീവിതത്തിലെ പല സന്ദർഭങ്ങളും വില്ലത്തരം കാണിക്കുമ്പോൾ പകച്ചുപോവുന്ന ഒരുപിടി ആൾക്കാർ. കുറച്ചു കഥാപാത്രങ്ങളിലൂടെ കടന്നുപോയ എന്റെ മാമാട്ടിക്കുട്ടിയമ്മയ്ക്ക് എന്ന ജീവിതഗന്ധിയായ ചിത്രം...അതിലെ

ഗാനങ്ങൾക്കുള്ള പ്രത്യേകത എടുത്തു പറയേണ്ടതാണ്. ആദ്യ കൂട്ടുകെട്ടുകൾ തന്നെ ഇതിലും. ബിച്ചു-ജെറി.

'കണ്ണോടു കണ്ണോരം നീ കണിമലരല്ലേ...'

'മൗനങ്ങളെ ചാഞ്ചാടുവാൻ...'

'ആളൊരുങ്ങി അരങ്ങൊരുങ്ങി...' ഈ ഗാനങ്ങളോടൊപ്പം ചിരിച്ചും, കരഞ്ഞും മലയാളി പ്രേക്ഷകർ... കുഞ്ഞു മാമാട്ടിക്കുട്ടിയമ്മയ്ക്കൊപ്പം...

ഒരിക്കൽ കൂടി 1985-ൽ ഇവരൊന്നും കൂടി നമ്മെ തേടിവന്നു... നോക്കെത്താ ദൂരത്തു കണ്ണും നട്ട്... ഫാസിൽ സിനിമകളിൽ ഗാനങ്ങൾ കഥാസന്ദർഭത്തിനു അനുയോജ്യമായ സ്ഥലത്തെ പ്രയോഗിക്കാറുള്ളൂ.. അവിടെ ആ ഗാനം ഇല്ലെങ്കിൽ ചിലപ്പോൾ ശൂന്യത അനുഭവപ്പെട്ടേക്കാം... 'ആയിരം കണ്ണുമായ് കാത്തിരുന്നു നിന്നെ ഞാൻ' എന്ന ഗാനമേകിയ ഊർജം അന്നത്തെ പലരോടും ചോദിച്ചാൽ മനസ്സിലാകും. ജീവിതത്തിന് ആ പാട്ടേകിയ പ്രതീക്ഷകളുടെ ഒരു ഭാവികാലം...

ബിച്ചുതിരുമല കൂട്ടുകെട്ടിൽ നിന്നും കൈതപ്രം ഭാവനകളിലേക്ക്. 1986-ൽ എന്നെന്നും കണ്ണേട്ടന്റെ... കൈതപ്രം ദാമോദരൻ നമ്പൂതിരി എന്ന പാട്ടെഴുത്തുകാരന്റെ പ്രവേശം കൂടിയായിരുന്നു. അദ്ദേഹത്തിന്റെ എന്നത്തേയും സൂപ്പർഹിറ്റ് പിറന്നതും ഇതിൽ തന്നെ. ദേവദുന്ദുഭീ സാന്ദ്രലയം എന്നത് ഒരപൂർവ ലയം തന്നെയായിരുന്നു. ജെറി അമൽ ദേവിന്റെ അർദ്ധക്ലാസ്സിക്കൽ വിരുത്. അതിലെ മറ്റു പാട്ടുകൾ നാടൻ ശീലുകൾ ഇഴുകിച്ചേർന്നവ ആയിരുന്നു. കൈതപ്രം അത്തരം പ്രയോഗങ്ങൾ ആണ് പിന്നീടുള്ള ഗാനങ്ങളിൽ ചേർത്തുവച്ചതും... 'പൂവട്ടക തട്ടി ചിന്നി...' ഒരുദാഹരണം.

എന്നാൽ പിന്നീടങ്ങോട്ട് ഫാസിൽ സിനിമകളിൽ ജെറി അമൽ ദേവ് സംഗീതം കടന്നുവന്നിട്ടില്ല. എന്നാൽ ആ കൂട്ടുകെട്ട് നിന്നതിലൂടെ നഷ്ടം സംഗീതജ്ഞനു് ഒന്ന് വേറെ തന്നെയായിരുന്നു. സിനിമകളിൽ പാട്ടുകളുടെ സാന്നിധ്യം കുറഞ്ഞുവന്നതും, വരുന്നതൊക്കെ ആ സ്ഥാനത്തായതും, മികവ് കുറഞ്ഞതും, എല്ലാം... ഒരു പാട്ടുതകർച്ചയുടെ കാലം ആയിരുന്നു പിന്നീട്...എന്നിരുന്നാലും ഓർമ്മയിൽ സൂക്ഷിക്കാൻ ഒരു പാട്ടുകാലം ഞങ്ങൾക്കേകി ഈ ഫാസിൽ-ജെറി അമൽ ദേവ് കൂട്ടുകെട്ട്.

ഇവരിവിടെ ഉണ്ടായിരുന്നു...

ചിലർ അങ്ങനെയാണ്. ഒരിടത്തും ശോഭിക്കില്ല. മറ്റു ചിലർ ഒന്ന് തെളിഞ്ഞു മിന്നി മറയും. ചിലരെന്നും സ്ഥിരം പ്രകാശം പരത്തി എവിടെയുമുണ്ടാകും. ഉജ്വല പ്രകാശം പരത്തുന്നവർക്കിടയിലേക്കു ഒരു മെഴുതിരി നാളവുമായി അപൂർവം ചിലർ വരും. ചിലപ്പോൾ ഈ മെഴുതിരിനാളത്തിനുമുണ്ടാകും ഒരപൂർവ ശോഭ.. കലാ സാംസ്കാരിക രംഗങ്ങളിൽ അങ്ങനെ പ്രകാശം പരത്തിയവരെത്രയെത്ര. സിനിമ രംഗത്ത് പാട്ടെഴുത്തുകാരായി പലരും വന്നു. ചിലർ ഇവിടെ സ്ഥിരമായി. ആസ്ഥാന എഴുത്തുകാരായി. കുറെയേറെപേർ ഒന്ന് രണ്ടു പാട്ടുകൾ നൽകി സ്ഥലം വിട്ടു. പ്രഗത്ഭമതികൾ വരെ അങ്ങനെ വന്നുപോവേണ്ടി വന്നിട്ടുണ്ട്. പിടിച്ചു നിൽക്കാൻ ശ്രമിച്ചവർ കുറച്ചു പേർ. ഈ രംഗം ഇഷ്ടപ്പെടാതെ മടങ്ങിയവരുമുണ്ട്. മത്സരത്തിന്റെ വേദി സിനിമാരംഗം. പിടിപാടുള്ളവർ ശ്രദ്ധിക്കപ്പെട്ടും. പലരെയും തൃപ്തിപ്പെടുത്തേണ്ടി വരും.. ഇടക്കൊന്നു വന്ന് ചില പാട്ടുകളെഴുതി വന്നു പോയവരിൽ രണ്ടുപേരെ ഒന്ന് തിരഞ്ഞു പോവാം...

വെള്ളനാട് നാരായണൻ

വളരെ കുറച്ചു ഗാനങ്ങൾ മാത്രം എഴുതി തിരിച്ചുപോയ ഇദ്ദേഹത്തിന്റെ കരവിരുതായി രണ്ടുമൂന്നു ഗാനങ്ങൾ ചൂണ്ടിക്കാണിക്കാനാവും. വേദന തുളുമ്പുന്ന ഒരു പ്രണയഗാനത്തിനു വരികൾ എഴുതിച്ചേർത്ത ആദ്യ സംരംഭം തന്നെ വലിയ വിജയമായിരുന്നു..

സരസ്വതീ യാമത്തിലെ 'നിന്നെ പുണരാൻ നീട്ടിയ കൈകളിൽ വേദനയോ വേദനയോ...' എന്ന ഗാനം... ഏ.ടി.ഉമ്മറിന്റെ വിഷാദ സംഗീതത്തിന് അത്രമേൽ മനസ്സുകളെ ഉലയ്ക്കാൻ കഴിഞ്ഞു ഈ

ഗാനത്തിലൂടെ... വളരെ മൃദുല വികാര ജീവിയായ ഒരു കാമുകന്റെ മൂക വിഷാദങ്ങൾ... ഇന്നും ആ വരികളും സംഗീതവും മലയാളി ശ്രോതാക്കൾ മറന്നിട്ടില്ല.

പൂവും പൊട്ടുമണിഞ്ഞ മനസ്സിൽ പുതിയ പ്രതീക്ഷകൾ ഉണർത്തിയ മറ്റൊരു ഗാനം. പൗരുഷം എന്ന ചിത്രത്തിന് വേണ്ടി 'ഇനിയും ഇതൾ ചൂടി ഉണരും മധുരവികാരങ്ങൾ...' ഒരു സാധാരണ പ്രണയഗാനം ആണെങ്കിലും വരികളും സംഗീതവും ശ്രദ്ധിക്കപ്പെട്ടു. ഏ.ടി. ഉമ്മറിന്റെ ഒതുക്കമുള്ള ഈണം വലിയൊരളവിൽ ഇത്തരം ഗാനങ്ങളെ സംരക്ഷിച്ചു നിർത്തുന്നു...

പഴയ കാല ഗായകനായ കെ പി ഉദയഭാനുവിന്റെ സംഗീതത്തിൽ 'മംഗല്യ സ്വപ്നങ്ങളെ, മധുരാഭിലാഷങ്ങളെ' എന്ന ഗാനം വെളിച്ചമില്ലാത്ത വീഥി എന്ന ചിത്രത്തിന് വേണ്ടി.. വെള്ളനാട് നാരായണൻ എന്ന പാട്ടെഴുത്തുകാരന്റെ സംഭാവനകൾ ഓർമ്മിപ്പിക്കുന്നത് ഇവ മാത്രം...

ചിറയിൻകീഴ് രാമകൃഷ്ണൻ നായർ

ഇദ്ദേഹവും കുറച്ചു കാലം ഇവിടെയൊക്കെ ഉണ്ടായിരുന്നു. ദേവരാജനും എം കെ അർജ്ജുനനും സംഗീതം നൽകിയ ഏതാനും ഗാനങ്ങൾ ഇദ്ദേഹത്തിനിവിടെ ഒരു സ്ഥാനം നൽകി.. ഇന്നലെ ഇന്നിന് വേണ്ടി ദേവരാജന്റെ സംഗീതത്തിൽ 'സ്വർണയവ നികകളിലെ സ്വപ്നനാടകം' എന്ന ഗാനം. സ്വപ്നനാടകമാടുന്ന മനുഷ്യന്റെ ധർമ്മസങ്കടങ്ങൾ, വർണ്ണമോഹങ്ങൾ വാരിവിതറുന്ന വാനപുഷ്പം ജീവിതം എന്ന് കവി സങ്കല്പം...

അമർഷം എന്ന ചിത്രത്തിലെ 'വാതിൽ തുറക്കു പാതിരാക്കിളീ, ആതിര രാവല്ലേ' എന്ന പല്ലവി തുടക്കം ഗംഭീരമായിരുന്നു... ആതിര രാവിൽ പ്രണയിനിയുമായുള്ള സമാഗമത്തെ കൊതിക്കുന്ന അസ്വസ്ഥ നായകന്റെ മനം തുറപ്പിച്ച ഗാനം... അതും ജി ദേവരാജന്റെ സംഗീതത്തിൽ...

കോരിത്തരിച്ച നാളിൽ 'ഏഴിലംപാല തണലിൽ ഏഴഴകുള്ള രഥത്തിൽ' എന്ന ഗാനം ഇദ്ദേഹത്തിന്റെ മാസ്റ്റർപീസാണ്... എം കെ അർജ്ജുനന്റെ മധുര സംഗീതത്തിൽ നിന്നും ഉതിർന്നത്... അതിലെ തന്നെ 'ശ്രാവണ പൗർണമി പന്തലിട്ടു, പൂവായ പൂവെല്ലാം അണിനിരന്നു' എന്നതും ഹൃദ്യം. പാട്ടുകളിലെ മണിച്ചെപ്പിലേക്ക് എടുത്തുവെക്കാവുന്ന ചില മുത്തു കൾ ഇവിടെ നിരത്തിയെന്നു മാത്രം.. ചിലരിതു സ്വീകരിക്കും. ചിലർ തള്ളിക്കളയും... എന്തുതന്നെയായാലും ഇവർക്കും ഇവിടെ ഒരിടമുണ്ട്.. ഈ പാട്ടുലോകത്ത്.

സ്മൃതികൾ നിഴലുകൾ...

മുല്ലനേഴിക്കവിതകളിലൂടെ സഞ്ചരിച്ചപ്പോൾ കിട്ടിയ അതേ നിർവൃതി ഗാനങ്ങളിലൂടെയും കിട്ടും. അതാണ് മുല്ലനേഴി വിരുത്. ചിലതിലൂടെയൊക്കെ ഒന്ന് പോയി വരാം. വളരെ നനുനനുത്ത ആ മനസ്സിനെ സിനിമാഗാനങ്ങളിൽ കാണാം എന്നത് സന്തോഷിപ്പിക്കുന്ന ഒരു കാര്യം കൂടിയാണ്...

നായകാ പാലകാ എന്ന ഭക്തി ഗാനം സിനിമയിൽ എവ്വിധമാണ് ചിത്രീകരിച്ചത് എന്നറിയില്ല. എന്നാലും യേശുവിനെ സ്മരിച്ചുകൊണ്ടാണെന്നു തോന്നുന്നു. എന്നാൽ മറ്റേതൊരു ദൈവത്തെ കുറിച്ചായാലും തെറ്റ് പറയാനും ആവില്ല. പൊതുവിലായൊരു ദൈവീക പ്രാർത്ഥന എന്ന് പറയാം. നായകനായാലും, സംരക്ഷിക്കുന്നവനായാലും അവൻ മനുജസ്നേഹമുള്ളവനാണ്... മനുഷ്യനെയും ദൈവത്തെയും അടുപ്പിച്ചു നിർത്തുന്ന മാഹാത്മ്യത്തെ പുകഴ്ത്തുന്ന ഒരു ഗാനമായി തോന്നി.

ഞാവൽപഴങ്ങളിലെ 'കറുകറുത്തൊരു പെണ്ണാണ്' എന്ന ഗാനത്തിന്റെ വരികളിലൂടെ പോകുമ്പോൾ മനസ്സിലാക്കിത്തരുന്നത്, കറുത്ത ചന്തത്തിനകത്തുരുകുന്ന കനവിന്റെ നോവാണവൾ, പോരെങ്കിൽ കറുത്ത ചിപ്പിതൻ അകത്തുറയുന്ന വെളുത്ത മുത്തുമാണ്... കറുകറുത്തൊരു പെണ്ണാണ് എന്ന നേരിയ കല്ലുകടിയിൽ നിന്നും അവളെ വർണ്ണിക്കാൻ വാക്കുകളില്ലാതെ കവി കുഴങ്ങുന്നുണ്ട്. എല്ലാത്തിലും അവളെ തന്നെ കാണുന്നു. മേഘത്തിന്റെ ഇടയിലൂടെ തെന്നിത്തെറിച്ചു വരുന്ന തിങ്കളെ പോലെയുമാണ്. എള്ളിൻ കറുപ്പ് പോലെ എങ്കിലും ഉള്ളിന്റെ ഉള്ളു തുടുത്താണിരിക്കുന്നത്... ശ്യാമിന്റെ ഉള്ളിന്റെ ഉള്ളിലെ സംഗീതം കവിഞ്ഞൊഴുകിയത്.

കുറച്ചു വരികളിലൂടെ മനുഷ്യമനസ്സിന്റെ മോഹങ്ങളും മോഹഭംഗങ്ങളും വരച്ചു കാട്ടിയ ഗാനമാണ് 'മനസ്സൊരു മാന്ത്രിക കുതിരയായ് പായുന്നു' എന്നത്. അറിയാത്ത പാതകളിലൂടെ മനസ്സിന്റെ മോഹസഞ്ചാരം. കാലത്തിന്റെ തിരിമറച്ചിലിൽ കണ്ണുനീരോടെ കാത്തുകാത്തിരിപ്പാണ് ജീവിതത്തിന്റെ താളങ്ങളേറ്റു വാങ്ങാനായി.. മോഹത്തിന്റെ ആരോഹണങ്ങളിൽ രോമാഞ്ചങ്ങളുതിർക്കുമ്പോഴും ചിറകു കരിഞ്ഞു വീഴുന്ന അവരോഹണത്തിന്റെ വേദനകൾ... എം.ബി.ശ്രീനിവാസൻ തന്റെ മൗനസംഗീതത്തിന്റെ കെട്ടഴിച്ചുവിട്ട അപൂർവ ഗാനങ്ങളിൽ ഒന്ന്...

മറക്കാനാവില്ല സ്വർണപ്പക്ഷികളിലെ ഗാനങ്ങൾ. എന്റെ കൗമാരത്തുടക്കത്തിലെ നൊമ്പരമായി 'സ്മൃതികൾ നിഴലുകൾ...കാറ്റിൻ കവിളിണയും ഈറൻമിഴിയിതളും ഏതോ വിരലുകൾ തേടുന്ന ഓർമ്മ... ആൾത്തറയും കാവും അരളിപ്പൂമരവും അന്തിവിളക്കുകളും അഴകും എല്ലാം ഇഴുകിച്ചേർന്നു ഈ ഓർമ്മഗാനത്തിൽ... ഇന്നിത് വീണ്ടും കേട്ടപ്പോൾ അന്ന് തുടിച്ച മനസ്സിനോടൊപ്പം ഇന്നിന്റെ ചിന്തകളും കൂടികലർന്നു... രവീന്ദ്രന്റെ സ്മൃതികൾ മനസ്സിനെ കുളി രണിയിച്ചു..

അതിലെ തന്നെ

'ദേവാംഗനെ നീയീ ഭൂമിയിൽ...
താമരപ്പൂവിലായാലും...'

എന്നിവയൊക്കെ ഹരിതാഭമായി വിടർന്നു വിരിഞ്ഞു മനസ്സിൽ...

നാടൻപാട്ടിന്റെ ഈണങ്ങളുമായി നമ്മുടെ ഓർമ്മകളിൽ തെളിഞ്ഞു വരുന്ന ഒരു സംഗീതജ്ഞൻ ഉണ്ട്... കെ രാഘവൻ മാസ്റ്റർ. മുല്ലനേഴിയുടെ നാട്ടുപച്ചയിലേക്ക് ഇറ്റിവീണ മഞ്ഞുതുള്ളി..

കാട്ടിലെ പാട്ടിൽ ഇവരുടെ കോമ്പിനേഷൻ അപാരമാണ്...

ചിരിക്കുന്ന നിലാവിന്റെ കണ്ണുനീർപാടം... എന്നത്. ലളിതമായ വരികളോടെ കെ.രാഘവൻ സംഗീതം മേമ്പൊടി ചേർത്ത് നമുക്ക് വിളമ്പിയപ്പോൾ പഴയ ചില ഗാനങ്ങളുടെ പട്ടികയിലേക്ക് ഇതും ചേർത്ത് വെച്ചിരുന്നു...

'അമ്പിളികൊമ്പത്തെ പൊന്നൂഞ്ഞാലിൽ...'

എന്ന ജാനകി ഗാനവും മികച്ചത്...

ഞാനൊന്ന് പറയട്ടെ എന്നതിലെ... ഈ നീലയാമിനീ തീരത്തുറങ്ങാത്ത... എന്ന ഗാനം കവി പറഞ്ഞപോലെ ചൂടാത്ത പൂവിന്റെ മനസ്സിന് കാതോർത്ത് പാടുന്ന രാഗങ്ങൾ

വെള്ളം എന്ന എം.ടി-ഹരിഹരൻ ചിത്രത്തിലെ എല്ലാ ഗാനങ്ങളും ഹിറ്റുകളായിരുന്നു. കാലം തെറ്റിയെത്തിയ ചിത്രം ഏറെ വിജയം നേടിയില്ലെങ്കിലും വലിയ ശ്രദ്ധ നേടിയിട്ടുണ്ട് അതിലെ പാട്ടുകൾ. ദേവരാഗങ്ങളുടെ ശില്പിയായ ദേവരാജൻ കൂട്ടുകെട്ട് ഒരു കാരണം തന്നെയായിരുന്നു.

'സൗരയൂഥ പഥത്തിലെങ്ങോ സംക്രമ പൂ വിരിഞ്ഞു...'
'കോടനാടൻ മലയിലെ മാണിക്യച്ചെമ്പഴക്ക...'
'സ്വർഗ്ഗസങ്കൽപ്പത്തിൻ തേരൊളി കേട്ടെന്റെ...'

ആ സിനിമാസ്കോപ് ചിത്രത്തിന്റെ വലിപ്പത്തിലും ആ ദൃശ്യങ്ങളും പാട്ടുകളും ഇന്നും മനസ്സിലുണ്ട്..

രവീന്ദ്രൻ സംഗീതത്തിന്റെ വെള്ളച്ചാട്ടം വീണ്ടും മുല്ലനേഴി പാട്ടുകളിൽ... കയ്യും തലയും പുറത്തിടരുത് എന്ന തോപ്പിൽ ഭാസി നാടകത്തിന്റെ സിനിമാരൂപവും കേമമായിരുന്നു. ഒരാക്ഷേപഹാസ്യ രൂപത്തിൽ അത് മലയാളസിനിമയ്ക്ക് കരുത്തേകിയ കാലം. അതിലും നല്ല രണ്ടുമൂന്നുഗാനങ്ങൾ ഉണ്ടായിരുന്നു.

'ആകാശ നീലിമ മിഴികളിലെഴുതും അനുപമ സൗന്ദര്യമേ...' എന്ന തുടക്കം അതിഗംഭീരം എന്ന് വിശേഷിപ്പിക്കുന്നു...

പിന്നീടേറെ ഗാനങ്ങളൊന്നും പിറവിയെടുത്തിരുന്നില്ല...എന്നാലും 'പവിഴമല്ലി പൂത്തുലഞ്ഞ നീലവാനം' എന്ന ഗാനം ഓർമ്മയിൽ വരുന്നു. സന്മനസ്സുള്ളവർക്ക് സമാധാനത്തിനു വേണ്ടി ജെറി അമൽദേവ് ഈണം കൊടുത്തത്. ശ്രീനിവാസന്റെ തമാശയ്ക്കൊപ്പം ആ പാട്ടും ജനഹൃദങ്ങളിൽ വേരൂന്നിയിരുന്നു...

നരേന്ദ്രൻ മകൻ ജയകാന്തൻ വക എന്നതിലെ 'കറുത്ത രാവിന്റെ കന്നികിടാവൊരു വെളുത്ത മുത്ത്...' എന്നത് വേറിട്ട് നിൽക്കുന്നു...

'അമ്മയും നന്മയും' എന്ന സ്വന്തം കവിത ഈ ചിത്രത്തിൽ ഗാനമായി വരുന്നുണ്ട്... ഈ സംഗീതയാത്ര അവസാനിപ്പിച്ചത് മികച്ചൊരു ഗാനത്തോടെ തന്നെ.

ഇന്ത്യൻ റുപ്പിയിലെ 'ഈ പുഴയും സന്ധ്യകളും, നീലമിഴിയിതളുകളും...' എന്നത്. പ്രണയിനിയുടെ ഓർമ്മകളേകുന്ന നനുത്ത സ്പർശങ്ങൾ... ഷഹബാസ് അമൻ അതിന്റെ ഹൃദയം കണ്ടെത്തി അതിനെ സ്വസ്ഥമായൊഴുകാൻ വിടുകയും ചെയ്തു. വരികളിൽ ഉഴറിയിരുന്ന നൊമ്പരത്തെ സംഗീതത്തിൽ ലയിപ്പിക്കുന്ന അപൂർവത...

പറയേണ്ടതെല്ലാം പറഞ്ഞാണോ അങ്ങ് തിരികെ പോയത്.. അറിയില്ലെങ്കിലും കേൾക്കേണ്ടതെല്ലാം കേട്ടെന്ന് ഞങ്ങൾ പറയില്ല. പറയാത്തതിലും അധികം ആ മനസ്സിലുണ്ടായിരുന്നു... അല്ലെ?

കലഹങ്ങളൊഴിയാത്ത കവിമനസ്സ്

'നൂറു കൊല്ലം തികഞ്ഞപ്പോൾ
വീട്ടിയും കുറ്റിയറ്റുവോ!
വീട്ടിയേക്കാൾ നമുക്കിന്നു
നേട്ടം മാഞ്ചിയമല്ലയോ!'

ഈ വരികളിൽ തിങ്ങി നിറയുന്ന രസങ്ങളേതൊക്കെ! ആ കവി മനസ്സിന്റെ കലഹമല്ലേ ഇവിടെ തെളിയുന്നത്. പരിഹാസമാണോ, നിസ്സംഗതയാണോ... പക്ഷെ യാഥാർഥ്യത്തിന്റെ ഒരു വീ.ടി യുഗം അവസാനിച്ചിരിക്കുന്നു എന്ന ഗദ്ഗദം ഇവിടെ ഘനീഭവിച്ചു നിൽക്കുന്നത് വേദനയോടെ അനുഭവിക്കുന്നു.

'എല്ലാം മറക്കാം, നിലാവിന്റെ തോളത്തു
കൈയിട്ടൊരൽപ്പം നടക്കാം, കറുപ്പും
വെളുപ്പും കലർന്നോരാ പക്ഷികൾ
മരംകൊത്തിയുണ്ടാക്കിവെച്ചോരാ
കൂട്ടിലേയ്ക്കന്തിയിൽ ചേക്കേറിടുന്നപോൽ
രാത്രിയുടെ കൂരിരുൾ കീറിമുറിച്ചു
പതുക്കെപ്പതുക്കെ ചിരിച്ചു ചിരിച്ച്
ഗദ്ഗദം ദൂരെയെറിഞ്ഞു കൈനീട്ടുക
അത്ഭുതം! ജീവിതമെത്ര മനോഹരം...'

മറ്റൊരു കവിതയിൽ ജീവിതത്തെ കോരിക്കുടിക്കുന്ന ദാഹാർത്തനായ കവിയുടെ ഭാവങ്ങൾ! സങ്കീർണതകൾ നിറഞ്ഞ ജീവിതത്തിന്റെ കയ്പ്പും, ദുഷിപ്പും എല്ലാം അനുഭവിക്കുമ്പോഴും സഖിയുടെ

സാമീപ്യത്തിന്റെ അനിർവചനീയമായ ഒരു സുഖം കവി അനുഭവമാക്കിത്തരുന്നു. സഖി എന്ന കവിത...

ഇത്രയും എഴുതി കഴിയുമ്പോൾ കവിയാരെന്നെല്ലാർക്കും മനസ്സിലാകും... മുല്ലനേഴി എന്ന ചുരുക്കപ്പേരിൽ അറിയപ്പെടുന്ന മുല്ലനേഴി നീലകണ്ഠൻ..!

നാറാണത്തു ഭ്രാന്തൻ എന്ന കവിത വായിക്കുമ്പോൾ ആ ചുടുകാട്ടിൽ അരി വേവാൻ കാത്തിരിക്കുന്ന, മന്ത് കാൽ തടവി തടവി കാളിയോട് കലഹിക്കുന്ന നിസ്സംഗനായ ഒരു മഹാനുഭാവനെ അറിയുന്നു... ശ്രീമതി ജ്യോതിബായ് പരിയാടത്ത് അവിസ്മരണീയ മാക്കിയ ചൊല്ലൽ കാവ്യം സുഗേയത്തിലുണ്ട്. അവർ പാടുമ്പോൾ പല വരികളിലും ഉന്മാദം കൊള്ളുന്നതായി തോന്നും... അത്ര സുന്ദരമായിരുന്നു... Jyothibai Pariyadath. അത്രയേറെ കവിതകളൊന്നും അറിയില്ല ഇദ്ദേഹത്തിന്റെ. എന്നാലും വളരെ കാലം മുൻപു എഴുതിയ ചില ഉണർത്തുപാട്ടുകൾ ഓർമ്മയിലുണ്ട്..

'പട്ടിണിയായ മനുഷ്യാ നീ
പുസ്തകം കയ്യിലെടുത്തോളൂ
പുത്തനൊരായുധമാണ് നിനക്കത്
പുസ്തകം കയ്യിലെടുത്തോളൂ..'

എന്ന അറിവിന്റെ മന്ത്രങ്ങൾ പഠിച്ചറിഞ്ഞുകൊണ്ട് ജീവിതത്തെ സധൈര്യം നേരിടാൻ ആഹ്വാനം ചെയ്ത വിപ്ലവകാരിയെ നമ്മൾ മറന്നോ! ലോകത്തിനു മുൻപിൽവെച്ച് നീട്ടാൻ ഉദാഹരണങ്ങൾ ഏറെയുണ്ടെന്നു അദ്ദേഹത്തിനറിയാം. അറിവ് നേടിക്കഴിഞ്ഞാലേ ചതികൾ മനസ്സിലാക്കാൻ ആവൂ, ചുറ്റിനും നടക്കുന്ന ഹീനപ്രവർത്തികളുടെ തനിനിറം തിരിച്ചറിയാനാവൂ എന്നെല്ലാം അദ്ദേഹത്തിനറിയാം. മറക്കാനാവില്ല മുദ്രാവാക്യമായി നമ്മിലേക്ക് പ്രവഹിച്ച ആ നാദധാര...

പ്രണാമം അർപ്പിച്ചു കൊണ്ടേ അതെഴുതാനാവുള്ളൂ..

ബ്രെഹ്റ്റിന്റെ അമ്മയ്ക്ക് വേണ്ടി മൊഴി മാറ്റിയെഴുതിയ...

'എന്തിന്നധീരത!
ഇപ്പോൾ തുടങ്ങുവിൻ
എല്ലാം നിങ്ങൾ പഠിക്കേണം
തയ്യാറാകണമിപ്പോൾ തന്നെ
ആജ്ഞാശക്തിയായ് മാറീടാൻ'

ഒരാജ്ഞാസ്വരത്തിലുള്ള ഈ ആഹ്വാനം ചെവിക്കൊണ്ട എത്രപേർ പിന്നീട് ജനമനസ്സുകളിലേക്ക് ഇറങ്ങി ചെന്ന് കാണും... പക്ഷെ അപ്പോഴും എത്ര ബധിരത നടിക്കുന്നവരെ ഇതുണർത്തി!

ഏറെയൊന്നും ഈയുള്ളവനറിയില്ല മഹാപ്രഭോ

അറിയുന്നതിവിടെ എഴുതി...

അമ്മയും നന്മയും ഒന്നാണ്... എന്ന് പ്രകീർത്തിച്ച മഹാകവിക്ക് പ്രണാമം അർപ്പിച്ചുകൊള്ളുന്നു...

ചന്ദനലേപസുഗന്ധം ചൂടിയ ഗാനങ്ങൾ...

'ഇത്രമേൽ മണമുള്ള കുടമുല്ലപ്പൂവുകൾക്കെത്ര
കിനാക്കളുണ്ടായിരിക്കും..!
സന്ധ്യാമ്പരത്തിന്റെ മന്ദസ്മിതങ്ങളിൽ
അവയെത്ര അഴകുള്ളതായിരിക്കും!'

ഈ ഗാനം വെറുമൊരു പാട്ടെഴുത്തുകാരനിൽ നിന്നും വരില്ല. കവി യിൽ നിന്ന് തന്നെയാവും. ഉറപ്പ്. കവിതകളേക്കാൾ സുന്ദരമായ ഗാനങ്ങൾ ചലച്ചിത്രങ്ങളിൽ കാണാൻ സാധിക്കുന്നുണ്ട് എന്ന് പറഞ്ഞാൽ പാട്ടിഷ്ടമിലാത്തവർ പിണങ്ങും. സത്യം കേൾക്കു മ്പോൾ പിണങ്ങിയിട്ട കാര്യമില്ല. ഇത്തരം ഗാനങ്ങൾ വയലാർ, പി.ഭാ സ്കരൻ, ഓ.എൻ.വി.കുറുപ്പ് എന്നിവരിൽ നിന്നും നമുക്ക് ഏറെ കിട്ടിയി ട്ടുണ്ട്. പാട്ടിന്റെ വഴികളിലൂടെ സഞ്ചരിക്കുന്നവർക്കത് അനുഭവപ്പെടും. ഒഴുക്കൻ മട്ടിൽ പാട്ടു കേട്ട് പോകുന്നവർക്ക് ചിലപ്പോൾ കിട്ടിയെന്നു വരില്ല.

ഒരു ഐ.എ.എസ്സുകാരനായി ജോലി നിർവഹിച്ച ശ്രീ കെ.ജയകുമാ റിന്റേതാണ് മുകളിൽ പറഞ്ഞ വരികൾ..

'മഞ്ഞിന്റെ മറയിട്ടൊരോർമ്മകൾക്കുള്ളിൽ
മൃദുല നിലാവുദിക്കുമ്പോൾ
കാലം കെടുത്തിയ കാർത്തിക ദീപങ്ങൾ
താനേ തെളിയുകയാണോ
കാലത്താമരപ്പൂയിതളുകൾ പിന്നെയും
കാറ്റിൽ തുടിക്കുകയാണോ'

മാധവിക്കുട്ടിയുടെ നഷ്ടപ്പെട്ട നീലാംബരിയിലെ സുഭദ്രയുടെ മാന സിക ഭാവങ്ങൾ എഴുത്തുകാരി ഉദ്ദേശിച്ചതിനേക്കാൾ ഉൽകൃഷ്ടമായി, യോജിച്ച തരത്തിൽ ഒരു പാട്ടിലൂടെ കെ ജയകുമാർ അവതരിപ്പിച്ചു...

കാട്ടുകടമ്പിന്റെ നിശ്വാസ സൗരഭം ഒരു കരസ്പർശമായ് തീരും എന്ന വരിയിൽ എത്തുമ്പോൾ അതതിന്റെ ഉച്ചകോടിയിൽ നമ്മെ കൊണ്ടെത്തിക്കും...

നഷ്ടപ്പെട്ട നീലാംബരിയെ ആസ്പദമാക്കി ലെനിൻ രാജേന്ദ്രൻ സം വിധാനം ചെയ്ത മഴ എന്ന ചലച്ചിത്രത്തിലെ മൂന്ന് ഗാനങ്ങൾ ഇദ്ദേഹം എഴുതിയതാണ്. രവീന്ദ്രൻ എന്ന സംഗീതജ്ഞൻ തൊട്ടുഴിഞ്ഞ വരികൾ ഇത്രയും മധുരമാകാതിരിക്കുമോ!

എം.കൃഷ്ണൻനായർ എന്ന സംവിധായകന്റെ മകൻ ആയ ജയകു മാറിന്റെ ആദ്യ ഗാനവും അച്ഛന്റെ സിനിമയിലൂടെ തന്നെയായിരുന്നു.

ഭദ്രദീപത്തിലെ 'മന്ദാരമണമുള്ള കാറ്റേ നീയൊരു സന്ദേശവാഹക നല്ലേ...' എന്ന എം.എസ്.ബാബുരാജ് സംഗീതത്തിലൂടെ അരങ്ങേറ്റം...

പിന്നീടിറങ്ങിയ സിനിമ പ്രദർശനത്തിനെത്താതെ പോയി... നീല ക്കടമ്പ് എന്ന ചലച്ചിത്രത്തിൽ രവീന്ദ്രന്റെ സംഗീതത്തിൽ യാത്ര തുട ങ്ങുകയായിരുന്നു...

'നീലകുറിഞ്ഞികൾ പൂക്കുന്ന വീഥിയിൽ നിന്നെ പ്രതീക്ഷിച്ചു നിന്നു...'

'കുടജാദ്രിയിൽ കുടികൊള്ളും മഹേശ്വരി ഗുണദായിനി...'

'ദീപം കയ്യിൽ സന്ധ്യാദീപം...'

'നീലകടമ്പുകളിൽ...'

സൗമ്യമായ, പ്രണയഭരിതമായ, ശാന്തമായ നിമിഷങ്ങളെ പാട്ടുകളി ലേക്കു ആവാഹിക്കുമ്പോൾ ജയകുമാർ എന്ന കവി ഉണരും.. അതിനി ഏതു തരത്തിലുള്ള സിനിമ ആയാലും..

എന്റെ കാണാക്കുയിലിലെ 'ഒരേ സ്വരം ഒരേ നിറം ഒരു ശൂന്യ സന്ധ്യാമ്പരം'എന്ന ഗാനത്തിലും അത്തരം ഭാവങ്ങൾ തെളിയുന്നുണ്ട്...

രവീന്ദ്രൻ സംഗീതം കെ ജയകുമാർ വരികൾക്ക് നൽകിയ ചാരുത എടുത്തു പറയേണ്ടതാണ്. അത് നീലക്കടമ്പ്, മഴ, കിഴക്കുണരും പക്ഷി, ബട്ടർഫ്ളൈസ് തുടങ്ങിയവയിൽ മാത്രമേ ഉണ്ടായിരുന്നുള്ളൂ എങ്കിലും ഓരോരോ കാലങ്ങളിൽ അതൊരു ബ്രേക്ക് തന്നെയായിരുന്നു...

കിഴക്കുണരും പക്ഷിയിലെ സൗപർണ്ണികാമൃതവീചികൾ പാടും...

എന്ന ഗാനത്തിന്റെ മാധുര്യം നമ്മളനുഭവിച്ചറിഞ്ഞതാണ്...

ജോൺസന്റെ സംഗീതത്തിൽ ഒഴിവുകാലത്തിലെ 'സായന്തനം നിഴൽ വീശിയില്ല' എന്ന ഗാനം എഴുതിയ സന്ദർഭം അദ്ദേഹം ഏതോ അഭിമുഖത്തിൽ വിവരിച്ചിട്ടുണ്ട്... വർധക്യകാലത്തെ പ്രണയത്തിലും സായന്തനത്തിന്റെ നിഴൽ പോലും വീഴാത്ത ഭാവം...

അതെ പോലെ തന്നെ കൈകാര്യം ചെയ്ത സിനിമയാണ് ഒരു വടക്കൻ വീരഗാഥ. അതിലെ 'ചന്ദനലേപസുഗന്ധം ചൂടിയതാരോ കാറ്റോ കാമിനിയോ!' എന്ന രീതി.

അസ്വസ്ഥനായ ചന്തുവിലെ കാമുകനെ പുറത്തുകാണിച്ച ഗാനം..

പാവക്കുത്ത് ചിത്രത്തിന് വേണ്ടിയെഴുതിയ

'സാരംഗിമാറിലണിയും

ഏതപൂർവ്വ ഗാനമോ!'

എന്ന ഗാനത്തിന്റെ പല്ലവി തെറ്റിധരിക്കപ്പെട്ടിനെക്കുറിച്ച് അദ്ദേഹം പറഞ്ഞിട്ടുണ്ട്. സാരംഗി സംഗീതം ഹൃദ്യമെങ്കിലും അത് വലുതും ഭംഗി യില്ലാത്തതുമായ ഉപകരണം ആണ്. അത് മാറിലണിഞ്ഞ് നടക്കാൻ ആവുമോ എന്ന് ചില വിമർശകർ അന്വേഷിച്ചതും, സാരംഗിയുടെ മനസ്സിൽ നിന്നുണരുന്ന അപൂർവ്വരാഗത്തെക്കുറിച്ചുമാണ് ഉദ്ദേശിച്ച തെന്ന് പറയേണ്ടി വന്നതും...

പക്ഷെ എന്ന സിനിമയും അതിലെ ഗാനങ്ങളും... ഒരപൂർവസൃഷ്ടി തന്നെയാണ് രണ്ടും... രണ്ടു പാട്ടുകളും യോജിച്ച സന്ദർഭത്തിൽ മാത്രം...

'സൂര്യാംശുവോരോ വയൽപ്പൂവിലും വൈരം പതിക്കുന്നുവോ...'

തുടിക്കുന്ന ഹൃദയങ്ങളുടെ മേളനം. അതത്രെ ഓരോ വരികളിലൂടെ യിലും നിറഞ്ഞൊഴുകിയത്.

'മൂവന്തിയായ്, പകലിൽ രാവിൻ വിരൽസ്പർശനം...'

എത്ര ഭാവോജ്ജ്വലമായി ഊർന്നുവീണ വരികൾ!' ആ രംഗത്തിനു പറ്റിയ വരികൾ...

അദ്ദേഹത്തിന്റെ മറ്റു ഗാനങ്ങളിലൂടെയൊന്നും പോകുന്നില്ല. പ്രിയ പ്പെട്ടതിൽ മുഴുകുക എന്നതാണിഷ്ടം. ഇനിയും ഭാവസമ്പുഷ്ടമായ ഗാനങ്ങൾ ഇദ്ദേഹത്തിൽ നിന്നും പിറക്കട്ടെ എന്നാശംസിക്കുന്നു...

ആരെയും ഭാവഗായകനാക്കും

മലയാളികളല്ലാത്ത സംഗീതജ്ഞർ ഇവിടെ വന്ന് മലയാളം വരികൾക്കീണം പകർന്ന് പോയിട്ടുണ്ട്.. ഉഷാഖന്ന മുതൽ ഇങ്ങോട്ട് അനവധി പേർ. എല്ലാവരെയും നമ്മൾ ഹാർദ്ദമായി സ്വീകരിക്കുകയും ചെയ്തിട്ടുണ്ട്.

'വിണ്ണിലായാലും കണ്ണീര് ളുകം നീ...'
'ഉണരൂ വേഗം നീ..'
'മാനസമണിവേണുവിൽ...'
'നീ മധു പകരൂ...' (ഉഷാ ഖന്ന)

ഇത്രയും ഗാനങ്ങൾ മാത്രം മതി ആ വരവാഘോഷിക്കാൻ, ഓർമ്മിക്കാനെന്നും...

തമിഴിൽ നിന്നും, തെലുങ്കിൽ നിന്നും, ഹിന്ദിയിൽ നിന്നും ഏറെ പേർ പിന്നെയും വന്നു...

ഇളയരാജ, ശങ്കർ ഗണേഷ്, എം.എസ്.വിശ്വനാഥൻ, സലിൽ ചൗധരി, നൗഷാദ് തുടങ്ങിയ പ്രതിഭകൾ അനേകം പാട്ടുകൾ നമുക്ക് സമ്മാനിച്ചു.. ഇവരിൽ നിന്നൊക്കെ ഏറെ വ്യത്യസ്തനായിരുന്നു പഞ്ചാഗ്നി എന്ന എം.ടി ചലച്ചിത്രത്തിലൂടെ ഇവിടെ വന്ന രവി ബോംബെ. വ്യത്യസ്തത പല കാര്യങ്ങളിൽ ആണ്. ഒന്നാമത് വരികളുടെ അർത്ഥം അറിയാതെ സംഗീതം ചെയ്തു പോയവരെ പോലെ അല്ല ഇദ്ദേഹം. പിന്നെ തൊട്ടതെല്ലാം പൊന്നാക്കുകയും ചെയ്തു. തൊണ്ണൂറോളം ഗാനങ്ങൾ മലയാളത്തിൽ ചെയ്തു. അതിൽ തന്നെ തൊണ്ണൂറു ശതമാനവും വമ്പൻ ഹിറ്റുകളാവുകയും ചെയ്തു. മലയാ

ളത്തിന്റെ സംഗീതം പോലെ അനുഭവപ്പെടുന്ന പല ഗാനങ്ങളും ഇന്ന് പുതുതലമുറ പോലും ഏറ്റു പാടുന്നത്.

പഞ്ചാഗ്നിയിലെ

'ആ രാത്രി മാഞ്ഞുപോയി...'
'സാഗരങ്ങളെ പാടി ഉറക്കിയ...'
നഖക്ഷതങ്ങളിലെ
'ആരെയും ഭാവഗായകനാക്കും...'
'കേവല മർത്യഭാഷ കേൾക്കാത്ത...'
'മഞ്ഞൾപ്രസാദവും നെറ്റിയിൽ ചാർത്തി...'
'നീരാടുവാൻ നിളയിൽ നീരാടുവാൻ..'

പഞ്ചാഗ്നിയും നഖക്ഷതങ്ങളും പാട്ടാസ്വാദകരെ എവിടെയൊക്കെ കൊണ്ടെത്തിച്ചു.

വൈശാലിയിലെ

'തേടുവതേതൊരു ദേവപദം...'
'ഇന്ദുപുഷ്പം ചൂടി നിൽക്കും രാത്രി...'
'ഇന്ദ്രനീലിമയോലും ഈ മിഴി പൊയ്കകളിൽ..'

ഗാനങ്ങൾ പിറന്നു വീഴുന്ന സിനിമാ സന്ദർഭങ്ങൾ അനുഭവിച്ചറിയേണ്ടതാണ്. ഉജ്വല നിമിഷങ്ങളുടെ സമ്മേളനങ്ങൾ ആണവ. ഇന്ദ്രനീലിമയോലും എന്ന ഓ.എൻ.വി വരികളിലെ മാധുര്യമപ്പാടെ സംഗീതത്താൽ ഒപ്പിയെടുത്ത് ഒരപൂർവ ചാരുതയാർന്ന ഓർമ്മശില്പം തീർത്തിരിക്കുന്നു... വരികളിലെ വിങ്ങലും, വിതുമ്പലും, കുതറിച്ചാട്ടവും വരെ സംഗീതം കൊണ്ടപാരമാക്കിയ സൃഷ്ടി... അത് പോലെ 'ഇന്ദുപുഷ്പം ചൂടി നിൽക്കും രാത്രി' എന്ന ഗാന ചിത്രീകരണവും അത്യപൂർവ നിമിഷങ്ങൾ...

ഒരു വടക്കൻ വീരഗാഥയിലും അവിസ്മരണീയ രംഗങ്ങൾ ഓർത്തുവെക്കാൻ പ്രേരിപ്പിക്കുന്ന പാട്ടീണങ്ങൾ... 'ചന്ദനലേപസുഗന്ധം ചൂടിയതാരോ' എന്ന കെ ജയകുമാറിന്റെ വരികൾക്ക് ജീവൻ തുടിക്കുന്ന സംഗീതം പ്രദാനം ചെയ്ത മഹാപ്രതിഭ രംഗത്തിനേറെ കൊഴുപ്പേകുന്ന വരികളും സംഗീതവും... അതിലെ തന്നെ കൈതപ്രത്തിന്റെ വരികൾക്ക് സംഗീതം ചെയ്ത ഒരു ഗാനമുണ്ട്.. 'ഇന്ദുലേഖ കൺ തുറന്നു ഇന്ന് രാവും സാന്ദ്രമായി...' ഉണ്ണിയാർച്ചയെ തേടി പോകുന്ന ചന്തുവിന്റെ യാത്ര... ആ വെണ്ണിലാ രാത്രിയും സുഖദ നിമിഷങ്ങളും മനസ്സിലേറ്റി നായകന്റെ യാത്ര... അതെത്ര സുന്ദരമാക്കി കൈതപ്രവും, രവി ബോംബെയും... സ്ത്രീ വർണ്ണനകൾ ഏറെ പാട്ടുകളിൽ നമ്മൾ കേട്ടിട്ടുണ്ട്. എന്നാൽ പുരുഷനെ കുറിച്ചുള്ള സ്ത്രീയുടെ സങ്കല്പങ്ങൾ വളരെ കുറവാണ് പാട്ടുകളിൽ... 'നളചരിതത്തിലെ നായകനോ... നന്ദനവനത്തിലെ

ഗായകനോ...' ഇതൊന്നും മറന്നിട്ടില്ല... എങ്കിലും 'കളരിവിളക്കു തെളിഞ്ഞതാണോ... കൊന്നമരം പൂത്തുലഞ്ഞതാണോ' എന്ന രീതിയിൽ തുടരുന്ന അപൂർവ ഗാനം അതിസുന്ദരം...

നാടൻ പാട്ടിന്റെ ഈണം മുഴങ്ങിയ വിദ്യാരംഭത്തിലെ 'ഉത്രാളിക്കാവിലെ പട്ടോലപന്തലിൽ...' മറ്റൊരു കൈതപ്രം-രവി ബോംബേ പാട്ടു ചമയ്ക്കൽ...

സംഗീതസാന്ദ്രമായ ഒട്ടേറെ നിമിഷങ്ങൾ നമുക്കേകിയ സർഗ്ഗം എന്ന ഹരിഹരൻ ചിത്രം...! പാട്ടുകളുടെ ചന്തം മങ്ങി മങ്ങി പോയിരുന്ന ഒരു കാലത്തായിരുന്നു ഈ സർഗ്ഗസംഗീതത്തിന്റെ തിരിച്ചുവരവ്...

'സംഗീതമേ അമരസല്ലാപമേ...'
'കണ്ണാടി ആദ്യമായെൻ...'
'പ്രവാഹമേ ഗംഗാ പ്രവാഹമേ...'
'ആന്ദോളനം...'
'കൃഷ്ണകൃപാസാഗരം...'
'രാഗസുധാരസ...'

യൂസഫലി കേച്ചേരിയിലെ കവിയും ആരാധകനും ഉണർന്നാടിയ വരികൾ..

സംഗീത സാഗരത്തിൽ ശ്രോതാക്കളെ ആറാടിച്ച കാലം...

ഒരു സാഹിത്യകാരന്റെ ജീവിതത്തിലെ നിമിഷങ്ങളിലൂടെ കടന്നുപോയ ഒരു സിനിമ... പാഥേയം...

'ചന്ദ്രകാന്തം കൊണ്ട് നാലുകെട്ട്...'
'രാസനിലാവിന് താരുണ്യം...'

മറ്റൊരു കൈതപ്രം-രവി മാജിക്...

ഒരിക്കൽ കൂടി യൂസഫലി-രവി ബോംബേ തരംഗങ്ങൾ... ഗസൽ എന്ന ചലച്ചിത്രത്തിലൂടെ...

'വടക്കു നിന്ന് പാറി വന്ന വാനമ്പാടി...'
'അതിരുകളില്ലാത്ത പക്ഷി...'
'ഇശൽ തേൻകണം...'
'സംഗീതമേ നിന്റെ ദിവ്യ സൗഭാഗ്യത്തിൽ...'

എന്നിവയൊക്കെ ഒരുൾനാടൻ ഗ്രാമത്തിലെ മുസ്ലിം കുടുംബങ്ങളിലെ സന്തോഷവും, സന്താപവും, പകയും., പ്രണയവും, അധികാരവും, പതനവും എല്ലാം ചിത്രീകരിച്ചത്... നല്ലൊരനുഭവമായിരുന്നു ശ്രീ കമൽ എന്ന സംവിധായകൻ നമുക്കേകിയത്...

വീണ്ടും എംടി-ഹരിഹരനിലൂടെ...ഒരു യാഥാസ്ഥിക ബ്രാഹ്മണ കുടുംബത്തിലെ താളങ്ങൾ തെറ്റിയ പല ജീവിതങ്ങളിലൂടെയും കടന്നുപോയ കഥ... ദുരാചാരങ്ങളെയും, അന്ധവിശ്വാസങ്ങളെയും വെള്ളിത്തിരയിലെ പൊട്ടിത്തെറി ആക്കിമാറ്റിയ സിനിമ... അതിലെ പാട്ടുകൾ പറഞ്ഞറിയിക്കാൻ പറ്റാത്ത വികാരപരാവശ്യം സൃഷ്ടിച്ചവയാണ്...

'അഞ്ചു ശരങ്ങളും പോരാതെ മന്മഥൻ...'
'വൈശാഖപൗർണ്ണമിയോ... സാമജസഞ്ചാരിണീ...'
'പാർവണേന്ദു മുഖീ...'

എന്നിവയൊക്കെ വമ്പൻ ഹിറ്റുകളുമായിരുന്നു...

പിന്നീട് സുകൃതത്തിലൂടെ മറ്റൊന്ന്...അതും എംടി ഹരിഹരൻ ടീമിന്റെ ചിത്രം...

പഴയകാല ഗാനങ്ങളെ ഓർമ്മിപ്പിക്കുന്ന

'കടലിന്നഗാധമാം നീലിമയിൽ എന്ന ഗാനം...' അതിലെ തന്നെ 'എന്നോടൊത്തുണരുന്ന പുലരികളേ...' എന്നതും മികച്ചതായിരുന്നു...

പിന്നീടിറങ്ങിയ ഫൈവ് സ്റ്റാർ എന്നെ തട്ടുപൊളിപ്പൻ ചിത്രത്തിൽ പോലും മികച്ച ഗാനങ്ങൾ നൽകാൻ ഇദ്ദേഹം ശ്രദ്ധിച്ചിട്ടുണ്ട്... 'മറന്നോ നീ നിലാവിൽ നമ്മളാദ്യം കണ്ടൊരാ രാത്രി' എന്ന ഗാനം ഒരു പ്രണയവിരഹ ഗാനം ആണ്...

'ഇത്ര മധുരിക്കുമോ പ്രേമം...'
'വാതിൽ തുറക്കു നീ കാലമേ...'

ഇതൊക്കെ എന്നെന്നും ഓർമ്മിക്കാൻ ഉള്ളത് തന്നെ...

ഏറ്റവും അവസാനം ഹരിഹരന്റെ തന്നെ മയൂഖത്തിൽ... മങ്കൊമ്പിന്റെ രചനയിൽ

'കാറ്റിനു സുഗന്ധമാണിഷ്ടം...'
'ചുവരില്ലാതെ ചിത്രങ്ങളില്ലാതെ...'
'ഈ പുഴയും കുളിർക്കാറ്റും...'
'ഭഗവതിക്കാവിൽ നിന്നോ...'

എന്നിവയൊക്കെ നൽകി 2012ൽ അദ്ദേഹം ഈ ലോകത്തോട് യാത്ര പറഞ്ഞു പോയി...

പക്ഷെ... കവി പറഞ്ഞ പോലെ... യാത്ര തുടരുന്നു.. ശുഭയാത്ര നേർന്നു വരൂ...

ജിക്കി-വിരുന്നു വന്ന വാനമ്പാടി

പലപ്പോഴുമാലോചിക്കാറുണ്ട് കലാ സാംസ്കാരിക രംഗത്ത് മലയാളികൾ പേര് കേൾപ്പിച്ചു തുടങ്ങിയത് എന്നുമുതലാണ്. എഴു ത്തിന്റെ ലോകത്തു നിന്നും മലയാളത്തിന്റെ സ്വരം കേൾപ്പിച്ചിട്ടും സിനിമ എന്ന കലയ്ക്ക് അയിത്തം കൽപ്പിച്ച ഒരു കാലം ഉണ്ടായിരുന്നു ഇവിടെ എന്ന് തോന്നുന്നു. അയൽ സംസ്ഥാനങ്ങൾ ഉയർച്ചകൾ നേടുമ്പോൾ പോലും നെടുവീർപ്പിട്ടിരുന്നുവോ കേരളം! മലയാള സിനിമയ്ക്ക് എന്നും വേദനയോടെ ഓർക്കേണ്ട സംഭവങ്ങളും ഇവിടെ ഉണ്ടായിട്ടുണ്ട്. ജെ സി ഡാനിയേൽ എന്ന കലാ പ്രതിഭയെ കുരുതി കൊടുത്ത കലാനിലയം ആണ് കേരള മണ്ണ്. ആദ്യ സിനിമയോടെ തന്നെ അതിലെ നായികയായ റോസിയെയും, സംവിധായകനെയും ജാതി മത തീവ്രവാദികൾ കലയിൽ നിന്ന് വരെ തുരത്തി കളഞ്ഞ കഥ കാലങ്ങൾ കഴിഞ്ഞിട്ടും ഇന്നും വേദനയായി മനസ്സിൽ വിങ്ങുന്നുണ്ട്... ജാതി വ്യവസ്ഥകൾ കൊടിതോരണങ്ങൾ തൂക്കി വിളയാടിയിരുന്ന കാലത്ത് ജീവിച്ചിരുന്ന നാവറുക്കപ്പെട്ട ആ ഒരു വിഭാഗം പേർക്ക് സ്നേഹാഞ്ജലികളോടെ...ഇന്നതിനൊന്നും വ്യത്യാസം വന്നിട്ടില്ല. കേരളം ബഹുദൂരം മുന്നോട്ടു പോയെങ്കിലും പിന്നോട്ടടിച്ച മറ്റിടങ്ങൾ ഇന്നും സ്വതന്ത്രമായിട്ടില്ല. കലയ്ക്കു കൊല എന്ന മുദ്രാവാക്യം ജീവിതമുദ്രയാക്കിയവർ നടമാടുന്ന കാലം ആണിന്ന്. ഇന്ന് ജീവിതത്തിൽ നിന്നും ദൂരങ്ങളിലേക്കു റോസി യെ പോലെയോ, ദാനിയേലിന്റെ പോലെയോ തുരത്തപ്പെടുകയല്ല ചെയ്യുന്നത് എന്ന വ്യത്യാസം മാത്രം... പറഞ്ഞു വന്നത് സിനിമയിലേക്ക് അന്ന് ആന്ധ്രായിൽ നിന്നും, തമിഴ്നാട്ടിൽ നിന്നും കലാകാരന്മാരെ കൊണ്ടുവരികയായിരുന്നു.. നമ്മുടെ മനസ്സിലേക്ക് പ്രിയമുള്ള

തൊക്കെ വീതിച്ച തന്ന മറുനാട്ടുകാർ... അവരിൽ ഒരാളായി കൃഷ്ണ വേണി എന്ന പേരാണെങ്കിലും ജിക്കി എന്ന പേരിൽ അറിയപ്പെട്ടു ന്ന വിഖ്യാത ഗായിക... തമിഴ്നാട്ടിൽ ജനിച്ച ജിക്കി ആന്ധ്രാപ്രദേശ് സ്വദേശിനി ആയിരുന്നു. പതിനായിരത്തോളം ഗാനങ്ങൾ പല ഭാഷ കളിലും ആലപിച്ചിട്ടുണ്ട് ജിക്കി. മലയാളത്തിൽ വളരെ കുറച്ച ഗാന ങ്ങളും പാടിയിട്ടുണ്ട്. എൽ.ആർ.ഈശ്വരിയെ കുറിച്ച് പറഞ്ഞ പോലെ മലയാളത്തിൽ ഏറെ സുഖാനുഭവപാട്ടുകൾ ഇവർ നൽകിയിട്ടില്ല. ഒന്നു മില്ലെന്ന് പറഞ്ഞുകൂടാ... അവരുടെ സുഖദമായ ശബ്ദം പാട്ടുകളാക്കിയ സംഗീതജ്ഞർ ഇവിടെ ഉണ്ടായിരുന്നു. എല്ലാ ഗായകർക്കും അവസര ങ്ങൾ കൊടുക്കാൻ സന്മനസ് കാണിച്ചിട്ടുള്ളത് എം.എസ്.ബാബുരാജ് ആണെന്നത് സ്മരണീയമായ ഒരു കാര്യമാണ്.

'കദളിവാഴ കയ്യിലിരുന്നു കാക്കയിന്നു വിരുന്നു വിളിച്ചു...' എന്ന ഉ മ്മയിലെ ഗാനം ഇന്നത്തെ തലമുറ പോലും മൂളുന്നത്..

'പൂവേ നല്ല പൂവേ നല്ല വെള്ളത്താമര പൂവേ...' (പാലാട്ട് കോമൻ)

'മഞ്ചാടിക്കിളി മൈന മൈലാഞ്ചിക്കിളി മൈന' (കാട്ടുതുളസി)

'മാല മാല മധുമലർ മാല' (സ്നേഹദീപം)

'മുങ്ങി മുങ്ങി മുത്തുകൾ വരും മുക്കുവനെ' (കടലമ്മ)

'ലഹരി ലഹരി ലഹരി' (ഭാര്യ)

'അപ്പം തിന്നാൻ തപ്പു കൊട്ട്' (ഉമ്മ)

'കഥ പറയാമോ കാറ്റേ' (സ്ത്രീ ഹൃദയം)

'ലായിലാഹാ ഇല്ലല്ലാ' (സുബൈദ)

ഇവയൊക്കെ സോളോ ആയും മറ്റു ഗായകരോടൊപ്പവും പാടിയത്. വിരലിലെണ്ണാവുന്ന ചിലതെ ഓർമ്മയിൽ വരുന്നുള്ളൂ... ഗായകൻ എ.എം.രാജയുടെ ഭാര്യ എന്ന നിലയിലും ഇവർക്ക് ഏറെ അവസര ങ്ങൾ കിട്ടിയിട്ടുണ്ട്... ജീവിതാവസാനം ദുരന്തകാലം ആയിപ്പോയി ജിക്കിക്ക്. ബ്രസ്റ്റ് ക്യാൻസർ ബാധിച്ച് മരണമടഞ്ഞ ഇവരെ അന്ന് സഹായിക്കാൻ ജയലളിത സർക്കാരും, ആന്ധ്രാ സർക്കാരും ഉണ്ടാ യിരുന്നു...

റിയാലിറ്റി ഷോകളൊന്നും ഇല്ലായിരുന്ന അക്കാലത്ത് പലതിനോ ടും പടവെട്ടി വേണം പാട്ടുകാർക്ക് പ്രസിദ്ധി നേടാൻ.. അത് ജാതീയ തയായാലും, മത തീവ്രത ആയാലും...

അഞ്ജലികൾ അർപ്പിച്ചു കൊണ്ട്...

എൽ.ആർ.ഈശ്വരി-വേറിട്ട ശബ്ദം...

കലയും കച്ചവടവും നിറഞ്ഞാടുന്ന മേഖലയാണ് സിനിമാ ലോകം. ലക്ഷങ്ങൾ ജീവിതോപാധിയായി തിരഞ്ഞെടുത്തിരിക്കുന്നത്. എത്രപേർ രക്ഷപ്പെട്ടു! എത്ര പേർ നിരാശരായി പിൻവാങ്ങി! ചതിയുടെ തിരക്കഥകളിൽ നായികാ നായകന്മാർ ആവുന്നു. ജീവിതത്തിന്റെ പിന്നാമ്പുറങ്ങളിലേക്ക് വലിച്ചെറിയപ്പെടുമ്പോൾ പഴയ ജീവിതത്തിലേക്ക് തിരിച്ചുപോവാൻ പിന്നീടാവാതെ ഒടുങ്ങിപ്പോയവരെത്ര അഭിനയിക്കുക, പാടുക, സംവിധാനം ചെയ്യുക എന്നിങ്ങനെയുള്ള മോഹങ്ങളുമായി സിനിമയെന്ന മായികാവലയത്തിലെത്തപ്പെട്ടവർ... അവരെയോർത്തു. വെറുതെ. വെറുതെ...

ചെന്നൈയിൽ വർഷങ്ങൾക്കു മുൻപ് സിനിമയിൽ കോറസ് പാടാൻ പോയിരുന്ന ഒരു ഗായികയുടെ മകൾ. അമ്മയെ പോലെ കോറസ് ഗായികയാവാൻ കുരുന്നിലെ നിയോഗിക്കപ്പെട്ടവൾ. പക്ഷെ അവളുടെ നിയോഗം മാറ്റിമറിക്കപ്പെട്ടു. സോളോ ഗായികയായി പിന്നീട് ശ്രദ്ധിക്കപ്പെട്ട എൽ.ആർ.ഈശ്വരി എന്ന ഗായികയുടെ ജനനം തമിഴ് സിനിമയിൽ തീരുമാനിക്കപ്പെട്ടിരുന്നു. പല പല ഭാഷകളിലായി മുപ്പതിനായിരത്തോളം ഗാനങ്ങൾ! മലയാളത്തിലെ പഴയ കാല ഗായികമാരുടെ കൂടെ ഇവിടെയും വന്നു.. സുശീല-ജാനകി-വസന്ത-മാധുരി എന്നിവർക്കൊക്കെ എങ്ങനെയായാലും പൊതുവിൽ ചില പൊരുത്തങ്ങളുണ്ട്, ഭാവങ്ങളുണ്ട്... എന്നാൽ ഇവരിൽ നിന്നൊക്കെ അനുഭവപ്പെടുന്ന ഒരു ഭാവം ആയിരുന്നില്ല ഈശ്വരിക്ക്... അത് ചിലപ്പോൾ പതിഞ്ഞ സ്വരത്തിലാവാം. അതിലേറെ ഇളകിമറിഞ്ഞ ശബ്ദങ്ങളാവാം... ഊർജസ്വലത കൂടിയ ഒരു ശബ്ദവിന്യാസമായിരുന്നു

അവരുടേത്. മലയാളത്തിൽ ഏകദേശം നൂറോളം ഗാനങ്ങളെ ഇവർ ആലപിച്ചിട്ടുള്ളൂ... തുടക്കത്തിൽ ഒരു ഒതുങ്ങിയ മട്ടിൽ പാട്ടുകളൊഴു കിയപ്പോൾ മലയാളത്തിലെ ആ പത്തു വർഷങ്ങൾ കൊണ്ട് ഏക ദേശം എല്ലാ തരത്തിലുള്ള ഗാനങ്ങളും ഇവർ പാടിയിട്ടുണ്ട്. സോ ളോയെക്കാളും മറ്റു ഗായകരോടൊപ്പം ആണ് കൂടുതലും...

എന്റെ കുട്ടിക്കാലത്തു ഞാൻ പാടി നടന്നിരുന്ന ഒരു ഗാനമുണ്ട്. അച്ചാണിയിലെ 'മാറിൽ സ്യമന്തക രത്നം ചാർത്തി മറക്കുട ചൂടിയ രാത്രി...' അതിലെ ഭാവോല്ലാസം അതി തീവ്രമാണ്. ശരിക്കും സിനിമ യിലെ രംഗത്തിൽ വേണ്ടതിനേക്കാൾ കൂടുതൽ ഭാവം വരികളിൽ ചെലുത്തിയോ എന്ന് സംശയിച്ചേക്കാം.. പക്ഷെ അതവരുടെ രീതി ആയിരുന്നു... എം.എസ്.വിശ്വനാഥന്റെ പ്രിയഗായിക ആയിരുന്നു എൽ.ആർ.ഈശ്വരി...

അൻപത്താറു വർഷം മുൻപ് ഭർത്താവ് എന്ന ചിത്രത്തിൽ 'കാക്കക്കു യിലെ ചൊല്ലു കൈ നോക്കാനറിയാമോ എന്ന ഗാനം യേശുദാസി നോടൊപ്പം...

എൽ ആർ ഈശ്വരി ഏറെ ശ്രദ്ധിക്കപ്പെട്ടത് കുട്ടിക്കുപ്പായം എന്ന ചലച്ചിത്രത്തിലെ ഗാനങ്ങളിലൂടെ ആണ്.. എം.എസ്.ബാബുരാജിന്റെ തനിമയാർന്ന സംഗീതം...

'ഒരു കൊട്ട പൊന്നുണ്ടല്ലോ മിന്നുണ്ടല്ലോ...'
'പുള്ളിമാനല്ല, മയിലല്ല, മധുരക്കരിമ്പല്ല...'
'ഉമ്മയ്ക്കും ബാപ്പയ്ക്കും...'

എന്ന ഗാനങ്ങളൊക്കെ വലിയ ഹിറ്റുകളായി അന്നത്തെ ഓലടാക്കീ സുകൾ കൊണ്ടാടിയ കഥകൾ പറഞ്ഞു കേട്ടിട്ടുണ്ട്...

അൾത്താരയിലെ 'ഓണത്തുമ്പീ വന്നാട്ടെ ഓമനത്തുമ്പീ വന്നാട്ടെ...'

സുബൈദയിലെ 'ഒരു കുടുക്ക പൊന്നു തരാം...'

അർച്ചനയിലെ 'എത്ര കണ്ടാലും കൊതിതീരുകില്ലെനിക്കെത്ര ക ണ്ടാലുമീ ചിത്രം...'

ചിലമ്പൊലിയിലെ 'കല്ല്യാണ രാത്രിയിൽ കള്ളിയവർ...'

അനാർക്കലിയിലെ 'അരുതേ അരുതേ..'

എന്നൊതൊക്കെ ആണ് ഓർമ്മയിൽ വന്നു പോവുന്ന പാട്ടുകൾ...

പക്ഷെ മലയാള സിനിമ ഇവർക്ക് കൊടുത്തിരിക്കുന്ന പാട്ടുകൾ ഏറെയും മദനനർത്തന ഭാവങ്ങളിലൂടെ ആലപിക്കേണ്ട ഗാനങ്ങളാ ണ്. കുറെയേറെ ഡാൻസ് ഗാനങ്ങൾ ഉണ്ട് അവരുടേതായി. കാര്യമാ

യി മലയാള സിനിമ ഇവരുടെ ശബ്ദത്തെ ഉപയോഗപ്പെടുത്തിയില്ല എന്നത് ഖേദകരമാണ്...

തിരകൾ എഴുതിയ കവിത എന്ന ഡബ്ബിങ് ചിത്രത്തിന് വേണ്ടി പാടിയ പാട്ടും നന്നായിരുന്നു... 'ബലേ ബലേ ആസാമി നീ...' എന്ന പാട്ടിലെ സ്വരം എല്ലാം അപ്പോഴേക്കും മാറിയിരുന്നു...

ദക്ഷിണേന്ത്യയിൽ നിന്നും ആയി രണ്ടു സംസ്ഥാനങ്ങളിൽ നിന്നും 12 സ്റ്റേറ്റ് അവാർഡും, തമിഴ്നാടിന്റെ പ്രത്യേക പുരസ്കാരങ്ങളും നേടിയിട്ടുണ്ട് ഈ അനുഗ്രഹീത ഗായിക.

വസന്ത ഗീതങ്ങൾ...

ജാനകി സുശീലമാർക്കിടയിൽ ഞെങ്ങി ഞെരുങ്ങി പുറത്തായി മാധുരിക്കു മുകളിൽ സ്ഥാനം പിടിച്ച ഗായികയാണ് ബി വസന്ത. ആഴമുള്ള ശബ്ദത്തിന്റെ ഉടമ എന്ന് വിശേഷിപ്പിക്കാൻ കഴിയുന്ന മലയാളത്തിന്റെ ഗായിക. മറ്റു മറുനാടൻ ഗായികമാരെ പോലെ ആന്ധ്രാപ്രദേശ് സമ്മാനിച്ച ബി.വസന്ത. അവരുടെ ഗാനങ്ങളെ മൊത്തത്തിൽ അവലോകനം ചെയ്യുമ്പോൾ കുറച്ചൊരു ഭാഗ്യം കുറഞ്ഞ ഗായികയായിപ്പോയി. കഴിവിൽ അല്ല പ്രസിദ്ധിയിൽ. ഏകദേശം അടുത്തടുത്ത കാലങ്ങളിൽ തന്നെ വന്നവരായിട്ടും ജാനകി-സുശീല പോലെ തിളങ്ങാൻ അവർക്കു കഴിഞ്ഞിരുന്നില്ല. സോളോ വിഭാഗത്തിൽ മറ്റുള്ളവർ ഏറെ മുന്നിലെത്തിയിട്ടും ഇവർ ഒതുങ്ങിപ്പോവുകയായിരുന്നു. എന്നിരുന്നാലും ഓർമ്മയിൽ തങ്ങി നിൽക്കുന്ന ഒട്ടേറെ ഗാനങ്ങൾ ഇവരുടെ സംഭാവനായിട്ടുണ്ട്. ബി.എ. ചിദംബരനാഥ് ഒട്ടേറെ അവസരങ്ങൾ വസന്തയ്ക്ക് കൊടുത്തിട്ടുണ്ട്. ദേവരാജനും, ചിദംബരനാഥും തിരിച്ചറിഞ്ഞ പോലെ മറ്റാരും ഇവരെ അറിഞ്ഞിട്ടില്ല എന്ന് നിസംശയം പറയാം...

'കാർത്തികവിളക്കു കണ്ടു പോകുമ്പോൾ...'
'പടച്ചോന്റെ കൃപ കൊണ്ട്...'
'പാരിജാത മലരേ...'
'ഓമനത്തിങ്കൽ കിടാവോ?...'
'ശരണമയ്യപ്പാ...'
'നിന്മുഖം കണ്ടപ്പോൾ...'
'വാർതിങ്കൾ കണിവെക്കും രാവിൽ...'

തുടങ്ങിയവയൊക്കെ എത്രപേർ കേട്ട് കാണും... ചിദംബരനാഥ് സമ്മാനിച്ച ഗാനങ്ങൾ ആണിവയൊക്കെ...

ബി.വസന്തയുടെ തിരഞ്ഞെടുത്ത ഗാനങ്ങളുടെ ഒരു ഫയൽ പോലു മില്ലെന്ന് തോന്നുന്നു.

ദേവരാജനും, എം.എസ്.ബാബുരാജുവും, ദക്ഷിണാമൂർത്തിയും, എം. കെ.അർജ്ജുനനും, എ.ടി.ഉമ്മറും പിന്നീട് കുറെ അവസരങ്ങൾ കൊടു ത്തിട്ടുണ്ട്.

ദേവരാജന്റെ ഈണത്തിൽ...

'തെക്കുംകൂറടിയാത്തി...'
'പണ്ടൊരു ശില്പി പ്രേമശില്പി...'
'ഭൂമിദേവി പുഷ്പിണിയായി...'
'കുടമുല്ലപ്പൂവിനും...'
'സ്വപ്നസഞ്ചാരിണീ...'
'മേലെ മാനത്തെ...'
'ശൈലനന്ദിനീ...'
'യവനസുന്ദരി...'
'ഒന്നാനാം കുളക്കടവിൽ...'
'ചന്ദ്രനുദിക്കുന്ന ദിക്കിൽ...'
'കൊതുമ്പുവള്ളം തുഴഞ്ഞു വരും...'
'മണ്ണിൽ പെണ്ണായ്...'

തന്റെ പ്രിയപ്പെട്ട ഗായികയ്ക്ക് പ്രസിദ്ധ ഗാനങ്ങൾ നൽകുമ്പോഴും ശ്രീ ദേവരാജൻ മാസ്റ്റർ ബി.വസന്തക്കും അത്രയ്ക്ക് മോശമല്ലാത്ത പാട്ടുകളും ചില മികച്ച പാട്ടുകളും മാറി മാറി കൊടുത്ത് കൊണ്ടിരുന്നു...

മലയാളത്തിൽ ഒരു ഹമ്മിങ് ഗായിക ആയിരുന്നു ബി.വസന്ത. ഒട്ടേറെ ഗാനങ്ങളിൽ അതിസുന്ദരമായ ഹമ്മിങ് സമ്മാനിച്ച വസന്ത, അക്കാരണത്താൽ തന്നെ ആ പാട്ടുകൾ ഓർക്കപ്പെടുകയും ചെയ്യു ന്നു... പ്രസിദ്ധ ഗായകരോടൊപ്പം യുഗ്മഗാനങ്ങളിലും ശോഭിച്ച ഗാ യികയാണ് വസന്ത. അത് ഗായകരോടൊപ്പവും ഗായികമാരോടൊ പ്പവും ഉണ്ട്. അങ്ങനെയും കുറെ ഗാനങ്ങൾ. എങ്കിലും ആ ശബ്ദങ്ങൾ ക്കിടയിലും വേറിട്ടൊരു ശബ്ദമായി ആ വസന്തഗീതങ്ങൾ.

എന്നുമിതൾ ചൂടിയുണരും...

ലളിതസംഗീതംസിനിമാസ്വാദകരുടെ, പാട്ടാസ്വാദകരുടെ മനസ്സ് എത്രകണ്ട് കീഴടക്കുമോ അത്രയും കയ്യടക്കി തരളിതരാക്കിക്കളഞ്ഞ ഒരാളുടെ ഈണങ്ങളുണ്ട്... മികവുറ്റ സംഗീതജ്ഞരോടൊപ്പം 1967 മുതൽ തന്നെ മലയാള ചലച്ചിത്ര ലോകത്തുണ്ടായിരുന്ന ശ്രീ ഏ.ടി.ഉമ്മർ ദേവരാജൻ-ദക്ഷിണാമൂർത്തി-ബാബുരാജ് പ്രഗൽഭമതികൾക്കൊപ്പം തന്റേതായ ഒരു സംഗീത വഴി തീർത്ത ആ കണ്ണൂരുകാരൻ. തളിരുകൾ എന്ന ചലച്ചിത്രത്തിൽ ആദ്യമീണം നൽകി. പി ഭാസ്കരനോടൊപ്പം 'പിന്നെയുമിണക്കുയിൽ പിണങ്ങിയല്ലോ' എന്ന ഗാനമൊരുക്കിയപ്പോൾ വേറിട്ടൊരു നാദധാരയിൽ ശ്രോതാക്കൾ ലയിച്ചു ചേർന്നു. നല്ലൊരു തുടർച്ചയും ഇവർ നമ്മൾക്ക് സമ്മാനിച്ചു. ആഭിജാത്യത്തിലെ, രാസലീലയ്ക്ക്, മഴമുകിലൊളിവർണ്ണൻ, ചെമ്പകപ്പൂങ്കാവനത്തിലെ, വൃശ്ചിക രാത്രി തൻ... എന്നിവ നാദവർഷങ്ങളായിരുന്നു. പിന്നീട് തീർത്ഥയാത്രയിലെ അനുവദിക്കൂ ദേവീ അനുവദിക്കൂ, തെക്കൻ കാറ്റിലെ പ്രിയമുള്ളവളെ എന്നിവയും. പ്രിയമുള്ളവളെ... ബ്രഹ്മാനന്ദന്റെ ഘനഗംഭീര ശബ്ദത്തിൽ മറ്റൊരു സംഗീത വിരുന്നായിരുന്നു.

വയലാർ-ദേവരാജൻ, ശ്രീകുമാരൻ തമ്പി-എം.കെ.അർജ്ജുനൻ എന്നിവരെപ്പോലെ ഏ.ടി.ഉമ്മർ ഈണം കൂടുതൽ ഇഴചേർന്നത് ബിച്ചു തിരുമലയുടെ വരികളോടാണ്. വർഷങ്ങളോളം അവർ ഒരു ടീമായി നിരവധി ചിത്രങ്ങൾ പുറത്തിറങ്ങി.

ആലിംഗനത്തിലെ തുഷാര ബിന്ദുക്കളേ ഒരു സൂപ്പർ ഹിറ്റായിരുന്നു. പിന്നീട് ഇവരൊരുക്കുന്ന പാട്ടുകൾ പലതും ഹിറ്റായി.

അനുഭവത്തിലെ 'വാകപ്പൂമരം ചൂടും..'

അംഗീകാരത്തിലെ 'നീല ജലാശയത്തിൽ..'

സൂത്രക്കാരിയിലെ 'സുഖവാസ മന്ദിരം...'

അവളുടെ രാവുകളിലെ എല്ലാ ഗാനങ്ങളും

മനസാ വാചാ കർമ്മണയിലെ 'പ്രഭാതം പൂമരക്കൊമ്പിൽ...',

'നിമിഷങ്ങൾ പോലും...'

കരിമ്പനയിലെ 'കരിമ്പാറകൾക്കുള്ളിലും...'

അണിയാത്ത വളകളിലെ 'ഒരു മയിൽപ്പീലിയായ്...'

ഇണയിലെ എല്ലാ ഗാനങ്ങളും...

അഹിംസയിലെ 'കാറ്റ് താരാട്ടും...'

'ജലശംഖുപുഷ്പം ചൂടും...'

ഏപ്രിൽ 18 ലെ 'കാളിന്ദീ തീരംതന്നിൽ...'

ഒരു പൈങ്കിളി കഥയിലെ 'ആന കൊട്ടുത്താലും...'

അവയിൽ ചിലത് മാത്രം. അത്രയേറെ ബിച്ചു-ഉമ്മർ ടീം പാട്ടാസ്വാദകരെ ആനന്ദിപ്പിച്ചിട്ടുണ്ട്.

പിന്നീട് പൂവച്ചൽ ഖാദറുമായി

ഉൽസവത്തിലെ ഗാനങ്ങൾ... ഇന്നും മനസ്സിനെ കുളിരണിയിച്ച് കൊ ണ്ട് 'ആദ്യസമാഗമലജ്ജയിലാതിരാ...'

സ്വയംവരത്തിന് 'പന്തലൊരുക്കി...' എന്നിവ പുതുമയോടെ തന്നെ കേൾക്കാൻ കഴിയുന്നുണ്ട്.

മൈലാഞ്ചി, മണിയറ, മണിത്താലി എന്നീ മുസ്ലീം പശ്ചാത്തലത്തിലുള്ള ഗാനങ്ങൾക്കും തനതായ ശൈലിയിൽ ഈണം പകർന്ന് പഴമയ്ക്ക് മുതൽക്കൂട്ടാക്കുന്നുണ്ട് ശ്രീ ഏ.ടി. ശ്രീകുമാരൻ തമ്പിയോടൊപ്പം ചെയ്ത അഭിമാനത്തിലെ ലോലഹൃദയനായ സ്നേഹമയനായ നായകന് വേണ്ടി 'പൊട്ടിക്കരഞ്ഞുകൊ ണ്ടോമനേ...' എന്ന ഗാനം കണ്ണീരിൽ ചാലിച്ച തിരുമധുരമാണ്. അമൃതവാഹിനിയിൽ നാലഞ്ച് ഹിറ്റു ഗാനങ്ങളാണ് ഇവരൊരുക്കിയത്.

സംവിധായകൻ സത്യൻ അന്തിക്കാടിന്റെ ഗാനരചനാക്കാലത്ത് ഏ ടി ഉമ്മറിനോടൊപ്പവും പ്രവർത്തിക്കാൻ അവസരം കിട്ടിയിട്ടുണ്ട്.

അധികാരത്തിലെ 'വാസന്ത ദേവത വന്നു...'

'താളം തുള്ളും താരുണ്യമോ...'

തടവറയിലെ 'ആനന്ദരാഗമെഴുതിയ...'

എന്നിവ ഉദാഹരണങ്ങൾ...

ഒന്നോ രണ്ടോ ചിത്രങ്ങൾ കൊണ്ടോ, ഒന്നോ രണ്ടോ ഗാനങ്ങൾ കൊണ്ടോ ചലച്ചിത്ര ലോകം എന്നു ഓർക്കുന്ന പ്രതിഭകൾ ഉണ്ടാവാം.

വെള്ളനാട് നാരായണൻ.

സരസ്വതീയാമത്തിലെ 'നിന്നെ പുണരാൻ നീട്ടിയ കൈകളിൽ...'

പൗരുഷത്തിലെ 'ഇനിയും ഇതൾ ചൂടി ഉണരും...' എന്നിവയിന്നും നമ്മൾ മൂളി നടക്കുന്ന പ്രിയപ്പെട്ട ഗാനങ്ങളാണ്.

കവി അപ്പൻ തച്ചേത്ത്.

രാജപരമ്പരയിലെ 'ദേവീ നിൻ ചിരിയിൽ...'

പാട്ടിഷ്ടപ്പെടുന്നവർ എന്നുമോർക്കുന്നത്...

ബി. മാണിക്യം.

ബെൻസ് വാസുവിലെ 'സ്വപ്നം സ്വയം വരമായി' എന്ന ഗാനം... എന്നിവ ആ പാട്ടെഴുത്തുകാർക്ക് കിട്ടിയ വരദാനമാണെന്ന് പറഞ്ഞാലും തെറ്റില്ല...

2001-ൽ എ.ടി.ഉമ്മർ ഈ ലോകം വിട്ടു പോവും വരെ ഈ സംഗീത തപസ്യ തുടർന്നുകൊണ്ടേയിരുന്നു...

പ്രണാമങ്ങളോടെ...

പാട്ടിന്റെ ചാന്ത് കുടഞ്ഞ സൂര്യൻ

കലാപാരമ്പര്യമുള്ള കുടുംബത്തിൽ നിന്നും പിന്തുടർച്ചാവകാശികളായി വരുന്നവരൊക്കെ അതെ പാരമ്പര്യം നിലനിർത്തി ക്കൊള്ളണമെന്ന നിർബന്ധമില്ല. വയലാർ രാമവർമ്മ എന്ന അനുഗ്ര ഹീത കലാകാരന്റെ മകൻ വയലാർ ശരത്ചന്ദ്ര വർമ്മ പക്ഷെ അച്ഛന്റെ പാത പിന്തുടർന്ന് സിനിമയിലേക്ക് തന്നെ വന്ന ചേർന്നു. അ ച്ഛൻ ഒഴിച്ചിട്ടുപോയ സിംഹാസനത്തിൽ കയറി ഇരിക്കാതെ തനിക്കായൊരു ഇടം അദ്ദേഹം തന്നെ ഇവിടെ ഒരുക്കിയെടുക്കുകയും ചെയ്തു. പ്രഗത്ഭനായ അച്ഛന്റെ മകൻ, മലയാള സിനിമയെ ഒരുകാലത്ത് തന്റെ വഴിയേ നടത്തിച്ച ഒരച്ഛന്റെ മകൻ... ആ പാട്ടിന്റെ വഴിയേ എത്രപേര് നടന്നു പോയി. ഇന്നും ആ ലഹരിയിൽ തന്നെ അടിമപ്പെട്ട് തൃപ്തരാവുന്നവർ... അച്ഛനുണ്ടാക്കിവെച്ച ആ ഗാനസാമ്രാജ്യത്തിലേക്കു ആദ്യം മടിച്ചു മടിച്ചാവും ശരത്ചന്ദ്രനും കടന്നു വന്നിരിക്കുക. കാരണം വയലാർ എന്ന പേരിനെ അപകീർത്തിപ്പെടുത്തുന്ന ഒന്നും തന്നിൽ നിന്നും ഉണ്ടാവാൻ പാടില്ല. അച്ഛനോളമെത്താനായില്ലേലും പാകപ്പിഴകൾ വരുന്ന എഴുത്താവരുത് തന്റേത് എന്നൊക്കെ ഓർത്തുകാണും.

കാലത്തിനനുസരിച്ച് എഴുത്തുകൾക്കും വ്യത്യാസം വന്നിട്ടുണ്ട്. ഏതു മേഖലയിലായാലും. വയലാർ രാമവർമ്മയുടെ എഴുത്തുമായി സാമ്യം ചെയ്യുമ്പോൾ മൃദുലമായ ഒരു സമീപനമാണ് ഇദ്ദേഹത്തിന്റേത്. ഉദാഹരണത്തിന് മിഴി രണ്ടിലും എന്ന ചിത്രത്തിലെ 'എന്തിനായ് നിൻ ഇടം കണ്ണിൻ തടം തുടിച്ചു' എന്ന ഗാനത്തിലെ വരികളുടെ ലയനം തന്നെ ശ്രദ്ധിക്കുക. വയലാർ ആയിരുന്നെങ്കിൽ തീവ്രമായ മാനസിക വിമ്മിഷ്ടങ്ങൾ വരികളിൽ വന്നേനെ എന്ന് തോന്നും...അതദ്ദേഹത്തിന്റെ

രീതിയാണ്. അശ്വമേധത്തിലെ 'ഏഴ സുന്ദര രാത്രികൾ... വികാരതരളിത ഗാത്രികൾ' എന്നെഴുതും വയലാർ. ആരിനു നിൻ സ്വപ്നങ്ങളിൽ തേൻതുള്ളി തൂവി എന്ന് സന്ദേഹിക്കുകയാണ് ശരത്ചന്ദ്ര വർമ്മ. ഇടം കണ്ണിൻ തടം തുടിച്ചതും, വലം കൈയ്യാൽ മുഖം മറച്ചതും എല്ലാം അതിസുന്ദരമായ കാമുകി ഭാവങ്ങൾ തന്നെയാണ്. വളരെ വ്യത്യസ്തമായ ഒരു രചനാ ശൈലിയാണ് ഈ രംഗത്തിനു വേണ്ടി എഴുതി ഒരുക്കിയത്...

കത്തിജ്വലിച്ച നിൽക്കുമ്പോൾ അസ്തമിച്ച പോയ ഒരു താരം തന്നെയായിരുന്നു വയലാർ രാമവർമ്മ. അന്നത്തെ കാലത്ത് നല്ല പാട്ടെഴുത്തുകാരും, അതിനൊത്തുയർന്ന സംഗീത സംവിധായകരും ഉണ്ടായിരുന്നു. പാട്ടിന്റെ ഭാവങ്ങൾ കണ്ടറിഞ്ഞു സംഗീതം നൽകിയിരുന്നവർ.

ഓരോ കാലത്തിലും ഓരോരോ കൂട്ടുകെട്ടുകൾ ഉണ്ടാവാറുണ്ട്. വയലാർ-ദേവരാജൻ കൂട്ടുകെട്ടു തീർത്ത ഗാനങ്ങളെ കുറിച്ച് പറഞ്ഞാൽ തീരില്ല. ദേവരാജനുമായി ശരത്ചന്ദ്രവർമ്മക്കും ഗാനങ്ങൾ ഒരുക്കുവാൻ കഴിഞ്ഞത് ഒരു ഭാഗ്യം തന്നെയാണ്. അതും കടന്നു വരവിൽ തന്നെ. തന്റെ ആദ്യ ചിത്രമായ എന്റെ പൊന്നുതമ്പുരാനിലെ ഗാനങ്ങൾ ഒരുക്കിയത് ദേവരാജനാണ്. അതിലെ 'മാഘമാസം മല്ലികപ്പൂ പൂക്കും കാലം' നല്ലൊരു മെലഡി ആണ്. പക്ഷെ പിന്നീട് പത്തു വർഷങ്ങൾ കഴിയേണ്ടി വന്നു ഓർമ്മയിൽ സൂക്ഷിക്കാൻ കുറച്ച ഗാനങ്ങളുമായി ഇദ്ദേഹത്തിന് കടന്നുവരാൻ.. മിഴി രണ്ടിലും എന്നതിലെ എല്ലാ ഗാനങ്ങളും ഹിറ്റാക്കി കൊണ്ടുള്ള വരവ്. രവീന്ദ്ര ന്റെ സംഗീതത്തിൽ തൊട്ടതൊക്കെ ഹിറ്റായിട്ടേ ഉള്ളൂ. 'വർമഴവില്ലേ' എന്ന ഗാനം ചിത്രയുടെ മികച്ച ഗാനങ്ങളിൽ ഒന്നാണ്. അതിലെ തന്നെ 'ആലിലത്താലിയുമായ് വരുമീ തിങ്കളെ' എന്നതും മികച്ചൊരു രചനയാണ്.

പിന്നീടങ്ങോട്ട് കുറെയേറെ സിനിമകളിൽ മികച്ച സംഗീത സംവിധായകരോടൊത്ത് ഗാനങ്ങൾ പിറക്കുകയുണ്ടായി. ശരത്ചന്ദ്രവർമ്മ-അലക്സ് പോൾ കൂട്ടുകെട്ട് കുറെയേറെ ചിത്രങ്ങ ൾക്ക് ഗാനങ്ങൾ ഒരുക്കിയിട്ടുണ്ട്. അച്ഛനുറങ്ങാത്ത വീട്ടിലെ 'ഒഴുകു കയായ് പുഴ പോലെ' എന്ന ഗാനം ശാന്തമായൊഴുകുന്ന ഒരു പുഴയെ കാണും പോലെ...

പിന്നീട് ക്ലാസ്മേറ്റ്സ് എന്നതിലും പ്രേക്ഷകർ ഏറ്റുപാടിയ 'എന്റെ ഖൽബിലെ വെണ്ണിലാവ് നീ നല്ല പാട്ടുകാരാ' എന്ന സൂപ്പർ ഹിറ്റ് ഗാനവും പിറന്നു. കാത്തിരുന്ന പെണ്ണല്ലേ, കാറ്റാടി തണലും... ഇവയൊക്കെ ഒരു കാലഘട്ടത്തിന്റെ ഗാനങ്ങളാണ്...

പോത്തൻവാവയിലെ 'വാവേ മകനെ' ബാബാ കല്ല്യാണിയിലെ ജി. വേണുഗോപാലിന് ഒരു തിരിച്ചുവരവ് നൽകിയ 'കൈ നിറയെ വെണ്ണ തരാം'

മായാവിയിലെ 'മുറ്റത്തെ മുല്ലേ ചൊല്ല്' ഹലോയിലെ 'ചെല്ലത്താമരേ' ചോക്ക്ലേറ്റിലെ 'താമരയും സൂര്യനും','ഇഷ്ടമല്ലേ ഇഷ്ടമല്ലേ'എന്നിവയൊക്കെ എഴുത്തുകാരനും ബ്രേക്ക് നൽകിയ സമയങ്ങൾ ആണ്...

വിദ്യാസാഗറിന്റെ ഈണത്തിൽ കേരളം ആ കാലത്തു മൂളിയ ഒരു താരാട്ടു ഗാനം ഉണ്ട്. ചാന്തുപൊട്ടിലെ 'ആഴക്കടലിന്റെ അങ്ങേക്കരയിലായ്...' 'ഓമനക്കടപ്പുറത്തിന്നോമനെ...' എന്നിവയൊക്കെ ഉണ്ടെങ്കിലും അതീവ സുന്ദരമായ ചില സങ്കല്പങ്ങൾ കളിയാടിയ ഒരു ഗാനമുണ്ട്. ചാന്തുകുടഞ്ഞൊരു സൂര്യൻ മാനത്ത് എന്ന ഭാവനയിൽ തുടങ്ങിയത്. ഒരു പ്രത്യേക സുഖം പകർന്നുതന്ന വരികളും ഈണവും ആയിരുന്നു...

പിന്നീട് നീലത്താമരയിലും ഇതേ ജനുസിലുള്ള ഒരു ഗാനം വന്നു ചേർന്നു. 'അനുരാഗവിലോചനനായി അതിലേറെ മോഹിതനായി' എന്ന ഭാവനാസുരഭിലഗാനം.

ഇളയരാജ എന്ന സംഗീതജ്ഞനോടൊത്ത് പ്രവർത്തിക്കാൻ കഴിഞ്ഞതും ഭാഗ്യം. വിനോദയാത്ര, ഭാഗ്യദേവത, കഥ തുടരുന്നു എന്ന സത്യൻ അന്തി ക്കാട് ചിത്രങ്ങളായിരുന്നു അവ.

മികച്ച സംഗീത സംവിധായകരുടെ കുറവ് മലയാള സിനിമ നേരിട്ടിരുന്ന കാലഘട്ടത്തിലായിപ്പോയി ഇദ്ദേഹത്തിന്റെ വരവും, നിൽപ്പും. എന്നിട്ടും തന്റേതായ ഒരു കാലഘട്ടം മലയാളസിനിമയിൽ ഉണ്ടാക്കിയെടുക്കാൻ ഒരുപിടി ഗാനങ്ങളിലൂടെ കഴിഞ്ഞിട്ടുണ്ട്.

നോട്ടുബുക്കിലെ 'ഹൃദയവും ഹൃദയവും..'

പളുങ്കിലേ 'മാനത്തെ വെള്ളി വിതാനിച്ച കൊട്ടാരം...'

കളഭത്തിലെ 'നീയിന്നെന്റെ സ്വന്തമല്ലേ...'

കറുത്ത പക്ഷികളിലെ 'മഴയിൽ രാത്രി മഴയിൽ...'

കൽക്കട്ട ന്യൂസിലെ 'എങ്ങു നിന്നോ വന്ന പഞ്ചവർണ്ണ കിളി...'

വെള്ളരിപ്രാവിന്റെ 'ചങ്ങാതിയിലെ പതിനേഴിന്റെ പൂങ്കരളേ...'

വെറുതെ ഒരു ഭാര്യയിലെ 'ഓങ്കാരം ശംഖിൽ ചേരുമ്പോൾ...'

അയാളും ഞാനും തമ്മിലെ 'അഴലിന്റെ ആഴങ്ങളിൽ അവൾ മാഞ്ഞുവോ...'

എന്നിവയൊക്കെ തന്റേതായ മുദ്ര പതിപ്പിച്ച മികച്ച ഗാനങ്ങളാണ് എന്ന് നിസ്സംശയം പറയാം...

ഇന്നത്തെ സിനിമക്ക് പാട്ടാവശ്യമില്ല. ഗാനങ്ങളെ കയ്യൊഴിഞ്ഞ ഇക്കാലത്ത് താൽക്കാലികമായെങ്കിലും അരങ്ങൊഴിയുകയേ നിവൃത്തിയുള്ളൂ. പാട്ടിനെ മികവിന്റെ കാര്യത്തിൽ ആത്മാർത്ഥതയോടെ സമീപിക്കുന്ന വയലാർ രാമവർമ്മയുടെ സീമന്തപുത്രന് അങ്ങനെയേ ചെയ്യാൻ ആവുള്ളൂ...

ഓർമ്മകളെ കൈവള ചാർത്തിയപ്പോൾ...

പതിവ് രസങ്ങൾ അനുഭവിച്ചു കൊണ്ടിരുന്നവർക്ക് മുൻപിലേക്ക് പുതിയ രസാനുഭവവുമായി വന്ന വിരുന്നുകാരനാണ് ശ്രീ സലിൽ ചൗധരി. അദ്ദേഹം വിളമ്പിത്തന്ന പുതുരസം മലയാളസിനിമാ ഗാന ശ്രോതാക്കൾ മനസ്സ് നിറഞ്ഞു കൊണ്ടാസ്വദിച്ചു. നന്ദി പറഞ്ഞു. സലിൽദാ നന്ദി... നന്ദി...

രചനാരംഗത്തും, സംഗീതരംഗത്തും മലയാളികൾ തന്നെ സ്ഥിരപ്രതിഷ്ഠ നേടിത്തുടങ്ങിയ കാലത്താണ് ഇദ്ദേഹത്തിന്റെ വരവും. അതും 1966-ൽ ചെമ്മീൻ എന്ന വിഖ്യാത സിനിമയിലേക്ക്. പ്രണയവും, മറ്റു ജീവിതോല്ലാസങ്ങളും, പകയും, വിരഹവും എല്ലാം നിറഞ്ഞുനിന്ന മലയാളത്തിന്റെ മുദ്ര പതിഞ്ഞ സിനിമ. സന്തോഷത്തിന്റെ ചാകര വന്നു പെടുന്ന അൽപ്പ നിമിഷങ്ങളിൽ ഉല്ലസിച്ചാടുന്ന കടലോരജീവിതങ്ങളെ ചിത്രത്തിലൂടെയും പാട്ടിലൂടെയും ലോകം മുഴുവൻ അറിഞ്ഞ നാളുകൾ. സംഗീത സംവിധായകൻ എന്ന നിലയിൽ സലിൽ ചൗധരി എന്ന പേരിനും പ്രസക്തി കൂടി... നിന്നാത്മാവിലും നീറുന്ന ചിന്തകളുണ്ടോ എന്ന് കടലിനോടു വിരഹകാമുകൻ ചോദിക്കുന്ന ഭാവം അനുഭവിച്ചറിഞ്ഞ പ്രേക്ഷകർ തീയേറ്ററി ലും കണ്ണീർ പൊഴിച്ചിരിക്കാം... വയലാറിൽ തുടങ്ങിയ ആ സംഗീതയാത്രയിലെ ചലനങ്ങൾ ഇരുപത്തൊൻപതു കൊല്ലം ഇടതടവില്ലാതെ ഇവിടെ അലയടിച്ചു. ഇരുപത്തിയേഴോളം ചലച്ചിത്രങ്ങളെ ഉണ്ടായിരുന്നുള്ളൂ എന്നത് അത്ഭുതപ്പെടുത്തുന്നുണ്ട്. നൂറ്റി ഇരുപതോളം പാട്ടുകളും. അതിലേറെ അതിശയിപ്പിക്കുന്ന മറ്റൊരു സംഗതി ഉണ്ട്. സംഗീതം ചെയ്ത തൊണ്ണൂറ്റി അഞ്ചു ശതമാനം ഗാനങ്ങളും ഹിറ്റുകളായിരുന്നു എന്നതിലാണ്. കേരളം ഇന്നും ഏറ്റുപാടുന്നത്.

ഇതിലൊക്കെ അപ്പുറംമറ്റൊരു അപൂർവ ഭാഗ്യവും സലിൽ ചൗധരിക്ക് സിദ്ധിച്ചിട്ടുണ്ട് മലയാളത്തിൽ നിന്ന്. വയലാർ, ഓ.എൻ.വി കുറുപ്പ്, ശ്രീകുമാരൻ തമ്പി, പി.ഭാസ്കരൻ ഏറ്റവും അവസാനം കൈതപ്രം വരെ, ഇത്രയും പേരിൽ നിന്നുള്ള വരികളെ മാത്രമേ ചിട്ടപ്പെടുത്തേണ്ടി വന്നിട്ടുള്ളൂ... ലഭിച്ച ചിത്രങ്ങളുടെ മേന്മയെക്കാൾ ഈണം നൽകേണ്ട വരികളൊക്കെ പ്രഗത്ഭരുടെ മാത്രം. ഈ അത്യപൂർവ നിർവൃതി അനുഭവിക്കാൻ കഴിഞ്ഞു ഈ അന്യഭാഷാ സംഗീതജ്ഞന്...

ഏഴു രാത്രികളിലെ 'കാടാറുമാസം നാടാറുമാസം..'

നെല്ലിലെ 'കാട്കുളിരിണ്..', 'നീലപൊന്മാനേ..'

രാഗത്തിലെ 'ഓമനത്തിങ്കൽപക്ഷീ...', 'ആ കയ്യിലോ...', 'അമ്പാടി പൂങ്കു യിലെ...', 'നാടൻ പാട്ടിലെ മൈന...'

രാസലീലയിലെ 'മനസ്സിലെ തത്തെ...', 'നീയും വിധവയോ നിലാവേ...'

തോമാശ്ലീഹയിലെ 'വൃശ്ചികപ്പെണ്ണേ...'

നീലപൊന്മാനിലെ 'കില്ലു കില്ലും...', 'പൂമാലപ്പൂങ്കുഴലീ...', 'കാട് കറുത്ത കാട്...'

തുലാവർഷത്തിലെ 'കേളീ നളിനം വിടരുമോ..', 'യമുനേ നീ ഒഴുകൂ...'

സംഗീതം ചെയ്ത ചിത്രത്തിലെ എല്ലാ ഗാനങ്ങളും നമുക്ക് പരിചിതമെന്നതാണ്. ഒന്നും ഒഴിവാക്കാനാവില്ല... പാട്ടുകൾ എടുത്തെഴുതുമ്പോൾ ഏതൊഴിവാക്കും എന്നറിയില്ല... എല്ലാം ഒന്നിനൊന്നു മെച്ചം തന്നെ.

മലയാളത്തിന്റേതായിട്ടുള്ള ഒരു സംഗീതരീതി, നമ്മുടെ നാടൻ പാട്ടിന്റെ കൂടിച്ചേരൽ, കർണ്ണാട്ടിക് സംഗീതത്തിന്റെ നിറഞ്ഞ പെയ്ത്ത്... അത്തരമൊരവസ്ഥയിലേക്കാണ് ഹിന്ദുസ്ഥാനി സംഗീതത്തിന്റെ, വടക്കെ ഇന്ത്യയിലെ നാടൻ സംഗീതത്തിന്റെ കൂട്ടുമായി ഒരു ബംഗാളിയുടെ വരവ്. കഴിവുള്ളവരെ എന്നും മലയാളി കൈവിട്ടിട്ടില്ല. അവരെ നമ്മളങ്ങു സ്വന്തമാക്കും. ബംഗാളി ആദിവാസി സംഗീതത്തിന്റെ ചൂരും, നാട്ടുവഴികളിലെ ഏകാന്ത ബാവുൽ ഗായകരുടെ സംഗീതതനിമയും എല്ലാം ഇടകലർന്ന ഒരു അപൂർവത. നമ്മുടെ പ്രിയപ്പെട്ട ദേവരാജൻ, ദക്ഷിണാമൂർത്തി, ബാബുക്ക, എ. ടി.ഉമ്മർ, എം.കെ. അർജ്ജുനൻ എന്നിവരുടെ പാട്ടുകൾക്കൊപ്പം നമ്മളെടുത്തു വെച്ചു ഈ ബംഗാളി സംഗീതജ്ഞനെയും...

സലിൽ ചൗധരിയുടെ പാട്ടുകൾക്ക് ഏറെ പ്രത്യേകതകളുണ്ട്. ഒരു വെള്ളച്ചാട്ടത്തിന്റെ പ്രതീകം പോലെയാണ് ഓരോ പാട്ടിന്റെയും വരവ്. തുള്ളിച്ചാടിയുള്ള വരവ്, കുതിച്ചൊഴുകിയുള്ള ആ പോക്ക്... പാട്ടിനു മുൻപേ പശ്ചാത്തല സംഗീതജ്ഞരുടെ ഒരു പെരുക്കമുണ്ട്.

ആ താളത്തിലൂടെ മറ്റൊരു പുഴയായി പാട്ടും അതിലേക്കലിഞ്ഞു ചേരുന്നത് അനിർവചനീയമായ ഒരു അനുഭവമാണ്. 'നീലപൊന്മാനേ...' എന്ന നെല്ലിലെ ഗാനം മികച്ചൊരുദാഹരണം. പശ്ചാത്തല സംഗീതത്തിന് കൊഴുപ്പേകുന്ന രീതിയാണ് മിക്ക ഗാനങ്ങളിലും ഉൾപ്പെടുത്തിരിയിരിക്കുന്നത്. 'പൂമാനപൂങ്കുഴലീ...' എന്നതിലൊക്കെ അതെത്ര മാത്രം ലയനം സാധ്യമായിരിക്കുന്നു എന്ന് കേട്ടനുഭവിക്കണം. 'മീനാട്ടം പെരിയാർ തടാകമേ...' ഇതൊന്നും മറക്കാനാവില്ല... കുതി ക്കുന്ന സംഗീതം എന്ന് പറയുമ്പോൾ വ്യാകരണ തെറ്റുകൾ വന്നേക്കാം... എന്നാലും സലിൽ സംഗീതം കേൾക്കുമ്പോൾ ആ സ്പീഡ് അനുഭവിക്കാതെ പോകില്ല. മലയാളത്തിലെ മറ്റു മിക്ക സംഗീതജ്ഞരുടെയിലും പ്രണയ ഗാനങ്ങളിൽ ഇഴചേരുന്ന ഒരു നേർത്ത വിഷാദമുണ്ട്. പ്രണയത്തിന്റെ വിങ്ങലിൽ നിറഞ്ഞുതുളുമ്പുന്ന വൈകാരികത. അർജ്ജുനൻ സംഗീതത്തിൽ അതേറെ അനുഭവമാണ്. പ്രണയം അനുഭവിപ്പിക്കുന്ന ഉള്ളിന്റെ ഉള്ളിലെ കടച്ചിൽ. അതാണാ വിഷാദഭാവത്തിന്റെ പ്രതിഫലനം. അത് തീരെ അനുഭവപ്പെടില്ല എന്നത് സലിൽ സംഗീതത്തിന്റെ മറ്റൊരു പ്രത്യേകത. അതിൽ ഉല്ലാസം മാത്രം. മദനോത്സവത്തിലെ ഗാനങ്ങളിൽ അത് പ്രകടം. 'മേലെ പൂമാല താഴെ തേനല...' എന്ന ഗാനത്തിൽ സംഗീതത്തോടൊപ്പം കിതച്ചോടുന്ന വരികളെ നമുക്ക് മനസ്സിലാക്കാം. അതൊരു പോരായ്മ എന്ന് പറയുന്നതല്ല. അതൊരു സലിൽ സ്റ്റൈൽ... അത്തരം ഗാനങ്ങളേറെ ഉണ്ട് ലിസ്റ്റിൽ. വിഷാദ ഗാനങ്ങൾ ചിട്ടപ്പെടുത്തുന്നതിൽ ഇദ്ദേഹം കാണിച്ച ശുഷ്ക്കാന്തിയാണ് ഏറെയും ഇവിടെ ചിരപ്രതിഷ്ഠ നേടാൻ മുഖ്യകാരണവും.

ചെമ്മീനിലെ 'മാനസമൈനേ വരൂ...' രാസലീലയിലെ 'നീയും വിധവയോ നിലാവേ..' തുലാവർഷത്തിലെ 'സ്വപ്നാടനം ഞാൻ തുടരുന്നു...' ഏതോ ഒരു സ്വപ്നത്തിലെ 'ഒരു മുഖം മാത്രം കണ്ണിൽ...' മദനോത്സവത്തിലെ 'സന്ധ്യേ കണ്ണീരിതെന്തേ സന്ധ്യേ...', 'സാഗരമേ ശാന്തമാകു നീ...', 'നീ മായും നിലാവോ എൻ ജീവന്റെ കണ്ണീരോ...' പ്രതീക്ഷയിലെ 'ഓർമ്മകളെ കൈവള ചാർത്തി...' ചുവന്ന ചിറകുകളിലെ 'പറന്നുപോയ് നീ അകലെ...', 'യാമിനി ദേവീ യാമി നി...' എന്നിവയിലൊക്കെ ഖനീഭവിച്ച വിഷാദം കേൾക്കുന്നവരിലും ചലനങ്ങൾ സൃഷ്ടിക്കും...

വയലാർ കഴിഞ്ഞാൽ ഓ.എൻ.വി.കുറുപ്പ് കൂട്ടുകെട്ടാണ് ഏറെ ഗാനങ്ങൾ സംഭാവന ചെയ്തത്. ഓ.എൻ.വി എഴുതിയ മികച്ച വരികളൊക്കെ സലിൽ സംഗീതത്തിലൂടെ ആണ് പാട്ടുകളായി ഇറങ്ങിയിരിക്കുന്നത്... പക്ഷെ ഭാഷാപ്രശ്നം സലിൽ ചൗധരി എന്ന സംഗീതജ്ഞനെ വരികളിൽ പിടിച്ചുലച്ചിരിക്കാം എന്ന് തോന്നാറുണ്ട്. പല

പ്പോഴും അതുകൊണ്ടാവും വരികൾക്ക് ചേർന്ന സംഗീതമായോ എന്ന് സംശയിച്ചുപോവുന്നതും. ഇത്രയേറെ പുകഴ്ത്തി പറഞ്ഞിട്ട് സലിൽ ചൗധരിക്കിട്ട് പണിയുകയാണോ എന്ന് ചോദിക്കരുത്. പാട്ടുകൾ പലപ്പോഴും ഹിറ്റായിട്ടും വരികൾ അത്രയേറെ ശ്രദ്ധിക്കപ്പെട്ടോ, അംഗീകരിക്കപ്പെട്ടോ, മനസ്സിലാക്കപ്പെട്ടോ എന്ന ചോദ്യം അവശേഷിക്കുന്നുണ്ട്.

'നീയും വിധവയോ നിലാവേ...' എന്നത് പോലെ ഈ ഭാഷാപ്രശ്നം മാത്രം അല്പം മുഴച്ചു നിൽക്കുന്നുണ്ട്... വരികളിലെ കവിത മനസ്സിലാക്കാൻ അദ്ദേഹത്തിന് കഴിഞ്ഞിരുന്നോ എന്നത് മാത്രം പ്രശ്നം.. ഈ മഹാ പ്രതിഭയെ ചോദ്യം ചെയ്യാൻ ഞാനാര്!

കടൽക്കഥ പറയുന്ന സിനിമയിൽ തുടങ്ങി മറ്റൊരു കടൽക്കഥ പറഞ്ഞ സിനിമയിൽ അവസാനിച്ച സംഗീത യാത്ര. ചെമ്മീൻ മുതൽ തുമ്പോളി കടപ്പുറം വരെ. ഇറങ്ങാത്ത ഒരു സിനിമയ്ക്ക് സംഗീതം ചെയ്തിട്ടുണ്ട് സലിൽ ചൗധരി. എന്നാൽ മറ്റേതൊരു ഗാനങ്ങളെക്കാളും മികച്ച സംഗീതം അതിനു നൽകാൻ അദ്ദേഹത്തിന് കഴിഞ്ഞിട്ടുണ്ട്. നിർഭാഗ്യവശാൽ റിലീസ് ചെയ്യപ്പെടാതെ പോയ ദേവദാസി എന്ന ചിത്രത്തിലെ 'പദരേണു തേടി അലഞ്ഞു...' ഒരു നാൾ വിശന്നേറെ തളർന്നേതോ' പൊന്നലയിൽ അമ്മാനമാടി... എന്ന ഗാനങ്ങളൊക്കെ സിനിമ കാണാൻ കഴിയാതെ ആസ്വദിച്ച ഗാനങ്ങളാണ്... തുലാവർഷത്തിലെ 'സ്വപ്നാടനം ഞാൻ തുടരുന്നു' എന്ന ഗാനം എഴുതിയത് ചൊവ്വല്ലൂർ കൃഷ്ണൻകുട്ടി ആണ്. സലിൽ ചൗധരിയുടെ മികച്ചൊരു വിഷാദഗാനം... ശ്രീകുമാരൻ തമ്പിയോടൊപ്പം വിഷുക്കണിയിലെ 'മലർക്കൊടി പോലെ' എന്ന ഗാനം ഒരു വ്യത്യസ്ത താരാട്ടു പാട്ടാണ്. അതുവരെ നമ്മൾ കേൾക്കാത്ത രീതിയിലുള്ള ഒരു താരാട്ട്.

ഒരു അന്യഭാഷാ സംഗീതജ്ഞൻ മലയാളത്തിൽ വന്നിത്രയൊക്കെ തന്നില്ലേ...അത് മതി...അദ്ദേഹത്തിന്റെ ഭൗതികശരീരം നിലവിലില്ലെങ്കിലും അദ്ദേഹത്തിന്റെ മനസ്സിൽ നിന്നും ഊർന്നിറങ്ങിവന്ന സംഗീതം... അതെന്നുമുണ്ടാകും... ഈ ലോകമുള്ള കാലം വരെ.

ഒരേ രാഗ പല്ലവി നമ്മൾ...

ചിലരങ്ങിനെയാണ്. അവർ ചെയ്യേണ്ടുന്ന കർമ്മങ്ങൾ ചെയ്തു കഴിഞ്ഞാൽ പിന്നീട് കാലങ്ങളോളം മൗനിയായിപ്പോവും. പിന്നീടുള്ളതൊന്നും തന്നെ സ്പർശിക്കുകയെ ഇല്ല. ഇപ്പോൾ വിശ്രമജീവിതം നയിക്കുന്ന കെ.ജെ.ജോയ് എന്ന സംഗീതജ്ഞന് സ്നേഹാദരം അർപ്പിച്ചുകൊണ്ട് അൽപ്പം പറയാൻ തോന്നുന്നു...

എന്റെയൊക്കെ കൗമാര യൗവന തുടക്കങ്ങളിൽ മനസ്സിനെ സ്പർശിച്ച സംഗീത സംവിധായകരിൽ കെ.ജെ.ജോയും ഉണ്ടായിരുന്നു. മൂളി നടക്കാൻ തോന്നുന്ന ഒരുപിടി ഗാനങ്ങൾ. അതിബഹളങ്ങളില്ലാത്ത പാട്ടുകൾ. അറുപത്തിരണ്ടോളം ചിത്രങ്ങൾക്ക് ഗാനങ്ങൾ ഒരുക്കിയിട്ടുണ്ട് കെ.ജെ.ജോയ്. അത്രയൊന്നും നിലവാരമില്ലാത്ത ചിത്രങ്ങളായിരുന്നു ഏറെയും. തട്ടുപൊളിപ്പൻ മസാലപ്പടങ്ങൾ. എന്നിട്ടും അതിൽ ഹൃദയത്തിൽ നിന്നൂറുന്ന സംഗീതം ഇടകലർന്നു പോയപ്പോൾ ഹൃദ്യമാവുകയും ചെയ്തു. അനശ്വര നടൻ ജയന്റെ അധിക ചിത്രങ്ങളിലെ പാട്ടുകൾക്കും സംഗീതം ചെയ്തത് ഇദ്ദേഹമാണ്. ശക്തി, മനുഷ്യമൃഗം തുടങ്ങിയവ ഉദാഹരണം. ദാർശനിക ഗാനങ്ങൾ പോലുള്ളതും, വിഷാദഗാനങ്ങൾ ചിട്ടപ്പെടുത്തുന്നതിലും ഉള്ള അദ്ദേഹത്തിന്റെ ശ്രദ്ധ പല ഗാനങ്ങളിലൂടെയും നമ്മളിന്നും ഓർക്കുന്നു.

ചന്ദനച്ചോലയിലെ 'ഹൃദയം മറന്നു നാണയത്തുട്ടിന്റെ കിലുകിലാ ശബ്ദത്തിൽ' എന്ന ഗാനം. 'അനർഘമാം രത്നമെന്നോർത്തു ഞാൻ ലാളിച്ചു, കനലെന്നറിഞ്ഞപ്പോൾ നൊന്തുപോയി' എന്ന വരികളിലെയൊക്കെ വേദന എന്റെ കൗമാരകാലം സ്വീകരിച്ചത്...

അതെ പോലെ ശക്തി എന്നതിലെ എവിടെയോ കളഞ്ഞുപോയ കൗമാരം ഇന്നെന്റെ ഓർമ്മയിൽ തിരയുന്നു... ഗദ്ഗദത്തോടെ ഓർത്തുപോവുന്ന ഒരു ഗാനം. അത്തരം സിനിമകൾക്ക് ആ പാട്ടുകൾ തന്നെയായിരുന്നു ജീവൻ.

ഇവനെന്റെ പ്രിയപുത്രനിലെ ഈ ജീവിതമൊരു പാരാവാരം എന്തെന്തപാരം എന്ന് കേട്ടപ്പോൾ ആ വരികളെ എത്രമാത്രമാണ് കവിതയിലേക്ക് ചേർത്തുവെച്ചതു എന്ന് മനസ്സിലോർത്തു പോയി.. സാഗരത്തെ ജീവിതത്തോടുപമിക്കുന്ന അനേകം കവിതകളും ഗാനങ്ങളും ഉണ്ട് എങ്കിലും ഇത് വേറിട്ട് നിൽക്കുന്നു. സംഗീതത്തിന്റെ മാഹാത്മ്യത്തിലൂടെ...

അനുപല്ലവിയിലെ എൻ സ്വരം പൂവിടും ഗാനമേ എന്ന അനശ്വര ഗാനം മൂളാത്തവർ ഉണ്ടാവില്ല. രവികുമാർ എന്ന നടനൊക്കെ ലഭിച്ച അത്യപൂർവ നിമിഷങ്ങൾ ആണവ. ദുർബലമായ കഥകൾ ഉള്ള സിനിമകൾക്കായി പോയി ഇദ്ദേഹത്തിന്റെ സംഗീതം പകർന്നു കൊടുത്തത്... എന്നിരുന്നാലും ആ പാട്ടുകളിലൂടെ മാത്രം അത്തരം സിനിമകളെ വീണ്ടും ഓർമ്മകളിലേക്ക് കൊണ്ടുവരുന്നതിനും കെ. ജെ. ജോയ് സംഗീതത്തിനോട് കടപ്പെട്ടിരിക്കുന്നു...

പട്ടാളം ജാനകിയിലെ 'തുമഞ്ഞു തുകുന്ന ചന്ദ്രോദയം പോൽ...'

ആരാധനയിലെ 'പൊൻതാമരകൾ...'

സ്നേഹം ഒരു പ്രവാഹത്തിലെ 'മണിക്കിനാക്കൾ യാത്രയായി...'

ഇവയൊക്കെ ശുദ്ധസംഗീതത്തിന്റെ ഇളംവെയിൽ നാളങ്ങളായി നമ്മെ തഴുകിയിരുന്നു..

പപ്പുവിലെ 'മധുമലർ താലമേന്തും ഹേമന്തം...'

മനുഷ്യമൃഗത്തിലെ 'അജന്താ ശില്പങ്ങളിൽ...'

എന്നീ ഗാനങ്ങൾ ഏഴു മിനുട്ടോളം നീണ്ടുനിൽക്കുന്ന സംഗീതാനുഭവം ആണ്. അർദ്ധക്ലാസിക്കൽ മൂഡിൽ ചെയ്തത്...

എൺപതുകളിലെ പാട്ടോർമ്മകളിൽ അങ്ങെന്നുമുണ്ടാകും.. ഇവിടെ പാട്ടുകൾ നിലനിൽക്കും കാലംവരെ അങ്ങയുടെ ഗാനങ്ങളും ഇവിടെ ഉണ്ടാകും...

സുഖാശംസകളോടെ...

'ഒരു ശാസ്ത്രഗ്രന്ഥവുമിന്നോളം കണ്ടില്ല
മനമെന്ന പ്രതിഭാസം സൂക്ഷ്മമായി...'

യൂസഫലി പാട്ടുകളിലെ പ്രണയം

കവികളിൽ നിന്നും പാട്ടെഴുതാനായി സിനിമയിൽ ചേക്കേറിയവരിൽ വയലാർ കഴിഞ്ഞാൽ പിന്നെ യൂസഫലി കേച്ചേരിയ്ക്കായിരിക്കും സ്ഥാനം. ആ കവിമനസ്സിന്റെ ലാളനങ്ങളേറെ അനുഭവിച്ചു മലയാളസിനിമ പ്രേക്ഷകർ. സ്ത്രീമനസ്സിന്റെ അഗാധതലങ്ങളിലേക്കു ഊളിയിട്ടിറങ്ങി 'തേടുന്നതാരെ ഈ ശൂന്യതയിൽ ഈറൻമിഴികളേ...' എന്ന് ചോദിച്ചുകൊണ്ട് അരങ്ങേറ്റം.. അതിന് പിന്നീട് ഉത്തരമെന്നോണം 'അനുരാഗഗാനം പോലെ അഴകിന്റെ അലപോലെ.. ആരു നീ ആരുനീ ദേവതേ' എന്നന്വേഷിച്ചു കൊണ്ട്. കവി എന്നും നിത്യകാമുകനാണല്ലോ!

ശേഷം കരളിലുറച്ച പ്രണയത്തെ സാക്ഷി നിർത്തി 'സുറുമയെഴുതിയ മിഴികളേ, പ്രണയമധുര തേൻ തുളുമ്പും സൂര്യകാന്തിപ്പൂക്ക ളേ' എന്നെഴുതിയപ്പോൾ ഈറനണിഞ്ഞ ആ മിഴികൾ വീണ്ടും പ്രണയച്ചൂടിനാൽ സജലങ്ങളായി... പിന്നീട് യാത്രകളായി. ആ ജീവിതയാത്രയിൽ തോണി തുഴഞ്ഞുകൊണ്ടു കമിതാക്കൾ... 'ഇക്കരെയാണെന്റെ താമസം, അക്കരെയാണെന്റെ മാനസം' എന്നും എഴുതി. ജീവിതത്തിൽ ഏതു കോണിലായാലും ഹൃദയങ്ങൾ ഒരിടത്തു തന്നെ എന്ന് കവി.. സ്വപ്നങ്ങളുടെ മഞ്ചലിൽ സഞ്ചാരം.. 'ഓമലാളേ കണ്ടു ഞാൻ പൂങ്കിനാവിൽ, താരകങ്ങൾ പുഞ്ചിരിച്ച നീലരാവിൽ' സ്വപ്നങ്ങൾക്ക് സീമകളില്ലല്ലോ! ചിലപ്പോൾ പ്രണയവല്ലരി താനേ തളിർക്കും... 'നട്ടുനനയ്ക്കാതെ തൊട്ടുതലോടാതെ പൊട്ടി വിരിഞ്ഞല്ലോ പൂമുല്ല, എന്റെ ഖൽബിലെ മോഹത്തിൻ തൈമുല്ല'. അതങ്ങിനെയെ വരൂ... ചിലയിടങ്ങളിൽ അത് പരാജയത്തിന്റെ കയ്പുനീർ കുടിക്കും. 'വിരഹത്തിന്റെ

ന്നുലിഴകളിൽ കുടുങ്ങി വേർപെടാനാവാതെ വിങ്ങും മനസ്സുകൾ... വിടരും മുൻപേ വീണടിയുന്നൊരു വനമലരാണീ അനുരാഗം' എന്ന തത്വചിന്തകളിൽ വിശ്രമിക്കും... പക്ഷെ കാത്തിരിക്കുന്ന മനസ്സിന്റെ വേദന. അത് പറഞ്ഞറിയിക്കാനാവില്ല. കവികൾ പോലും വാക്കുകൾ കിട്ടാതെ ഉഴലും... 'കണ്ണീരിൻ മഴയത്തും നെടുവീർപ്പിൻ കാറ്റത്തും കരളേ നിന്നെയും കാത്തിരിക്കും, ഖബറിന്നടിയിലും കാത്തിരിക്കും.' വേവലാതി പൂണ്ട മനസ്സിന്റെ നിതാന്ത സഞ്ചാരങ്ങൾ...

വിവരണങ്ങളിൽ ഒതുങ്ങില്ല പ്രണയിനിയെ കുറിച്ചുള്ള വർണ്ണനകൾ. കവിയും വാക്കുകൾ തപ്പും. അപ്പോൾ അതാണോ ഇതാണോ നീയെന്താണ് പെണ്ണെ എന്നൊക്കെ അന്വേഷിക്കേണ്ടി വരും... 'വെണ്ണയോ, വെണ്ണിലാവുറഞ്ഞതോ, വെളുത്ത പെണ്ണെ നിന്റെ പൂമേനി' എന്ന് അൽപ്പം മേദസ്സ് ചേർത്തി പറയേണ്ടിയും വരും...

ഒരൊറ്റ നിമിഷത്തിൽ പ്രണയം മനസ്സിൽ കുത്തും. അതൊരു വേദനയാവും. കാണും വരെ, സംസാരിക്കും വരെ. പ്രണയിച്ചവർക്കറിയാം അല്ലെ? 'അയലത്തെ ജനലിലൊരമ്പിളി വിടർന്നു, അലകടലയെൻമനമുലഞ്ഞു': ഉലയും... തളർന്നുപോവുന്ന കാമുകരുണ്ട്. കടക്കണ്ണെറിന്റെ മുനകൊണ്ട് തളരുന്ന കാമുകൻ.. 'അനുരാഗക്കളരിയിൽ അങ്കത്തിനു വന്നവളേ, പുരികത്തിൻ ചുരിക തടുക്കാൻ പരിച യില്ല' എന്നാലോ വിട്ടുമോ? ഇല്ല 'മലർ മിഴിയാകും ശരം മടക്കാൻ മനസ്സുമില്ല തെല്ലും മനസ്സുമില്ല 'അങ്ങനെയാണ് സ്ഥിതികൾ... പ്രണയത്തിൽ ഇങ്ങനെയും വരാം... അപ്പോൾ 'മുറുക്കിച്ചുവന്നതോ മാരൻ മുത്തിച്ചുവപ്പിച്ചതോ' എന്നൊക്കെ തോന്നും...അക്കരെയും ഇക്കരെയും ശരീരങ്ങൾ ആണെങ്കിലും മനസ്സുകൾ അക്കരെ ഒന്നാണെന്ന് പറഞ്ഞു... എന്നാലും ചിലപ്പോൾ 'അക്കരെയിക്കരെ നിന്നാലെങ്ങിനെ ആശ തീരും എങ്ങിനെ ആശ തീരും...' ഏതെങ്കിലും ഒരു സ്ഥലത്തു രണ്ടുപേരും സ്ഥിരവാസം ആവണം... അതാണ് കമിതാക്കളുടെ ആശയും... വിവാഹിതയാവാൻപോവുന്ന ഒരുവളുടെ മാനസിക ഉല്ലാസങ്ങൾ വരച്ചുവെക്കാൻ ഉള്ള കവികളുടെ വിരുത് ഒന്ന് വേറെ തന്നെയാണ്. 'വിവാഹനാളിൽ പൂവണിപ്പന്തൽ വിന്നോളമുയർത്തു ശില്പികളെ' എന്ന് അവൾക്കു വേണ്ടി വരാൻ പോകുന്നവന് വേ ണ്ടി...

പ്രണയത്തിന്റെ ആദ്യനാളുകളിൽ പ്രണയിതാവ് എത്രമാത്രം ലോലഹൃദയനായിരിക്കും... അവളെ എത്ര താലോലിച്ചാലും മതിവരാത്തവൻ... പ്രകൃതിയുടെ ഭാവവ്യത്യാസങ്ങൾ അവളിലൂടെ തഴുകിയൊഴുകും... 'വൈശാഖ സന്ധ്യേ നിൻ ചുണ്ടിലെന്തേ, അരുമസഖി തൻ അധരകാന്തിയോ?'

എത്ര സൗമ്യൻ അല്ലേ? പ്രണയകാലത്തെന്തു വേണമെങ്കിലും സാധിച്ച തരും കാമുകൻ! പക്ഷെ ഭംഗം വന്നാൽ ആകെ തകർന്നു. 'ഒരു രാഗമാല കോർത്തു സഖീ ബാഷ്പധാരയാൽ...' എന്ന സ്ഥിതി യാവും.. 'മാനസനിളയിൽ പൊന്നോളങ്ങൾ മഞ്ജീരധ്വനി ഉണർത്തി യതൊക്കെ കൈവിട്ടു പോകും... അത്രയും ലോലനാവും... സംഗീതം കൊണ്ടും പ്രണയം വരും... 'കണ്ണാടി ആദ്യമായെൻ ബാഹ്യരൂപം സ്വന്തമാക്കി' എന്നാൽ 'ഗായകാ നിൻ സ്വരമെൻ ചേതനയും സ്വന്ത മാക്കി' കഴിഞ്ഞില്ലേ!

പക്ഷെ മനസ്സിൽ വിങ്ങിത്തുടങ്ങുന്ന പ്രണയത്തിന് നിന്നെ വർണ്ണി ക്കാൻ പ്രയാസമാണ്. നീയാരാണ്! അതുല്യ ദേവതയോ! അപ്പോൾ പിന്നെ...' അഞ്ചു ശരങ്ങളും പോരാതെ മന്മഥൻ നിൻ ചിരി സായക മാക്കി... നിൻ പുഞ്ചിരി സായകമാക്കി' അതങ്ങിനെ പലവിധത്തിൽ മാറി മാറി വരും...

എന്നാൽ പെണ്മനസ്സിലെ പ്രണയം 'വൈശാഖപൗർണ്ണമിയോ, നിശയുടെ ചേങ്ങിലയോ, ആരോ പാടും ശൃംഗാരപദമോ, കോകിലകൂജ നമോ' എന്ന അസ്വസ്ഥത സൃഷ്ടിക്കും...

അതെത്രമാത്രം മധുരിക്കുമെന്നു കവി വീണ്ടും വീണ്ടും.. 'ഇത്ര മധുരി ക്കുമോ പ്രേമം ഇത്ര കുളിരേകുമോ?' എന്ന് പാടി ഉഴറും..

പലതും ഉള്ളിലൊതുക്കേണ്ടി വരും ഈ മനുഷ്യജന്മത്തിൽ. പ്രണ യം പോലും പുറത്താരുമറിയാതെ... 'പേരറിയാത്തൊരു നൊമ്പരത്തെ പ്രേമമെന്നാരോ വിളിച്ചു...' അതിന്റെ പരിണിതഫലം ഇങ്ങനെയും ആവാം... 'മണ്ണിൽ വീണടയുന്ന തേൻകുടത്തെ കണ്ണുനീരെന്നും വിളിച്ചു.'

അതൊക്കെ ഒരു വിധി... പ്രകൃതി തീർക്കുന്ന അന്ത്യവിധി.

രാഗാർദ്ര ഹംസങ്ങൾ

'പഞ്ചമിത്തിരുനാൾ മദനോത്സവ തിരുനാൾ' എന്ന ഗാനവുമായി കടന്നുവന്ന പാട്ടെഴുത്തുകാരന് പിന്നീട് ഏറെയും അത്തരം മദനോത്സവഗാനങ്ങൾ എഴുതുവാനൊ അല്ലെങ്കിൽ അത്തരം ഇക്കിളി ചിത്രങ്ങളുടെ ഗാനരചയിതാവോ ആയി മാറാനൊ ആയിരുന്നു വിധി! എവിടെയുമുണ്ടല്ലോ അത്തരം തരംതിരിക്കലും, അരികുവൽക്കരണവും...

അതിന്റെ ഒരു ബലിയാടാണ് ശ്രീ ഭരണിക്കാവ് ശിവകുമാർ.

വയലാറിനെ പോലെ എഴുതാൻ ശ്രമിക്കുക എന്നത് അക്കാലത്ത് ഒരു മോഹമായിരിക്കാം. അത് അൽപ്പം ഇദ്ദേഹത്തിലും കടന്നു കൂടിയിരുന്നോ എന്ന് സംശയം! എന്നാൽ അത് ചില മാംസപുഷ്പങ്ങൾ ഇതളിട്ടുണരും യാമങ്ങളിലെ ഭാവങ്ങൾ മാത്രമായിപ്പോയി. രതി മന്മഥ ഗാനങ്ങൾ!

'മധുരം തിരുമധുരം...'
'രാഗാർദ്ര ഹംസങ്ങളോ നമ്മൾ...'
'സ്വപ്നം കാണും പെണ്ണേ...'
'മനസ്സു മനസ്സിന്റെ കാതിൽ...'
'പഞ്ചമിച്ചന്ദ്രികയിൽ...'
'സുമംഗലാതിര രാത്രി...'

എന്നിവ എന്നിട്ടും ഹിറ്റു ഗാനങ്ങളായി...

ഭക്തിയുടെ നിറചാർത്തുകളണിഞ്ഞ വരികളും പിറവി കൊണ്ടിരുന്നു.

'യദുനന്ദനാ ശ്രീ ഗോപകുമാരാ...'
'ഹരിവംശാഷ്ടമി വിളക്കൊളിയിൽ..'

'വൃന്ദാവനം സ്വർഗ്ഗമാക്കിയ..'

'മകരസംക്രമ സൂര്യോദയം..'

എന്നിവയൊക്കെ ഇവയ്ക്കിടയിലും പ്രഭാപൂരിതമായി നിലകൊള്ളുന്നുണ്ട്..

പ്രസിദ്ധ സംവിധായകരിൽ ചിലർ ഇദ്ദേഹത്തിന് അവസരം കൊടുത്തിട്ടുണ്ട്. അത് വേണ്ട വിധത്തിൽ വിനിയോഗിച്ചത് കൊണ്ട് നല്ല ഗാനങ്ങളും ഉണ്ടായി.

ഐ.വി.ശശിയോടൊപ്പം...

'സീമന്തരേഖയിൽ ചന്ദനം ചാർത്തിയ...'

'ആയിരവല്ലിതൻ തിരുനടയിൽ...'

കവിത ചേർത്തി വിളമ്പിയ ഗാനങ്ങളായിരുന്നു ഇവ.

ബാലചന്ദ്രമേനോന്റെ കൂടെ...

'രാഗങ്ങളേ... മോഹങ്ങളേ...'

എന്നിവയൊക്കെ എഴുതാൻ ഇദ്ദേഹത്തിനാവുമായിരുന്നു.

ഒറ്റയ്ക്കും തെറ്റയ്ക്കുമായി മനസ്സിൽ തങ്ങിനിൽക്കുന്ന ചില ഗാനങ്ങൾ കൂടിയുണ്ട്...

'ശ്രീതിലകം തിരുനെറ്റിയിലണിയും...'

'സിന്ദൂരപുഷ്പവന ചകോരം...'

'സ്നേഹിക്കാൻ പഠിച്ചൊരു മനസ്സേ...'

'പ്രപഞ്ചപത്മദളങ്ങൾ വിടർത്തി...'

'ഉുമഞ്ഞു ഉുകുന്ന ചന്ദ്രോദയം പോൽ...'

'കണ്ട നാൾ മുതൽ...'

എന്നിവ ഓർമ്മകൾക്ക് മേൽ അടയിരിക്കുന്ന ഗാനങ്ങളാണ്...

എന്നാൽ പിന്നീട് നിരവധി രതി മന്മഥ ചിത്രങ്ങൾക്കും, തട്ടുപൊളിപ്പൻ മസാലപ്പടങ്ങൾക്കു വേണ്ടിയും മാത്രമായി പോയി പാട്ട് ജീവിതം...

അതൊക്കെ എന്തോ ആവട്ടെ...

മലയാള സിനിമാ ഗാനങ്ങളിൽ നിന്ന് നല്ല ലിസ്റ്റ് തയ്യാറാക്കുമ്പോൾ ചില ഗാനങ്ങളെങ്കിലും അതിൽ സ്ഥാനം പിടിക്കും... ഉറപ്പ്...

മാമ്പഴക്കൂട്ടത്തിലെ മാൽഗോവ...

മണ്മറഞ്ഞു പോയ കലാകാരന്മാർ. അവർ കയ്യൊപ്പിട്ടിട്ട് പോയ അവരുടേതായ സ്മാരകങ്ങൾ. കൽപ്രതിമകളെന്തിന്! എന്നെന്നുമോർക്കാൻ അവർ തന്നിട്ടുപോയ സൃഷ്ടികൾ. അവരുടെ ശ്വാസനിശ്വാസങ്ങളേറ്റത്. അവരിലുറങ്ങിഉണർന്നത്... അവരോടു സല്ലപിച്ചത്. ജീവന്റെ ഒരംശം തന്നെ. പലതും കാലങ്ങളെ അതിജീവിച്ചു കൊണ്ട് ഇവിടെ ഉണ്ടാവും... തലമുറകൾ കൈമാറി കൈമാറി...! മറ്റെന്താണ് ഒരു കലാകാരന് വേണ്ടത്. അനുഭവിക്കുന്നവന്റെ മനസ്സിൽ തീർത്ത സ്മാരകങ്ങൾ, ഓർമ്മകളിൽ അവരെന്നും താലോലിച്ചു കൊണ്ട്... കലാകാരൻ ചിരഞ്ജീവി ആണ്. അവൻ കൈകുറ്റപ്പാടുകൾ തീർത്ത് നമുക്ക് തന്നിട്ടു പോയ അമൂല്യമായത് സംരക്ഷിക്കപ്പെടുന്ന കാലത്തോളം...

ദീർഘകാലം സിനിമാവ്യവസായവുമായി ചേർന്ന് ജീവിച്ചിരുന്ന ശ്രീ കെ വേലപ്പൻ നായർ എന്ന സാക്ഷാൽ പുകഴേന്തി എന്ന സംഗീത സംവിധായകന്റെ അമൂല്യമായ കുറച്ചു കലാസമ്പത്ത് കാത്തുസൂക്ഷിക്കുന്ന കാവൽക്കാരാണ് നമ്മളിൽ ചിലർ... ഇടയ്ക്കു പൊടി തട്ടി മിനുക്കി വെക്കുമ്പോൾ ആ പഴയ ഹാർമോണിയത്തിൽ രാഗങ്ങൾ ഉണരും... അസ്വസ്ഥമായിരിക്കുന്ന നമ്മുടെ മനസ്സിലേക്ക് അതിന്റെ അലകൾ ഞൊറി ഞൊറിയായി കയറിയിറങ്ങും...

'സുന്ദര രാവിൽ ചന്ദനമുകിലിൽ മന്ത്രങ്ങളെഴുതും ചന്ദ്രികേ...'

പ്രണയപരവശയായ ഒരു കാമുകിയുടെ വിചാരവികാരങ്ങൾ ഭംഗിയായി എഴുതിവെച്ച പി.ഭാസ്കരൻ. ഓരോ വരികൾക്കും വേണ്ടവിധ

ത്തിൽ ഭാവം പകർന്നു കൊടുത്തുകൊണ്ട് ശ്രീ പുകഴേന്തി... ആദ്യ നൊമ്പരം എന്ന പ്രയോഗം, എസ്. ജാനകിയുടെ ശബ്ദത്തിലൂടെ പകർന്നുവെച്ചിരിക്കുന്നത് വാക്കുകളാൽ വിവരിക്കുക അസാധ്യം. എങ്ങിനെ എങ്ങിനെ പറയുവതെങ്ങിനെ എന്നയിടത്തും കാമുകിയുടെ വിവശത തെളിഞ്ഞുകാണാം. വരികളറിഞ്ഞു സംഗീതം ചെയ്യുന്നിടത്താണ് ആ പാട്ടിന്റെ വിജയം. വളരെ കുറച്ചേ മലയാളത്തിൽ പാട്ടുകൾ ഒരുക്കിയിട്ടുള്ളൂ ഇദ്ദേഹം. എന്തിനാ ഏറെ! എന്ന് തോന്നിപ്പോകും.. കേട്ടത് തന്നെ വീണ്ടും വീണ്ടും കേട്ടു കൊണ്ടിരിക്കുകയല്ലേ...

1965-ൽ മുതലാളി എന്ന ചലച്ചിത്രത്തിലെ ഗാനങ്ങളുമായി അരങ്ങേറി ശ്രീ പുകഴേന്തി... പ്രഗത്ഭമതികൾ അന്ന് അരങ്ങുതകർക്കുന്ന സമയം... ആ ചിത്രം ഏറെ ശ്രദ്ധിക്കപ്പെട്ടില്ലേലും 1967-ൽ ഭാഗ്യമുദ്രയിലൂടെ വീണ്ടും ഭാഗ്യപരീക്ഷണം...

'മാമ്പഴക്കൂട്ടത്തിൽ മൽഗോവയാണ് നീ മാസങ്ങളിൽ നല്ല കന്നിമാസം' എന്ന കിടുക്കൻ ഗാനവുമായി തന്റേതായ ഒരു സ്ഥാനം നേടിയെടുത്തു അദ്ദേഹം... മധുരപ്രതീക്ഷകളുടെ പൂങ്കാവനത്തിൽ ആ മണിവേണുഗായകനെ കണ്ടെത്തുകയായിരുന്നു ഞങ്ങൾ...

1969-ൽ വിലകുറഞ്ഞ മനുഷ്യർ എന്ന ചിത്രത്തിന് വേണ്ടി ഗോപുരകിളി വാതിലിൽ ഞാൻ നൂപുരധ്വനി കേട്ട നാൾ ഒരു നാടകഗാനത്തിന്റെ മധുരിമയോടെ, പുതുമയോടെ പാട്ടാസ്വാദകർ അനുഭവിച്ചു...

അങ്ങനെ 1971-ലെ ആ മാസ്റ്റർപീസ് പിറന്നു... സുന്ദരരാവിൽ... പതിവ് ഗാനരചയിതാവിൽ നിന്നും ശ്രീകുമാരൻ തമ്പി ഭാവനകളോടൊപ്പം അദ്ദേഹം മറ്റൊരു സംഗീതലയം തീർത്തു... വീണ്ടും 1971 തന്നെ എന്നത്തേയും ആ അപാരസുന്ദരഗാനം പിറക്കുകയായിരുന്നു... പി ഭാസ്കരൻ രചനയോടൊപ്പം അപാരസുന്ദര നീലാകാശം എന്ന ഗാനം... പ്രപഞ്ചത്തിലെ സകലതിനെയും ചേർത്തുവെച്ചുകൊണ്ട് മനുഷ്യമനസ്സിലെ ഇത്തിരി ആശകളെയും, കുഞ്ഞുപ്രണയത്തെയും, നഷ്ടങ്ങളെയും എല്ലാം തഴുകി കടന്നുപോയ ഗാനം... അപാരതയിലെ സംഗീതം.. ചക്രവാളത്തിൽ അലയടിച്ചുയർന്നു കൊണ്ടേയിരിക്കും... മനുഷ്യനുള്ളേടത്തോളം കാലം..

വിത്തുകൾ എന്ന ചലച്ചിത്രത്തിലെ ഈ ഗാനത്തോടൊപ്പം എസ് ജാനകിയുടെ ഗോപുരമുകളിൽ വാസന്തചന്ദ്രൻ ഗോരോചനക്കുറി വരച്ചു. എന്നതും ഏറെ ഹൃദ്യം...

1971-ൽ മൂന്നു പൂക്കളിലെ എല്ലാം ഗാനങ്ങളും ഹിറ്റായിരുന്നു..

ഒന്നാനാം പൂമരത്തിൽ... കണ്ണുനയാലേ ചീട്ടുകൾ കശക്കി... 'വിണ്ണി

ലിരുന്നുറങ്ങുന്ന ദൈവമോ...', 'സഖീ... കുങ്കുമമോ...'

എന്നിവയോരോന്നും വ്യത്യസ്തതകൾ നിറഞ്ഞ സൃഷ്ടികൾ ആയിരുന്നു.

1972 ലാണ് എസ് ജാനകിയുടെ മധുരശബ്ദത്തിലൂടെ ലോകം മുഴുവൻ സുഖം പകരാനുള്ള പ്രാർത്ഥന നിറഞ്ഞ ഗാനം... സ്നേഹദീപമേ മിഴി തുറക്കൂ എന്ന ചിത്രത്തിലെ പി ഭാസ്കരന്റെ, നന്മയെ പ്രകീർത്തിക്കുന്ന, പ്രകാശത്തെ കെടാതെ നിലനിർത്താൻ മനുഷ്യ മനസ്സിനെ പാകപ്പെടുത്തുന്ന ആ ഗാനം.. അതിലെ തന്നെ രണ്ടു അപൂർവ പ്രണയഗാനങ്ങളും കേൾക്കേണ്ടതാണ്.. 'നിന്റെ മിഴികൾ നീല മിഴികൾ എന്നെയിന്നലെ ക്ഷണിച്ചു... എന്നത്.. ആ രാഗസ്വപ്നത്തിൻ തരംഗിണിയിലൂടെ മിഥുനങ്ങൾ ഒഴുകിയൊഴുകി ഏതോ വിജനതയിൽ ലയിക്കുന്ന, അല്ലെങ്കിൽ ഒന്നാവുന്ന മധുര സങ്കല്പങ്ങൾ.. എന്തൊരു സംഗീതം... എന്തൊരു ഭാവം... കണ്ണടഞ്ഞുപോവും.. ചൈത്രമാസത്തിലെ ആദ്യത്തെ മുല്ലപ്പൂ പൊട്ടിചിരിച്ചപ്പോൾ എന്ന ഗാനവും എടുത്തുപറയേണ്ടത്...

പിന്നീടിങ്ങോട്ട് അദ്ദേഹത്തിന് മലയാളത്തിൽ അവസരങ്ങൾ തീരെ ഇല്ലാതായതായി കാണുന്നു... ശ്രീകുമാരൻ തമ്പിയുടെ അഗ്നി പർവതം എന്ന ചിത്രത്തിലെ കുടുംബം... സ്നേഹത്തിൻ പൊന്നമ്പലം... ഏണിപ്പടികൾ തകർന്നുവീണാൽ... എന്നീ ഗാനങ്ങളും ഇത്തരുണത്തിൽ ഓർത്തുപോവുകയാണ്...

തമിഴിൽ കെ.വി.മഹാദേവന്റെ ഓർക്കസ്ട്ര ടീമിലെ അംഗമായി ഏറെ നാൾ... ശങ്കരാഭരണത്തിലെ ഗാനങ്ങൾ ഒരുക്കുമ്പോൾ പുകഴേന്തി എന്ന സംഗീതജ്ഞന്റെ കഴിവും, പങ്കും അതിൽ നന്നായി ഇഴുകിച്ചേർന്നിരിക്കുന്നു അതിലെ ഗായകൻ ശ്രീ എസ്.പി.ബാലസുബ്രഹ്മണ്യം തന്നെ സാക്ഷ്യപ്പെടുത്തിയിട്ടുണ്ട്...

മലയാളത്തിന് എന്നെന്നും ഓർക്കാൻ കുറച്ചു മാത്രമേ തന്നിട്ടുള്ളുവെങ്കിലും അത് ഏതിരുളിലും ഉജ്വല പ്രകാശത്തോടെ ശോഭിക്കുന്ന കലാരത്നങ്ങൾ തന്നെയാണ്.

പാട്ടിന്റെ തുമഞ്ഞുതുള്ളികൾ...

1978-ൽ തന്റെ അമ്പതാമത്തെ വയസ്സിലാണ് ശ്രീ കാവാലം നാരായണപ്പണിക്കർ തന്റെ സിനിമാ ജീവിതം പുഷ്ടിപ്പെടുത്താൻ തുടങ്ങിയത്. അതായത് സിനിമാ ഗാനങ്ങളുടെ കൂട്ടുകെട്ടുകളിലേക്ക് കടന്നുവന്നത്. അതിനു മുൻപ് നാടകരംഗത്തെ ഒഴിച്ചുകൂടാനാവാത്ത ഒരു സാന്നിധ്യമായി നിറഞ്ഞുനിന്നിരുന്ന കാവാലം. പാരമ്പര്യത്തിലധിഷ്ഠിതമായൊരു നാടകസംരഭം ഒരുക്കിയെടുക്കുന്നതിൽ ശ്രദ്ധാലുവായി കഴിഞ്ഞിരുന്ന കാലങ്ങൾ. ഒഴുക്കൻ നാടകങ്ങളുടെ പോഥറ് അതൃപ്തിയോടെ കണ്ടിരുന്ന കാവാലം പുതിയൊരു നാടകസംസ്കാരത്തിന്റെ കേളികൊട്ട് നടത്തുകയായിരുന്നു തനതുനാടകവേദി എന്ന പുതുപ്രസ്ഥാനത്തിലൂടെ. വേദികളിൽ നിന്നും ആൾക്കൂട്ടത്തിലേക്കു ഇറങ്ങിവന്ന കഥാപാത്രങ്ങൾ അതിശയിപ്പിക്കുന്ന ഭാവചലനങ്ങളോടെ പ്രേക്ഷകരോടൊപ്പം നിറഞ്ഞാടി. പാട്ടും, നൃത്തവും, വാദ്യങ്ങളുമായി പുതിയൊരു രീതിയിൽ. കവിതകളും, നാടകവും തമ്മിൽ ഒരഭേദ്യബന്ധം ഉടലെടുക്കുകയായിരുന്നു. പഴമയിൽ നിന്നും ക്ലാസ്സിക്കൽ കലകളിൽ നിന്നും ഊർജ്ജ മുൾക്കൊണ്ട ഒരു ഉശിരൻ രീതി. കൂടിയാട്ടം തെയ്യം എന്നീ ക്ഷേത്രകലകളിൽ നിന്നും ഊറ്റിയെടുത്ത നാടൻ പാട്ടിന്റെ കൊട്ടിയൊരുക്കത്തിലൂടെ ജന്മനസ്സുകളിലേക്കു അത് കത്തിക്കയറി... ആ കാലത്തിന്റെ പ്രസരിപ്പിൽ നിന്നും സിനിമാഗാനങ്ങളിലേക്കു കാവാലം കുടിയേറിയപ്പോൾ ഇവിടെയും ഒരു തനതു സിനിമാസംസ്കാരം ഉടലെടുത്തു..

1978-ൽ വാടകയ്ക്കൊരു ഹൃദയം എന്ന ചലച്ചിത്രത്തിലൂടെ ഉഗ്രൻ തുടക്കം. 'പൂവാംകുഴലി പെണ്ണിനുണ്ടൊരു കിളുന്തു പോലുള്ള മനസ്സ്'

എന്ന ഗാനത്തോടെ... അതിലെ തന്നെ ടഒഴിഞ്ഞ വീടിൻ ഉമ്മറക്കോടിക്ക് ഓടോടി മൈന ചിലച്ചു...' എന്നതും ഒരു പ്രത്യേക രീതിയിൽ എഴുതപ്പെട്ട ഗാനമാണ്. നാടൻ പദങ്ങൾ ഇടയ്ക്കിടെ ഉപയോഗപ്പെടുത്തി പാട്ടിന്റെ മറ്റൊരു പ്രപഞ്ചം സൃഷ്ടിച്ചു ശ്രീ കാവാലം.

പ്രാദേശിക പദങ്ങൾ പാട്ടിൽ നിറയ്ക്കുമ്പോൾ ഒരു പ്രത്യേക ഭാവം തന്നെ അവയ്ക്കു കൈവരുന്നു...

തമ്പിലെ 'കാനകപ്പെണ്ണ് ചെമ്പരത്തി...' ഉഷാരവി എന്ന പുതുഗായിക പരീക്ഷിക്കപ്പെട്ടു. ഒരു യമുനാ നദി ഓളം നിലയ്ക്കിലും... എന്ന ഉഷാരവി ഗാനവും അക്കാലത്തു ശ്രദ്ധിക്കപ്പെട്ടു.

പത്മരാജന്റെ മാസ്റ്റർപീസായ രതിനിർവേദത്തിലെ ഗാനങ്ങൾ. ഒരു കൗമാരക്കാരനിൽ കാമത്തിന്റെയും, പ്രണയത്തിന്റെയും അലയൊലികൾ ഉയരുന്നതിന്റെ എല്ലാ വിമ്മിഷ്ടങ്ങളും, ഇളക്കങ്ങളും തിരുതിരുമാരൻ കാവിൽ ആദ്യവസന്തം കൊടിയേറി എന്ന ഗാനത്തിൽ അടങ്ങിയിട്ടുണ്ട്... അതിലെ തന്നെ മാധുരിയുടെ ശ്യാമാനന്ദന വനിയിൽ നിന്നും എന്നതും ഉശിരൻ ഗാനമാണ്.

അരവിന്ദന്റെ കുമ്മാട്ടി തന്റെ നാടകപ്രവർത്തനങ്ങളുടെ കാലങ്ങളെ ഓർമ്മിപ്പിച്ചുകൊണ്ട് 'ആരമ്പത്താരമ്പത്താരമ്പത്ത്... കറുകറെ കാർമുകിൽ കൊമ്പനാനപ്പുറത്ത്...' എന്നിവയിലൂടെ കാവാലം പൂർണനാവുന്നതും കണ്ടു നമ്മൾ... ആരവം, കുമ്മാട്ടി എന്നിവയൊക്കെ കാവാലത്തിന്റെ എഴുത്തുകാരന്റെ തനതുസംസ്കാരം നിഴലിക്കുന്ന രചനകളാൽ നിറഞ്ഞവയാണ്.. 'മുക്കുറ്റി തിരുതാളി കാട്ടും പടലും പറിച്ചുകെട്ടിത്താ...' ഇതിലെ വരികളിലൂടെയൊക്കെ സഞ്ചരിക്കുമ്പോൾ പാട്ടുവഴികളിലെ ഒരപൂർവതീരത്തു എത്തിപ്പെട്ട സന്തോഷമാണ്.. നാട്ടും, കാട്ടും, മണക്കുന്ന ആ പൊയ്പോയ തനിമയുടെ ഒരാവർത്തനം... തനിയാവർത്തനം... എൺപതുകളിലെ വേനൽ, ആലോലം, മർമ്മരം, ഇളക്കങ്ങൾ എന്നീ ചിത്രങ്ങളിലൊക്കെ അദ്ദേഹം ഒരുക്കിയിട്ടുള്ള ഗാനങ്ങൾ ശ്രദ്ധേയമാണ്. കാവാലം-എം.ജി രാധാകൃഷ്ണൻ കൂട്ടുകെട്ട് ഒരുക്കിയ ഗാനങ്ങളുടെ പ്രത്യേകതകൾ പറഞ്ഞറിയിക്കാൻ ആവാത്തത്. തമ്പ്, ആരവം, രണ്ടുജന്മം, പൂരം, എന്നിവയിലൂടെ തിളങ്ങിനിന്നപ്പോൾ എം.ബി.ശ്രീനിവാസൻ കൂട്ട് സമാനമായ ആ അനുഭൂതി പിന്നെയും പങ്കുവെയ്ക്കുകയുണ്ടായി... വേനൽ, ഇളക്കങ്ങൾ എന്നിവയിലെ ഗാനങ്ങൾ ഉദാഹരണം...

ഇളക്കങ്ങളിലെ കൗമാരം കടന്നിട്ടില്ലാത്ത ഒരു പെൺകുട്ടിയുടെ മനസ്സിന്റെ ഇളക്കങ്ങൾ പാട്ടുകളിലൂടെ കാവാലം പൂർണമായും പകർത്തിവെച്ചു.

ആവണിരാത്തിങ്കൾ ഉദിച്ചില്ല എന്ന ഗാനത്തിൽ നായികയുടെ മാന സികാസ്വാസ്ഥ്യം എത്ര ഭംഗിയോടെയാണ് എഴുതിയിട്ടിരിക്കുന്നത്... ശാരദനീലാംബരപാളികളെ... എന്ന ഗാനവും അസാധ്യം തന്നെ... ആലോലം, കാറ്റത്തെ കിളിക്കൂട് എന്നിവയിൽ രണ്ടിലും നായികയുടെ മാനസികോല്ലാസവും, കഠിനവ്യഥകളും പാട്ടുകളിലൊതുക്കിതരുമ്പോൾ നിർവൃതിയോടെ അതേറ്റുവാങ്ങാതെങ്ങിനെ ആ ലോലത്തിലെ 'വീണേ വീണേ വീണക്കുഞ്ഞേ...' എന്നതിലെ സ്നേഹസ്വരങ്ങൾ വഴിമാറി വ്യ ഥയിലേക്ക് കൂപ്പുകുത്തിയപ്പോൾ 'തണൽ വിരിക്കാൻ കുട നിവർത്തും സൗവർണാവസന്തം' എന്ന വിഷാദഗാനം പിറന്നു... അതിലെ മഞ്ചാ ടിമോഹങ്ങൾ എന്ന പ്രയോഗം തന്നെ നോക്കൂ...

ഭക്തിഗാനങ്ങളായിട്ടല്ലെങ്കിലും ചില ഗാനങ്ങൾ ഒരുക്കേണ്ടി വന്നിട്ടു ണ്ട് കാവാലത്തിനും. അത് സിനിമാ സന്ദർഭത്തിനു യോജിച്ച തരത്തിൽ സുന്ദരമാക്കുകയും ചെയ്തു. ഇളക്കങ്ങളിലെ 'തുഷാരമണികൾ തുളുമ്പി നിൽക്കും തുളസിപൂമാല ചാർത്താം നിന്നെ' എന്ന വരികിൽ വ്യത്യസ്തത പുലർത്തുന്നു. മർമ്മരത്തിലെ കർണ്ണാമൃതം കണ്ണന് കർണ്ണാമൃതവും വേറിട്ട ഒരനുഭൂതിയല്ല കൈവരുത്തി തരുന്നത്...

കാറ്റത്തെ കിളിക്കൂടിലും ഗോപികയുടെ ഹൃദയരഹസ്യം വെളിപ്പെ ടുത്തുന്ന, കണ്ണനിലേക്കു രതിയുടെ മേഘസ്വപ്നങ്ങളായി ഒഴുകിയെത്തു ന്ന ഗാനവും മറക്കാനാവില്ല... 'ഗോപികേ... നിൻ വിരൽതുമ്പുരുമ്മി വിതുമ്പി...'

പൂരം എന്ന ചിത്രത്തിലെ 'പ്രേമയമുനാ തീരവിഹാരം ശൃംഗാര സുഖ സാരം...' പതിവുരീതികളിൽ നിന്നൊക്കെ വേറിട്ടൊരു പ്രണയ ഗാനമാണ്...

ഉത്സവപ്പിറ്റേന്നിലെ 'പുലരിത്തൂമഞ്ഞുതുള്ളിയിൽ പുഞ്ചിരിയിട്ടു പ്രപഞ്ചം' എന്ന കവിതാസമാനമായ ഗാനം നമുക്ക് നൽകിയതിന് ഈ ജന്മം തന്നെ കടപ്പെട്ടിരിക്കുന്നു.

ശ്യാം എന്ന സംഗീതസംവിധായകന്റെ പതിവ് രീതികളിൽ നിന്നും വേറിട്ട ഒരു കോമ്പോസിങ് ആണ് കാവാലം വരികളോടൊപ്പം ചേരുമ്പോൾ പുലർത്തുന്നത്. ആരൂഢത്തിലെയും, ആരോരുമറിയാതെ യിലെയും, ആൾക്കൂട്ടത്തിൽ തനിയെയിലെയും ഗാനങ്ങൾ അതാണ് അനുഭവപ്പെടുത്തുന്നത്...

ആരൂഢത്തിലെ 'കാത്തിരിപ്പൂ...' ആരോരുമറിയാതെയിലെ 'മൂടൽമഞ്ഞിൻ മൂവന്തി...കായാമ്പൂ കോർത്തുതരും...' ആൾക്കൂട്ടത്തിൽ തനിയെയിലെ 'അല്ലിമലർ കണ്ണിൽ പൂങ്കിനാവും' എന്നതൊക്കെ ശ്യാം സംഗീതം സൃഷ്ടിച്ച മറ്റു ചില ലോകങ്ങളാണ്...

പടയോട്ടത്തിലൂടെ ഉണസിംഗ് എത്തിയപ്പോൾ രവീന്ദ്രൻ സംഗീതത്തിലൂടെ അഹത്തിലെ 'നിറങ്ങളെ...' എന്നിവയും നമ്മൾ തൊട്ടറിഞ്ഞു... ഗൗരവമായി പാട്ടിനെ സമീപിച്ച അപൂർവം കവികളിൽ ഒരാളാണ് ശ്രീ കാവാലം നാരായണപ്പണിക്കർ. ഒരപൂർവ്വനിധി നമ്മെ ഏൽപ്പിച്ചു കൊണ്ട് മൂന്നു വർഷം മുൻപ് അദ്ദേഹം നമ്മോടു വിടപറഞ്ഞു പോയി.

പാട്ടിൽ ഈ പാട്ടിൽ...

പാട്ടിൽ ഈ പാട്ടിൽ...

ശ്രദ്ധസംഗീതമൊഴിഞ്ഞുപോയിരുന്ന സിനിമാ നഭസ്സിൽ ഉദിച്ചു വന്ന പുതുതാരമായിരുന്ന ശ്രീ എം.ജയചന്ദ്രൻ. സംഗീത കുലപതികളെല്ലാം ഏകദേശം മൺമറഞ്ഞുപോയ കാലഘട്ടം. പുതുയുഗത്തിലെ വരണ്ട മണ്ണിലേക്ക് എന്നിട്ടും പുതുമഴയായി രവീന്ദ്രൻ-ജോൺസൻ സംഗീതം വന്നുചേർന്നു. ഏറെകാലം അതാസ്വദിക്കാൻ യോഗമില്ലാതെ നമ്മൾ. 2005-ലും 2011-ലുമായി ഉദിച്ചുയർന്ന ആ നക്ഷത്രങ്ങൾ പൊടുന്നനവെ അസ്തമിക്കുകയും ചെയ്തു. ആ പ്രതിഭകൾക്കൊപ്പം ഒരു മത്സരാർത്ഥി ആവാതെ കുറച്ചുകാലം ജയചന്ദ്രൻ സംഗീതം നമ്മെ തൊട്ടുതലോടി നിന്നിരുന്നു. മലയാള സിനിമാസംഗീതം അനുഭവിച്ച വല്ലാത്തൊരു ശൂന്യതയിലേക്കായിരുന്നു ജയചന്ദ്രൻ സംഗീതം പടർന്നു കയറിയത്. ശരിക്കും പറഞ്ഞാൽ മറ്റൊരു എതിരാളി ഇല്ലാത്ത ഒരിടത്തേക്ക്. പ്രഗത്ഭമതികളായ എഴുത്തുകാരും കുറവ്. മലയാള സിനിമാസംഗീതം വല്ലപ്പോഴും ഇറങ്ങുന്ന ജയചന്ദ്രൻ സംഗീതത്തിൽ പിടിച്ചു നിൽക്കാൻ ശ്രമിച്ചു. മലയാളിയുടെ മനസ്സറിഞ്ഞുകൊണ്ട് വേണ്ടത് കൊടുക്കാൻ ഇദ്ദേഹത്തിന് കഴിഞ്ഞിരുന്നു. അർദ്ധ ക്ലാസിക്കൽ, ലളിതസംഗീതം തുടങ്ങിയവയിലൊക്കെ അസാധാരണമായ മിടുക്ക് സൃഷ്ടിച്ചെടുക്കാനും കഴിഞ്ഞു എന്നത് കാലം സാക്ഷ്യം.

1995-ൽ ചന്ത എന്ന തട്ടുപൊളിപ്പൻ സിനിമയിലൂടെ അരങ്ങേറ്റം. ഗിരീഷ് പുത്തഞ്ചേരിയുടെ വരികളിലൂടെ. എന്നാൽ പിന്നീട് 2001ൽ ഇറങ്ങിയ നഗരവധു എന്ന ചിത്രത്തിലൂടെ ശ്രദ്ധ നേടാൻ കഴിഞ്ഞു എന്നത് മറ്റൊരു സത്യം. പ്രഭാവർമ്മയുടെ 'പൂന്തേൻ നേർമൊഴി'

എന്ന അർദ്ധ ക്ലാസിക്കൽ ഗാനം ജയചന്ദ്രന് മലയാള സിനിമയിൽ ഒരു കസേര വലിച്ചിട്ടിരിക്കാനുള്ള അവസരം കൈവരുത്തി കൊടുത്തു. അതിനു ശേഷം തിരിഞ്ഞു നോക്കേണ്ടി വന്നിട്ടില്ല.

കൈതപ്രം, ഗിരീഷ് പുത്തഞ്ചേരി, വയലാർ ശരത്ചന്ദ്ര വർമ്മ എന്നിവരിലൂടെ മലയാളഗാനശാഖ രണ്ടാമതും പൂവിടാൻ തുടങ്ങിയിരുന്നു. ഗിരീഷ് പുത്തഞ്ചേരി-ജയചന്ദ്രൻ കൂട്ടുകെട്ട് കുറെയേറെ നല്ല ഗാനങ്ങൾ പിറവിയെടുക്കാൻ കാരണമായി.

ഗൗരീ ശങ്കരത്തിലെ 'ഉറങ്ങാതെ രാവുറങ്ങീല' എന്ന അതീവ സുന്ദരഗാനം വീണ്ടും വരികൾ ശ്രദ്ധിച്ചു കേൾക്കേണ്ട ആവശ്യകത നമ്മെ മനസ്സിലാക്കി തന്നത്. യുവമിഥുനങ്ങളുടെ ആദ്യരാത്രിയുടെ നിർവൃതിയടയാളങ്ങൾ എത്രയേറെ ഭംഗിയായി എഴുതിവെച്ച ഗിരീഷ്! ജയചന്ദ്രൻ ചിട്ടപ്പെടുത്തിയതോ! അതിന്റെ എല്ലാ ഭാവങ്ങളും ഉൾക്കണ്ടും... അതിലെ തന്നെ 'കണ്ണിൽ കണ്ണിൽ മിന്നും കണ്ണാടിയിൽ' എന്നതും ഹൃദ്യം. അച്ഛന്റെ ഓർമ്മകളിലേക്ക്, ആ സ്നേഹത്തിലേക്ക് കൂട്ടിക്കൊണ്ടുപോകുന്ന ബാലേട്ടനിലെ 'ഇന്നലെ എന്റെ നെഞ്ചിലെ' എന്ന ഗാനം ഗിരീഷ് പുത്തഞ്ചേരിയുടെ എഴുത്തിലെ സുവർണ്ണ ഘട്ടമാണ്. നമ്മൾ തമ്മിലെ 'ജൂണിലെ നിലാമഴയിൽ' എന്ന പ്രണയഗാനത്തിന്റെ വരികളും സംഗീതവും കൊതിപ്പിക്കുന്നത്. നമുക്ക് ഒന്നും നഷ്ടപ്പെട്ടുപോയിട്ടില്ല എന്നോർമ്മിപ്പിക്കുന്നത്. ചില നേരങ്ങളിൽ ചിലതെങ്കിലും നമുക്കായ് കാലം ഒരുക്കിത്തരുന്നു. നഷ്ടപ്പെട്ടു പോയ പ്രതാപകാലത്തിന്റെ ഓർമ്മകളിലേക്ക് മറ്റൊരു നനവായ് ഗിരീഷ്-ജയചന്ദ്രൻ കൂട്ടുകെട്ട്... മാമ്പഴക്കാലത്തിലെ സുജാതയുടെ 'കണ്ടു കണ്ടു കൊതികൊണ്ട് വന്ന കുയിലേ' എന്നത് ഓർമ്മകളെ തഴുകി ഉണർത്തിയ നൊസ്റ്റാൾജിക് ഗാനം. സുജാതയ്ക്കും ഒരു ബ്രേക്ക് നൽകിയ ഗാനം. ജയചന്ദ്രന്റെ കഴിവ് പൂർണമായും നിഴലിച്ചുകണ്ടത് ഗിരീഷ് പുത്തഞ്ചേരി വരികളിലും, റഫീഖ് അഹമ്മദിന്റെ വരികളിലും ആണെന്ന് പറയുന്നതിൽ മടിക്കേണ്ട കാര്യമില്ല. ഒരു ഗിരീഷ്-ജയൻ തരംഗം തന്നെ ഉണ്ടായി.

കഥാവശേഷനിലെ 'കണ്ണുനട്ട് കാത്തിരുന്നിട്ടും', അകലെയിലെ അകലെ.. അകലെ.. ആരോ പാടി.. മധുചന്ദ്ര ലേഖയി ലെ 'മല്ലികപ്പൂ...', 'കുസുമവദനമോഹസുന്ദരാ...' ചക്കരമുത്തിലെ 'മറന്നുവോ പൂമകളെ ...','കരിനീലക്കണ്ണിലെന്തെടീ...' കഥപറയുമ്പോഴി ലെ 'മാമ്പുള്ളിക്കാവിൽ...' മാടമ്പിയിലെ 'അമ്മമഴക്കാറിനു കൺ നിറഞ്ഞു...', 'എന്റെ ശാരികേ...' ബനാറസിലെ 'മധുരം ഗായതി മീരാ...' ഇവർ വിവാഹിതരായാലിലെ 'എനിക്ക് പാടാനുണ്ടോരു പാട്ട്...' എന്നതൊക്കെ ഇവരുടെ കൂട്ടുകെട്ടിലെ ഉജ്വല ഗാനങ്ങളാണ്... കാലം ആ എഴുത്തുകാരനെ

വർത്തമാനകാലത്തു നിന്നും കൂട്ടിക്കൊണ്ടുപോയപ്പോൾ എഴുത്തിന്റെ ഒരു നല്ല കാലം അവിടെ തീരുകയായിരുന്നു.

ആദ്യ കാലത്തെ ജയചന്ദ്രൻ ഗാനങ്ങൾ കുറെയേറെ പിറന്നത് ശ്രീ രമേശൻ നായരുടെ വരികളിലൂടെ ആയിരുന്നു.

വാൽക്കണ്ണാടിയിലെ 'മണിക്കുയിലെ...' പുണ്യത്തിലെ 'കുങ്കുമരാഗപരാഗമണിഞ്ഞൊരു...' വെള്ളിനക്ഷത്രത്തിലെ 'ചന്ദനമുകിലേ...' എന്നതൊക്കെ കവി രമേശൻ നായർക്കും സിനിമാ ചരിത്രത്തിൽ എന്നെന്നും തിളക്കത്തോടെ നിലനിൽക്കാനുള്ള അവസരവുമായി...

കൈതപ്രത്തിന്റെ കവിത തുളുമ്പുന്ന വരികൾക്ക് ഈണമിടാനും ജയചന്ദ്രന് കഴിഞ്ഞു.

പെരുമഴക്കാലത്തിലെ 'കല്ലായിക്കടവത്തെ' എന്ന പഴയ പാട്ടുകാലത്തെ ഓർമ്മിപ്പിച്ച ഗാനത്തിന്റെ വരികളിലൂടെ... അതിലെ തന്നെ 'മെഹറുബാ' എന്നതും അന്ന് ഹിറ്റായിരുന്നു. 'രാക്കിളിതൻ വഴി മറയും' എന്ന ഗാനം റഫീഖ് അഹമ്മദിന്റെ എഴുത്തിൽ എം ജയചന്ദ്രൻ തന്നെ ഈണമിട്ട പാടുകയും ചെയ്തു.

ബഹളസംഗീതത്തിന്റെ ഇന്നത്തെ കൂട്ടായ്മകളിലൊന്നും ശുദ്ധസംഗീതത്തിന്റെ വക്താവായ ജയചന്ദ്രന്റെ പേര് വായിച്ചെടുക്കാൻ കഴിയില്ല എന്നത് ഏറെ ആശ്വാസകരം. കൂവിയാർക്കുന്നതിലും, പശ്ചാത്തല സംഗീത പെരുക്കങ്ങൾ തീർക്കുന്നവർക്കിടയിലും വിമ്മിഷ്ടപ്പെടുന്ന സംഗീതാസ്വാദകർക്ക് ജയചന്ദ്രൻ സംഗീതം ഒരത്താണി തന്നെയാണ്. ഉറപ്പായും. മലയാള സംഗീത സാമ്രാജ്യത്തിൽ ഒരൊറ്റപ്പെട്ട വ്യക്തിത്വം, ശരിക്കും പറഞ്ഞാൽ ഒറ്റയാൻ തന്നെ... ഇന്ന് തീരെ എതിരാളികൾ ഇല്ല... വല്ലപ്പോഴും ഇറങ്ങുന്ന ജയചന്ദ്രൻ സംഗീതം മാത്രം മലയാളസിനിമയ്ക്ക്...

നോട്ടം എന്ന സിനിമ നൽകിയ നല്ലൊരു സംഗീതാനുഭവമുണ്ട്. പൊൻകുന്നം ദാമോദരന്റെ ഒരു പഴയകാല ഗാനം ഈ സിനിമയിൽ ഒരു പ്രണയഗാനമാക്കിയ വിരുത് പ്രശംസനീയം തന്നെ. 'പച്ചപ്പനം തത്തേ...' എന്ന ഗാനം അവിസ്മരണീയമായൊരു അനുഭവം ആയിരുന്നു. അതിലെ കൈതപ്രം എഴുതിയ 'മയങ്ങിപ്പോയി...' എന്ന ഗാനം ചിത്രയ്ക്ക് സംസ്ഥാന അവാർഡ് നേടിക്കൊടുത്തത്. നിവേദ്യത്തിലെ 'കോലക്കുഴൽ വിളി കേട്ടോ' എന്നത് ലോഹിതദാസ്-ജയചന്ദ്രൻ കൂട്ടുകെട്ടിലെ സുവർണാധ്യായം.

ജയചന്ദ്രൻ എന്ന സംഗീതജ്ഞൻ ചെയ്ത മറ്റൊരു കാര്യം എടുത്തു പറയേണ്ടത്, അന്യഭാഷാഗായകർ ഇവിടെ സ്ഥിരപ്രതിഷ്ഠ ആവുന്നത്

കാലങ്ങൾക്കു മുൻപേ തുടങ്ങിയത് എങ്കിലും ശ്രേയാഘോഷാൽ എന്ന ഹിന്ദി ഗായികയുടെ പ്രവേശം മറ്റൊരു അനുഭവമായിരുന്നു. ഭാവസാന്ദ്ര മായി വരികളെ, സംഗീതത്തെ സമീപിക്കുന്ന അനുഗ്രഹീത ഗായിക.. ബനാറസ് എന്ന ചിത്രത്തിലൂടെ ജയൻ സംഗീതം രുചിച്ചെത്തിയ ഗായികയ്ക്ക് 'ചാന്തുപ്പൊട്ടില്ലേ നീ ചന്ദനം തൊട്ടില്ലേ' എന്ന ഗാനത്തിന് സ്റ്റേറ്റ് അവാർഡും! 'മധുരം ഗായതി മീര' എന്നതും ഹൃദ്യം..

രതിനിർവേദം എന്ന പുതുപതിപ്പിലേക്ക് 'കണ്ണോളം ചിങ്കാരം...' എന്ന ഗാനം. പ്രണയത്തിലെ 'പാട്ടിൽ ഈ പാട്ടിൽ...'

കളിമണ്ണിലെ 'ശലഭമായ്...' എന്ന് നിന്റെ മൊയ്തീനിലെ 'കാത്തി രുന്നു കാത്തിരുന്നു...', 'കണ്ണോട്ടു ചൊല്ലണ്.' മുന്തിരിവള്ളികൾ തളിർ ക്കുമ്പോഴിലെ 'അത്തിമരക്കൊമ്പിൽ...' ആമിയിലെ 'നീർമാതളപ്പൂവി നുള്ളിൽ...', 'പ്രണയമയീ രാധാ...' ഒടിയനിലെ 'കൊണ്ടോരാം..', 'മാനം തുടിക്കിണ്...' മാമാങ്കത്തിലെ 'മൂക്കുത്തി മൂക്കുത്തി കണ്ടില്ല...' എന്നതൊ ക്കെ അവാച്യമായൊരു ഭാവചാരുതയോട് ആലപിച്ചത്.

ഇനിയും കടന്നുവരാവുന്ന മറ്റൊരു ജയചന്ദ്രൻ മാജിക്കിനായി കാ ത്തിരിക്കുകയാണ് മലയാളസിനിമ. മലയാള സംഗീതം ഇന്നേറെ കടപ്പെട്ടിരിക്കുന്നത് ഈ സംഗീതജ്ഞനോടാണ്. ഊർദ്ധശ്വാസംവ ലിക്കുകയായിരുന്നതിനെ ശ്വാസം കൊടുത്ത് നിലനിർത്തിയിരിക്കു ന്നതിന്. ഇന്നും ഏങ്ങി വലിഞ്ഞു പോകുന്നതിനെ ഇടയ്ക്കിടെ പിടിച്ച നടത്തുന്നതിന്.

എന്തെന്നറിയാത്തൊരാരാധനയുടെ...

പാട്ടുകളൊഴുകിത്തീർന്ന വരണ്ട മണ്ണിലേക്ക് ജീവജലം തളിച്ചെത്തിയ പാട്ടെഴുത്തുകാരനാണ് ശ്രീ കൈതപ്രം ദാമോദരൻ നമ്പൂതിരി. കൗമാരത്തിലെയും, യൗവ്വനാരംഭകാലത്തിലെയും ജീവിത പരീക്ഷണങ്ങൾ അനുഭവിച്ചറിഞ്ഞു വന്ന ഊർജ്ജസ്വലനായ കവിയ്ക്ക് 1986-ൽ എന്നെന്നും കണ്ണേട്ടന്റെ എന്ന ചിത്രത്തിലൂടെ ഒരു പുതുജന്മം കൈവരുകയായിരുന്നു. ദേവദുന്ദുഭീ സാന്ദ്രലയം എന്ന അർദ്ധശാസ്ത്രീയ ഗാനം നൽകിയ ഉണർവിലൂടെ മലയാള ചലച്ചിത്ര സംഗീതവും വീണ്ടും പഴയകാല നിറവിലേക്കു നടന്നടുക്കുകയായിരുന്നു. അദ്ദേഹം രചിച്ച വരികൾക്ക് അന്നത്തെ മിക്ക സംഗീത സംവിധായകരും ഈണമിട്ട് പൊലിപ്പിച്ചിട്ടുണ്ട്. സ്വന്തം രചനകൾക്ക് കവി തന്നെ ഈണമിടുന്ന ഒരു പുതു രീതിയുടെ തുടക്കവും കൈതപ്രത്തിലൂടെ സാധ്യമായി മലയാളത്തിന്. സത്യത്തിൽ മറ്റൊരിടത്തും അനുഭവിക്കാത്ത ഒരു ലയം ആ പാട്ടുകൾക്കുണ്ടായിരുന്നു എന്നത് പറയാതെങ്ങിനെ സ്വന്തം കുഞ്ഞിനെ താലോലിക്കുമ്പോഴും, ഒരുക്കുമ്പോഴും ഒക്കെ ഉണ്ടാവാവുന്ന ആ ശ്രദ്ധ പോലെ തന്റെ വരികൾക്കും അത്രയേറെ ചേർന്ന ഈണങ്ങൾ നൽകി അദ്ദേഹം..

ദേശാടനത്തിലൂടെ തുടക്കം കുറിച്ചു. 1996... 'കളിവീടുറങ്ങിയല്ലോ' എന്ന ഗാനം മൂളാത്തവർ ഉണ്ടാവില്ല... മനസ്സുകളിലേക്ക് തറച്ചു കയറുന്ന സംഗീതം... ദേശാടനം എന്ന ചിത്രം തന്നെ അത്തരത്തിലുള്ളതായിരുന്നല്ലോ. നമ്പൂതിരി സമുദായത്തിലെ ആചാര്യസ്ഥാനത്തേക്കു അവരോധിതനാവുന്ന ഒരു കൊച്ചു കുട്ടിയുടെ കഥ പറഞ്ഞ ചിത്രം. ജനിച്ച മനയും, അച്ഛനും അമ്മയും, എല്ലാം അന്യമായി തീരുന്ന ആ

അവസ്ഥയെ ആ കുടുംബം എങ്ങിനെ തരണം ചെയ്യുന്നു എന്നതും വികാരതീവ്രതയുടെ മുൾമുനയിൽ നിന്നേ പ്രേക്ഷകനും നോക്കിക്കാണാൻ പറ്റിയുള്ളൂ... കുട്ടിക്കാലത്തിന്റെ സുഖകരമായ നറുനിമിഷങ്ങൾ കോർത്തിണക്കിയ രണ്ടുമൂന്നു പാട്ടുകൾ ഉണ്ട്. 'നാവാമുകുന്ദ ഹരേ', 'നീലകാർമുകിൽ വർണ്ണനന്നേരം' എന്നിവയൊക്കെ പൊയ്പോയകാലത്തിന്റെ ഏതൊക്കെയോ നാട്ടുവഴികളിലൂടെ, കഥാസാഗരങ്ങളിലൂടെ എല്ലാം നമ്മെ കൊണ്ടുപോകുകയും ചെയ്തു... 'കളി വീട്ടുറങ്ങിയല്ലോ', 'യാത്രയായി..' എന്നീ ഗാനങ്ങൾ നൽകുന്ന പിരിമുറുക്കത്തെ എങ്ങിനെയാണ് വർണ്ണിക്കുക. ബന്ധങ്ങളുടെ കെട്ടുപാടുകൾ തീർക്കുന്ന വലിച്ചിലും, വേദനയും, നഷ്ടബോധവും എല്ലാംകൂടെ കൂടികലർന്ന ആ ഗാനങ്ങൾ കൈതപ്രത്തിന്റെ എന്നത്തേയും ഹിറ്റാണ്... 1997-ൽ കളിയാട്ടം എന്ന ചിത്രത്തിലെ ഗാനങ്ങളും വളരെയേറെ ശ്രദ്ധിക്കപ്പെടുകയുണ്ടായി. എന്നോടെന്തിനീ പിണക്കം എന്ന ഗാനത്തിലൂടെ ഭാവനാ രാധാകൃഷ്ണൻ എന്ന പുതു ഗായികയേ പരീക്ഷിക്കുകയും ചെയ്തു അദ്ദേഹം. ദാമ്പത്യബന്ധത്തിലെ പൊരുത്തക്കേടുകളും, സംശയങ്ങളും ഇടകലർന്ന മനുഷ്യ മനസ്സിന്റെ കളിയാട്ടങ്ങൾ കണ്ട് പ്രേക്ഷകർ അമ്പരന്നു. നിരവധി അവാർഡുകൾ നേടിയ ചിത്രം... പ്രണയഗാനത്തിന്റെ പുതിയ രീതികൾ പരീക്ഷിക്കപ്പെട്ട ചിത്രം. വണ്ണാത്തിപ്പുഴയുടെ തീരത്ത്... വേളിക്ക് വെളുപ്പാൻ കാലം എന്ന ഗാനങ്ങളൊക്കെ 1997 ന്റെ രോമാഞ്ചങ്ങളാണ്... 1997ൽ തന്നെ കാരുണ്യം എന്ന ചിത്രം. ഒരച്ഛന്റെയും മകന്റെയും സ്നേഹസമർപ്പണത്തിന്റെ ഗാഥ. ലോഹിതദാസിന്റെ മാസ്റ്റർപീസ്. നിരാശാകാമുകന്റെ പ്രണയവീചികൾ കരഞ്ഞൊഴുകിയ ഗാനം... മറക്കുമോ നീയെന്റെ മൗനഗാനം... അതിതീവ്രപ്രണയദുഖത്തിന്റെ നിശ്വാസ അലകൾ ഉയർന്നു പൊങ്ങിയ ഗാനം... നല്ലൊരു കമ്പോസർ ആണെന്ന് കൈതപ്രം തെളിയിച്ച മറ്റൊരു ഗാനാൽഭുതം... 'പൂമുഖം വിടർന്നാൽ പൂർണേന്ദു' എന്ന സുന്ദര പ്രണയഗാനം... മരണം വരുത്തിവെക്കുന്ന ശൂന്യതയെ, തീരാനഷ്ടത്തെ, ഒരു അപൂർവ ദുഃഖഗാനത്തിലൂടെ കൈതപ്രം ഒരുക്കിവെക്കുകയുണ്ടായി... 'മറഞ്ഞുപോയതെന്തേ...' എന്ന ഗാനം മരണത്തിനുശേഷം ഓർമ്മകളിൽ മാത്രം നിറയുന്ന നഷ്ടബന്ധങ്ങളെ ഓർമ്മപ്പെടുത്തുന്നു... വലംപിരി ശംഖിൽ പുണ്യോദകം എന്ന ഗാനം ദാർശനിക സങ്കൽപ്പങ്ങളെ പുൽകുന്ന പാവം മനുഷ്യമനസ്സിന്റെ വിഭ്രാന്തികളെ കാട്ടിത്തരുന്നു... 1998-ൽ താലോലത്തിലെ ഗാനങ്ങൾ ഇതേ ലെവലിൽ തന്നെ പാട്ടസ്വാദകർ കൊണ്ടാടുകയുണ്ടായി... 'ഇനിയെന്ന് കാണും മകളെ' എന്നത് ദേശാടനത്തിലെ ഗാനത്തോട് ചേർന്ന്നിൽക്കുന്നു...വീണ്ടും 1998-ൽ ഒരു കൈതപ്രം മാജിക്.. എന്ന് സ്വന്തം ജാനകികുട്ടി. എം.ടി.

വാസുദേവൻ നായരുടെ തിരക്കഥയിൽ ഹരിഹരൻ സംവിധാനം ചെയ്തത്. ഒരു സ്വപ്നാടന പെൺകുട്ടിയുടെ മനസ്സിന്റെ ഇളക്കങ്ങൾ എന്ന് വേണമെങ്കിൽ വിശേഷിപ്പിക്കാം... യക്ഷിക്കഥകൾ കേട്ട് വളരുന്ന ബാല്യത്തിന്റെ മൂപ്പിൽ നിന്നും കൗമാരത്തിന്റെ ഇളപ്പിലേക്ക് ഊർന്നുവീണ ജാനകിക്കുട്ടിയുടെ മായിക സങ്കൽപ്പങ്ങളുടെ വെണ്മനിറവ്... ഒരു സുന്ദരാനുഭവം തന്നെയായിരുന്നു ആ സിനിമയും അതിലെ ഗാനങ്ങളും. പാർവണ പാൽമഴ പെയ്തൊഴിഞ്ഞു... എന്ന നിലാവിന്റെ വെണ്മയും, തുടിപ്പും, കുളിരും നിറഞ്ഞ ഗാനം കോരിത്തരിപ്പോടെയേ അനുഭവിക്കാനാവുള്ളൂ... 'ചെമ്പകപ്പൂമൊട്ടിനുള്ളിൽ വസന്തം വന്നു' എന്ന കാവ്യ സങ്കല്പം അത്രമേൽ വികാര വായ്പോടെ അനുഭവിപ്പിച്ച ശ്രീ കൈതപ്രം...

പിന്നീട് തട്ടകം, ശാന്തം എന്നീ സിനിമകൾ വന്നു. അതിലൊക്കെ തന്നെ കഥയോട് ഏറെ നീതി പുലർത്തിയ ഗാനങ്ങളായിരുന്നു.. 'ശിലയായ് പിറവിയുണ്ടെങ്കിൽ ഞാൻ ശിവരൂപമായേനെ' എന്ന സമർപ്പണ സങ്കല്പം അതീവഹൃദ്യം ആയിരുന്നു. ശാന്തത്തിലെ ആറ്റുനോറ്റുണ്ടായൊരുണ്ണി എന്നതും അമ്മയുടെ പുത്രസ്നേഹത്തിന്റെ കോരിച്ചൊരിഞ്ഞ ആയിരം പറ.

ലളിതാംബികാ അന്തർജനത്തിന്റെ ഏക നോവലായ അഗ്നിസാക്ഷിയുടെ സിനിമാ രൂപവും ഏറെ മികച്ചതായിരുന്നു. അതിന്റെ ശക്തി ചോരാതെ തന്നെ ശ്യാമപ്രസാദിന് അത് ചലച്ചിത്രമാക്കാൻ കഴിഞ്ഞു. തേതികുട്ടി എന്ന ദേവകി മാനമ്പള്ളി അന്തർജനത്തിന്റെ വളർച്ചയും, തളർച്ചയും നമ്മൾ കണ്ടു.. ഒടുവിൽ സുമിത്രാനന്ദ ആയി അവർ മോക്ഷം നേടിയോ? ദാമ്പത്യ ജീവിതത്തിലെ ആഗ്രഹങ്ങളും, ആത്മീയതയുടെ മോക്ഷ സങ്കൽപ്പങ്ങളും തമ്മിലുള്ള സംഘട്ടനത്തിൽ തകർന്നു പോയത് കുറെ ജീവിതങ്ങളായിരുന്നു. വാർത്തിങ്കളുദിക്കാത്ത വാസന്തരാത്രിയിൽ... ഈ ഗാനം ദാമ്പത്യത്തിന്റെ വിരഹ സമ്പൂർണ്ണതയുടെ കനത്ത നിശ്വാസങ്ങളാണ്...

തീർത്ഥാടനം എം.ടിയുടെ കഥയെ ആസ്പദമാക്കി ചിത്രീകരിച്ച ചിത്രമാണ്. 'എന്തെന്നറിയാത്തോരാരാധനയുടെ ആരോഹണസ്വരം പാടി...' ഈ ഗാനം ചിത്രയുടെ ഗാനസമ്പത്തിലെ വലിയൊരു ഈടുവെപ്പാണ്... വരികളും സംഗീതവും മികവിൽ മികച്ചത്... ഇത്രയും ഗാനങ്ങൾ നൽകുന്ന അനുഭൂതി വിവരണാതീതമാണ്... വരികളും സംഗീതവും ഒരേപോലെ ഇങ്ങനെ നിർവൃതിദായകമായി നിലനിർത്താൻ കഴിയുന്നത് വിലമതിക്കാനാവാത്ത ഒരു കഴിവ് തന്നെയാണ്... നമ്മൾ ഭാഗ്യവാന്മാർ... അത്രേ ഇപ്പോൾ പറയാൻ തോ ന്നുന്നുള്ളൂ..

കസവ് ഞൊറിയുന്ന സംഗീതം

കലാകാരന്മാർക്ക് കഴിവാണ് പ്രധാനം. അത് പ്രകടിക്കപ്പെടേണ്ട മേഖലകൾ പലപ്പോഴും തുറന്നു കിട്ടാതെ മുരടിച്ചു പോയവരെത്ര! പ്രോത്സാഹനം കിട്ടാതെ അടങ്ങിപ്പോയവരെത്ര! എണ്ണിയാലൊടുങ്ങാത്ത എഴുത്തുകൾ, ഗീതങ്ങൾ ഇവിടെ മനസ്സുകളിൽ തന്നെ ഉദയം ചെയ്തു സ്തമിച്ചു! ഇതൊക്കെ മനുഷ്യജന്മത്തിന്റെ ഓരോരോ പ്രത്യേകതകൾ. ഇന്നത്തെ കാലത്ത് സ്വയം പ്രകാശനത്തിന് ഏറെ വഴികൾ തുറന്നു വന്നിട്ടുണ്ടെങ്കിലും അംഗീകാരങ്ങൾ അവിടെയും കിട്ടാതെ നിശ്ശബ്ദരായിപ്പോവുന്നവരും കുറവല്ല! കഴിവിനോടൊപ്പം ഭാഗ്യവും കൂടെ വേണം. അതേറെ കിട്ടിയവർ ഉയരങ്ങളിൽ എത്തും. കഴിവേറെ ഉള്ളവരിൽ എത്രയോ പേർ മറ്റു ഇടപെടലുകളിൽ ഒതുങ്ങിപ്പോയിരിക്കുന്നു.

സാഹിത്യലോകത്തേക്കാളും സിനിമാലോകത്ത് പ്രശ്നങ്ങൾ അനവധി. കഴിവ് തന്നെ പ്രാധാന്യമെങ്കിലും, ഭാഗ്യം, അനാവശ്യ ഇടപെടലുകൾ, സ്വജനപക്ഷപാതം, താഴ്ത്തിക്കെട്ടൽ എല്ലാം അനസ്യൂതം നടക്കുന്ന കലാക്ഷേത്രം തന്നെ ഗായികയും ബന്ധുകൂടിയായ ഗായത്രി വർമ്മയെ നിങ്ങൾക്ക് പരിചയപ്പെടുത്തട്ടെ... പാട്ടിലൂടെ അറിയുന്നവർ ഏറെ ഉണ്ടാവും. സിനിമയിൽ തന്നെ നല്ലൊരു തുടക്കം കിട്ടിയ ഗായിക. അതും തമിഴിൽ. അതിലേറെ ആഹ്ലാദിക്കാനും, അഭിമാനിക്കാനും ഉള്ളത് ശരത് സംഗീതത്തിലൂടെ ഉള്ള ഒരു കടന്നുവരവും... ശരത് എന്ന സംഗീതജ്ഞന്റെ ഈണങ്ങൾ കേട്ട് പഠിച്ചു മൂളാൻ കിട്ടുന്നത് തന്നെ ഒരു ഭാഗ്യം. ജൂൺ ആർ എന്ന തമിഴ് ചി ത്രത്തിൽ അനാഥയായ ഒരു പെൺകുട്ടിയുടെ കുട്ടിക്കാലത്തെ ജീവിതത്തിലൂടെ പോവുന്ന ഒരു പാട്ടു സീൻ.. 'അൻപേ അൻപേ...' എന്ന ഗാനം. ആ ഒരൊറ്റ പാട്ടിൽ നിന്ന് തന്നെ

ഗായത്രിയുടെ ആലാപന ശൈലി നമുക്ക് മനസ്സിലാവും. ഹൃദ്യമായ ഒരു ശബ്ദത്തിന്റെ ഉടമ. ഉച്ചസ്ഥായിയിൽ ശബ്ദത്തിന്റെ നാദമധുരിമ കേട്ടറിയേണ്ടത്! അൻപേ.. എന്ന ഗാനം നൽകിയ ഉണർവിൽ തന്നെ 2006ലും മലയാളത്തിൽ അരങ്ങേറ്റം നടക്കുകയുണ്ടായി. ആട്ടതോമ എന്ന സിനിമയിലെ ഒരു ഗാനം. സിനിമയും ഗാനവും അത്ര ശ്രദ്ധിക്കപ്പെട്ടില്ല എന്നത് നിർഭാഗ്യം. എന്നാൽ അടുത്ത വർഷം തന്നെ വയലാർ ശരത്ചന്ദ്ര വർമ്മയുടെ രചനയിൽ ബേണി ഇഗ്നേഷ്യസ് സംഗീതം ചെയ്ത ഹരീന്ദ്രൻ ഒരു നിഷ്കളങ്കനിലെ 'കന്നിപ്പെണ്ണേ എൻ മുന്നിൽ സ്നേഹപ്പാടം നീയല്ലേ' എന്ന യുഗ്മ ഗാനം എം ജി ശ്രീകുമാറോടൊത്താലപിക്കാൻ കഴിഞ്ഞു.

2008-ൽ വീണ്ടും 'ശലഭം' എന്ന ചിത്രത്തിൽ. കൈതപ്രത്തിന്റെ മേൽനോട്ടത്തിൽ സംഗീതം നിർവഹിക്കപ്പെട്ട ഗാനം എന്നത് വീണ്ടും ഗായത്രിക്കു കിട്ടിയ സൗഭാഗ്യം. രചനയും കൈതപ്രം തന്നെ. 'ലേഖേ, ചന്ദ്രലേഖേ...' എന്ന ഗാനം. കൈതപ്രത്തിന്റെ പുത്രൻ ദീപാങ്കുരനോടൊപ്പം ആലാപനം. ചിത്രം പരാജയമായിരുന്നത് കൊണ്ടുമാവാം ഏറെ ശ്രദ്ധിക്കപ്പെടാതെ പോയി ആ ഗാനവും. ആലാപനത്തിന്റെ മികവ് ഈ രണ്ടു യുഗ്മ ഗാനത്തിലും മനസ്സിലാക്കാം.

വീണ്ടും പരാജയപ്പെട്ട ഒരു ചിത്രത്തിലെ ഗാനം. കൈതപ്രം വിശ്വനാഥിന്റെ അർദ്ധക്ലാസ്സിക്കൽ മൂഡിൽ ചെയ്ത നല്ലൊരു ഗാനം ആയിരുന്നു അത്... കാവ്യം എന്ന ചിത്രത്തിൽ കൈതപ്രം രചിച്ചത്. 'കുഞ്ഞുണ്ണിക്കവിളിൽ നറുവെണ്ണ' എന്ന സുന്ദര ഗാനം. സോളോ പാടുമ്പോൾ ഗായത്രി എന്ന ഗായികയിൽ ഇരുത്തം വന്ന ഒരു പാട്ടുകാരിയെ അനുഭവപ്പെടും...

പിന്നീട് കാലങ്ങൾക്കു ശേഷം ഉദാഹരണം സുജാതയിലെ ഗാനം.

ഗായത്രിയുടെ കരിയറിലെ അവളിലെ ഗായികയെ അടയാളപ്പെടുത്തുന്ന ഗാനം. 'കസവ് ഞൊറിയുമൊരു പുലരി' ഡി സന്തോഷ് എന്ന ഗാനരചയിതാവിന്റെ എഴുത്തിന് ഇന്നത്തെ സംഗീതജ്ഞൻ ശ്രീ ഗോപി സുന്ദർ ഈണം പകർന്നത്. എഴുതി തെളിഞ്ഞ ഒരു കവിയുടെ ഗാനരചന പോലെ സുന്ദരമായ വരികൾ...

ഗായത്രി വർമ്മ ഇടപ്പള്ളി കോശ്ശേരി മഠം കുടുംബാംഗമാണ്. അമ്മ ഉഷാവർമ്മ, അച്ഛൻ നന്ദകുമാർ വർമ്മ തൃപ്പൂണിത്തുറ രാജകുടുംബാംഗം. എന്റെ ഭാര്യാ ഭവനം കൂടിയാണ് കോശ്ശേരി മഠം.

ആദ്യകാലത്ത് കൈരളി ടീവിയിലെ റിയാലിറ്റി ഷോയുടെ പകിട്ടൊന്നുമില്ലാത്ത കാലത്ത്, ഗന്ധർവ സംഗീതം എന്ന സംഗീത പരിപാടി

യിൽ മത്സരാർത്ഥി ആയിരുന്നു ഗായത്രി. അന്ന് സെമി ഫൈനൽ വരെ എത്തിയിരുന്നു... പാട്ടിന്റെ ലോകത്തേക്ക് കടന്നുവരാൻ വൈവിധ്യമാർന്ന ഗാനങ്ങൾ പാടിയത് ഒരു പരിശീലനം കൂടിയായി മാറി. ശേഷം സംഗീതജ്ഞൻ ശരത്തുമായുള്ള ഒരു സ്റ്റേജ് ഷോയിലെ പെർഫോമെൻസിൽ ജൂൺ ആർ ഗാനം കൈവന്നു ചേർന്നു.

അവസരങ്ങൾ വന്നു ചേരട്ടെ, സിനിമകളിലെ മൽസരയോട്ടത്തിൽ പങ്കുചേരാതെ മാറി നിൽക്കുകയാണ് ഗായിക. സംഗീതത്തെ കൈവിടാനാവില്ലല്ലോ! ജന്മസിദ്ധിയാണ്, ചിലർക്ക് കിട്ടുന്ന വരദാനമാണ്. ഓ.എൻ.വിയുടെ രചനയിൽ ഷഹബാസ് അമൻ സംഗീതം നിർവ്വഹസിച്ച ആൽബം 'സഹയാത്രിക'യിൽ വേണുഗോപാലുമൊത്ത് രണ്ട് ഗാനം ആലപിക്കുകയുണ്ടായി.

വിവാഹിതയായി. ശ്യാം ആര്യൻ ഭർത്താവ്. രണ്ടു കുട്ടികൾ. കോവിഡ് കാലത്തിന്റെ വിരസതയിലും തിരക്കിലാണ് ഗായത്രി. കുട്ടികളുടെ പഠനം, സംഗീത പരിശീലനം...

'തും ബിൻ മോറി' എന്ന് തുടങ്ങുന്ന മീരാ ഭജൻ പുറത്തിറങ്ങിയിട്ടുണ്ട്... ശബ്ദവിന്യാസത്തിന്റെ കുളിരലകൾ തീർക്കുന്ന ഗായത്രിയുടെ സംഗീതസപര്യ...

ഇനിയും സിനിമകളിൽ പാടി നിറയണം. ഗാനരചയിതാക്കളും, സം ഗീതജ്ഞരും ശ്രദ്ധിക്കുക. മലയാള സിനിമയ്ക്ക് ആവശ്യമുണ്ട് ഗായത്രീ മന്ത്രങ്ങൾ...

ബാലചന്ദ്രമേനോന്റെ പാട്ടെഴുത്തുകാർ...

സ്വതസിദ്ധമായ തന്റെ ശൈലികൊണ്ട് ചില സംവിധായകർ അവർ ഏറ്റെടുത്തു ചെയ്യുന്ന സിനിമയെ പൂർണമായും നിയന്ത്രണത്തിലാക്കുന്നതു കണ്ടിട്ടുണ്ട്. കഥയും, തിരക്കഥയും, സംവിധാനവും നിർവഹിച്ചു കൊണ്ട് നിർമ്മാതാവിന് ലാഭം നേടിക്കൊടുക്കുന്നവർ. റൊമാൻസും, ഹാസ്യവും, ഗൗരവവും എല്ലാം ഇഴചേർന്ന കുടുംബകഥകൾ. മലയാളത്തിൽ ആദ്യം ഓർമ്മയിൽ വരുന്നത് ശ്രീ ബാലചന്ദ്രമേനോൻ ആയിരിക്കും. അതെ. അദ്ദേഹം തന്നെ. സിനിമക്ക് ഒരു മിനിമം വിജയ ഗ്യാരണ്ടി നൽകാൻ തുടക്കകാലത്തദ്ദേഹത്തിനു കഴിഞ്ഞിരുന്നു. മറ്റു പ്രഗത്ഭരുടെ ചിത്രങ്ങൾക്കിടയിലും ബാലചന്ദ്രമേനോൻ ചിത്രം കുടുംബപ്രേക്ഷകരുടെ പ്രിയം നേടിയ എൺപതുകളും, തൊണ്ണൂറുകളും...

സിനിമയെ ഗൗരവമായി കണ്ട്, പ്രേക്ഷകരുടെ ഇഷ്ടം മനസ്സിലാക്കി വേണ്ടത് നൽകാൻ ആദ്യകാലങ്ങളിൽ അദ്ദേഹത്തിന് കഴിഞ്ഞു. പാട്ടുകളുടെ കാര്യത്തിലും പിശുക്ക് കാണിച്ചില്ല. ഓ.എൻ.വി, പൂവച്ചൽ ഖാദർ, ബിച്ചു തിരുമല എന്നിവരെയൊക്കെ പാട്ടുകൾ ഏല്പിച്ചെങ്കിലും മറ്റൊരു പ്രധാനപ്പെട്ട കാര്യം ഇദ്ദേഹം ചെയ്തിട്ടുണ്ട്. തുടക്കകാലം മുതൽ ഒരിടക്കാലത്തേക്ക് ഒരു പുതുമുഖ പാട്ടെഴുത്തുകാരനെ പ്രോത്സാഹിപ്പിച്ചുകൊണ്ടിരിക്കുക. അവരെ സിനിമയിലെ പൊതുധാരയിലേക്കു കൈപിടിച്ചിരുത്തുക. ഒരു കടമ പോലെ ചെയ്തതായി അദ്ദേഹത്തിന്റെ എല്ലാ സിനിമകളിലൂടെയും ഒന്ന് സഞ്ചരിച്ചാൽ മനസ്സിലാക്കാം. അതിൽ ഏറ്റവും പ്രധാനപ്പെട്ട മൂന്നു പേരെ, അവരുടെ പാട്ടുകളെ ഒന്ന് പരിചയപ്പെടാം...

ദേവദാസ്, കോന്നിയൂർ ഭാസ്, മധു ആലപ്പുഴ

ഓരോരോ കാലങ്ങളിൽ ഇവരിൽ ഓരോരുത്തരെ ആയി പരീക്ഷിച്ച തായി കാണാം. രണ്ടാമത്തെ സിനിമയായ രാധ എന്ന പെൺകുട്ടിയിൽ ദേവദാസ് എന്ന എഴുത്തുകാരനെ കൊണ്ടുവന്നു. ദേവദാസ് ആദ്യമായ് എഴുതിയതും ബാലചന്ദ്രമേനോൻ ചിത്രത്തിൽ തന്നെ.

'കാട്ടുകുറിഞ്ഞി പൂവും ചൂടി' എന്ന ഗാനം ശ്യാം ഈണത്തിൽ ജയച ന്ദ്രൻ പാടിയത്. ഒരുവളുടെ വിവിധ ഭാവങ്ങൾ എഴുതിനിറച്ച ഒരു ഗാനം. എഴുത്തിൽ തന്നെ വ്യത്യസ്തത പുലർത്തിയ ഒന്ന്. 'വർണ്ണരഥങ്ങളിൽ ഉഷസ്സണയുന്നു'എന്ന ജയചന്ദ്രൻ ഗാനവും മികച്ചത്.

കലിക എന്ന ചിത്രത്തിലും തുടർന്ന് ബാലചന്ദ്രമേനോന്റെ ആദ്യ സൂപ്പർ ഹിറ്റായ പ്രേമഗീതങ്ങളിലും ദേവദാസ് ഗാനങ്ങൾ തന്നെ യായിരുന്നു.

'സ്വപ്നം വെറുമൊരു സ്വപ്നം...'
'നീ നിറയൂ ജീവനിൽ പുളകമായ്...'
'മുത്തും മുടി പൊന്നും നീ ചൂടി വാ...'

ജോൺസൻ തുടക്കം ഗംഭീരമാക്കി. ദേവദാസ് വരികൾ കേരളം മൂളി നടന്ന കാലം.

ശേഷം, കേൾക്കാത്ത ശബ്ദത്തിലും ഈ ഒരു പേരെടുപ്പ് കൊണ്ട് ദേവദാസിന് തന്നെ നറുക്കു വീണു.

'കന്നിപ്പൂ മാനം കണ്ണും നട്ടു ഞാൻ..'
'നാണം നിൻ കണ്ണിൽ...'
'ആന... പളുങ്കുകൊണ്ടൊരാന...'

എന്നീ ഗാനങ്ങൾ ഹിറ്റായി...

എന്നാൽ പിന്നീടുള്ള ബാലചന്ദ്രമേനോൻ ചിത്രങ്ങളിൽ ദേവദാസ് ഗാനങ്ങൾ കണ്ടില്ല. മറ്റു സിനിമകളിലേക്ക് പിടിച്ചു കയറിക്കോളാൻ ഒരു കൈ നീട്ടി കൊടുത്തു ഇദ്ദേഹം. അങ്ങനെ ഇതിനെ കാണാം... എന്നാലും ദേവദാസ് വരികൾ പിന്നീടത്ര ശോഭിച്ചു കണ്ടിട്ടില്ല... ഒ ന്നു രണ്ടെണ്ണം ഒഴിച്ച്.

'നീയെന്റെ അഴകായ് വർണ്ണ മലരായ് പൂത്തു നിന്നു' എന്ന നിഴൽ യുദ്ധത്തിലെ ഗാനം... രാഗം അനുരാഗം എന്ന ആദ്യത്തെ അനുരാഗ ത്തിലെ ഗാനം... ഇത്രയും മാത്രം...

അതിനിടയിൽ തന്നെ താരാട്ട് എന്ന ചിത്രത്തിൽ മധു ആലപ്പുഴയെ ഒരു പാട്ടു നൽകി സ്വീകരിച്ചു ബാലചന്ദ്രമേനോൻ. 'പൂവിനുള്ളിൽ പൂവിരിയും പൂക്കാലം വന്നു' എന്ന രവീന്ദ്രൻ ഈണം...

ഇത്തിരിനേരം ഒത്തിരികാര്യം എന്നതിലെ ഒരു സുന്ദര പ്രണയ ഗാനം' ഇതളഴിഞ്ഞു വസന്തം ഇലമൂടി പൂവിരിഞ്ഞു' എന്ന ജോൺ സൻ വിരുത്...

എൺപതുകളിൽ തിളങ്ങാതെ നിന്ന മധു ആലപ്പുഴയെ താരാട്ടിലൂടെ ഉയർത്തിക്കൊണ്ടു വന്ന് ഇത്തിരി നേരം ഒത്തിരി കാര്യത്തിലൂടെ ആരാന്റെ മുല്ല കൊച്ചു മുല്ല വരെ അത് നീളുകയും ചെയ്തു...

'കാട്ടിൽ കൊട്ടുംകാട്ടിൽ...', 'ശാലീന സൗന്ദര്യമേ...'എന്നിവയൊക്കെ ഉദാഹരണങ്ങൾ.

മഴയത്തു മടവീണ നീരൊഴുകീടുമ്പോൾ
വരമ്പത്തിരുന്നു മതി മറന്നു
ഉളിപോലെ പായുന്ന കുറുവാപ്പരലിനെ
തുണികൊണ്ടു കോരും കിടാങ്ങളേയും
കരളിൽപ്പതിഞ്ഞു കിടക്കുമോ മായാതെ
കുളിർ കോരും ആ ഹൃദ്യ രംഗമെന്നും
കരളിൽ പതിഞ്ഞു കിടക്കുമോ മായാതെ
കറയറ്റ ചാരുതയെന്നുമെന്നും ആ
ശാലീന സൗന്ദര്യമേ.

മധു ആലപ്പുഴയിലെ കവിയെ കാണിച്ചു തന്ന വരികൾ...

മധു ആലപ്പുഴയ്ക്ക് സമ്പാദ്യമായി മറ്റു ചില സിനിമകളിലെയും ഗാനങ്ങൾ ഉണ്ടായിരുന്നു എന്നത് ഒരു നേട്ടമാണ്.

'മൗനം പൊന്മണി തംബുരു മീട്ടി' (ഓർമ്മക്കായ്)
'മഞ്ഞക്കണി കൊന്നപ്പൂവുകൾ ചൂടും' (ആദ്യത്തെ അനുരാഗം)
'ഉദയഗിരിയിറങ്ങി വരും കാറ്റേ' (ഇലഞ്ഞിപൂക്കൾ)
'വിഷുപ്പക്ഷി ചിലച്ചു നാണിച്ചു ചിലച്ചു' (ഇലഞ്ഞിപൂക്കൾ)
'മേടമാസപ്പുലരി കായലിൽ' (മിണ്ടാപൂച്ചക്ക് കല്യാണം)

എന്നിവയൊക്കെ ആദ്യഗാനങ്ങളോട് കിടപിടിച്ചു നിന്നിരുന്നു. എന്നിട്ടും കൂടുതൽ കാലങ്ങൾ ഇദ്ദേഹവും തുടർന്നില്ല...

ബാലചന്ദ്ര മേനോന്റെ മികച്ചതും, കൂടുതൽ കളക്ഷൻ നേടിയതും ആയ സിനിമ കാര്യം നിസ്സാരം എന്ന ചിത്രത്തിൽ ഇദ്ദേഹം വീണ്ടും പുതിയ ആളെ പരീക്ഷിച്ചു. കോന്നിയൂർ ഭാസ്. അദ്ദേഹവും ആദ്യ കാല ചിത്രങ്ങൾ ഒന്നും ശ്രദ്ധിക്കപ്പെടാതെ ഇരിക്കുന്ന സമയത്തായിരുന്നു ബാലചന്ദ്രമേനോന്റെ കൈതാങ്ങ്.

'കൊഞ്ചിവന്ന പഞ്ചമിയോ' (കാര്യം നിസ്സാരം)

'കണ്മണി പെണ്മണിയെ...'

താളം ശ്രുതിലയ താളം എന്നിവയൊക്കെ സിനിമയോടൊപ്പം തന്നെ പ്രേക്ഷകർ ആഘോഷിച്ച രസിച്ചിരുന്നു.

ശേഷം കാഴ്ച്ചയിൽ വിജയചിത്രമായിരുന്നില്ല.

എന്നാൽ ഇന്നത്തെ തലമുറയും പാടി രസിക്കുന്ന ഒരു പാട്ടുണ്ടതിൽ.

'മോഹം കൊണ്ട് ഞാൻ ദൂരെയേതോ...' എന്നത്..

'കണ്ണുകളിൽ പൂവിരിയും കവിത പോലെ നിന്നു' എന്നതും മനോഹരമായിരുന്നു..

എന്നാൽ പിന്നീടുള്ള ബാലചന്ദ്രമേനോൻ ചിത്രങ്ങളിൽ ഇദ്ദേഹത്തെ കണ്ടില്ല.

എന്നാൽ

'അരുണകിരണമണിയും...' (കിഴക്കുണരും പക്ഷി)
'നന്ദി ആരോട് ഞാൻ ചൊല്ലേണ്ടു' (അഹം)

'മൊഴിയഴകും മിഴിയഴകും' (കളിപ്പാട്ടം) എന്നിവയിലൊക്കെ കോന്നിയൂർ ഭാസ് ഗാനങ്ങൾ ഓരോന്ന് പ്രത്യക്ഷപ്പെട്ടു. തന്റെ കരുത്തറിയിക്കുകയും ചെയ്തു. എന്നാൽ പെട്ടെന്ന് തന്നെ നിന്ന് പോകുകയും ചെയ്തു.

എൺപതും തൊണ്ണൂറും കഴിഞ്ഞു. ബാലചന്ദ്രമോനോൻ യുഗവും അവസാനിച്ച പോലെ. പിന്നീട് വന്ന സിനിമകളൊക്കെ പരാജയമായിരുന്നു. എങ്കിലും കഴിഞ്ഞകാലങ്ങളിൽ അദ്ദേഹത്തിന്റെ സംഭാവനകളായി ചേർക്കാവുന്നതാണ് ഈ മൂവരുടെയും ഗാനങ്ങൾ. കാരണം ബാലചന്ദ്രമേനോൻ ചിത്രങ്ങളിലൂടെ പ്രസിദ്ധരായവരാണ് ഇവർ...

കാലം കാത്തു വെച്ച സംഗീതം

ഉത്തരേന്ത്യൻ സംഗീത സംവിധായകരിൽ മലയാളത്തിൽ വേരുറപ്പിച്ച് കാലങ്ങളോളം ഇവിടെ ഉണ്ടായിരുന്ന ഒരാളെ ഉള്ളൂ.ശ്രീ സലിൽ ചൗധരി. ഹിന്ദുസ്ഥാനി സംഗീതത്തിന്റെയും, ബാവുൽ ഗായകരുടെ ശോകസാന്ദ്രതയുടെയും ഉൾത്തുടിപ്പുമായി കടന്നുവന്നയാൾ. അതിനു മുൻപും ശേഷവും വന്നവർ പലരും ഒന്നോ രണ്ടോ ചിത്രങ്ങളിൽ സഹകരിച്ച് മടങ്ങിപ്പോയവരാണ്.

അക്കൂട്ടത്തിൽ ശ്രീ രഘുനാഥ് സേഥ്, ശ്രീ രവീന്ദ്ര ജെയിൻ എന്നിവരെ ഓർത്തുപോവുകയാണ്. ഹിന്ദുസ്ഥാനി സംഗീതത്തിന്റെ ബാംസുരി ഓളങ്ങളുമായി നമ്മെ സംഗീതലഹരിയിൽ ആറാടിച്ച രഘുനാഥ്. സിനിമകളിലും തന്റെ കഴിവ് കാണിച്ചവൻ. ഈണങ്ങളുടെ അല്ലെങ്കിൽ ഹിന്ദി സിനിമാ ഗാനങ്ങളുടെ ഛായയിൽ പിറന്നവ ആ വാറുണ്ട് ഉത്തരേന്ത്യൻ സംഗീതജ്ഞരുടെ പാട്ടുകൾ ഏറെയും. എന്നാൽ അതിന്റെ ഒരു സ്പർശവും ഇല്ലാത്ത ഗാനങ്ങളുമായി ഒരിക്കൽ... ഒരിക്കൽ മാത്രം മലയാളത്തിലും. എം.ടി.വാസുദേവൻ നായരുടെ രചനയിൽ പിറന്ന സിനിമ. ആരണ്യകം. ഓ.എൻ.വി.കുറുപ്പിന്റെ കവിത കിനിയുന്ന ഗാനങ്ങൾ. മലയാളിത്തം നിറഞ്ഞുതുളുമ്പുന്ന പാട്ടുകൾ. ആരണ്യകം എന്ന സിനിമയുടെ ജീവൻ തന്നെയായിരുന്നു അതിലെ ഗാനങ്ങൾ.

സിനിമയുടെ അവശ്യഘട്ടത്തിൽ, കാടിന്റെ താളങ്ങളുമായി ആ ഗാനം.. 'ഒളിച്ചിരിക്കാൻ വള്ളിക്കുടിലൊന്നൊരുക്കി വെച്ചില്ലേ'... കാടിന്റെ ശബ്ദങ്ങളുമായി സംഗീതം ലയിച്ചുചേരുന്നത് അനിർവ്വചനീയം. ഓ.എൻ.വി വരികൾ അത്രമേൽ സമ്പുഷ്ടവും. അതേപോലെ തന്നെ 'ആത്മാവിൽ മുട്ടിവിളിച്ചതു പോലെ' എന്നതും...എം.ടി സിനിമയുടെ ഗ്രാമ്യഭംഗിയും,

നിറച്ചാർത്തും എല്ലാം പാട്ടിൽ കാണാകാഴ്ചകളായി മിന്നിത്തെളിഞ്ഞു... ഉള്ളിൽ കവിത തുളുമ്പുന്ന മനസ്സുമായി ഒരുവൾ. അവൾക്കു വേണ്ടി എഴുതാൻ ഒ.എൻ.വിക്ക് കൂടുതൽ ആലോചിക്കേണ്ടി വരില്ല. യോജിച്ച സംഗീതം ഇല്ലായിരുന്നെങ്കിൽ എന്ന് ആലോചിച്ചുപോയി... രഘുനാഥ് സേഥ് എന്നതിൽ അപ്പുറം മറ്റൊരു പേരും കൂട്ടിച്ചേർക്കാനും ആവില്ല. അതിൽ തന്നെ 'തനിച്ചിരിക്കാൻ ഇവിടെ എനിക്കൊരു' എന്ന വിഷാദഗീതവും കൂടിയുണ്ട്. കൂടാതെ ഒരു കവിതയും 'താരകളെ, നിങ്ങൾ കാവൽ നിൽക്കൂ..' ആകെ ഈ ഒരൊറ്റ സിനിമ മാത്രം മറ്റാരും തന്നെ ഇദ്ദേഹത്തെ വീണ്ടും മലയാളത്തിലേക്ക് കൊണ്ടുവന്നില്ല. നമുക്ക് നഷ്ടപ്പെട്ടത് ഇങ്ങനെയൊക്കെയാണ്.

രവീന്ദ്രജയിൻ എന്ന സംഗീതജ്ഞനും മലയാളത്തിൽ രണ്ടു മൂന്നു വട്ടം വന്നു പോയിട്ടുണ്ട്. എന്നാൽ ആദ്യ സിനിമയോളം മറ്റൊന്നും തിളങ്ങിയില്ല.

'ഗോരി തേരാ ഗാവ് ബഡാ പ്യാര' എന്ന കെ ജെ യേശുദാസ് ഹിന്ദി ഗാനത്തിന്റെ മധുരിമ കാലങ്ങൾക്കിപ്പുറവും ഒട്ടും കുറയാത്തത്. ചിറ്റ് ചോറിലെ ഈ ഗാനം രവീന്ദ്ര ജെയിൻ സംഗീതം ചെയ്തത്. അക്കാലത്തു തന്നെ അദ്ദേഹം മലയാളസിനിമയെ ശ്രദ്ധിച്ചു കാണും. മൂന്നു സിനിമകൾ കഴിഞ്ഞപ്പോൾ തന്നെ മലയാളത്തിലേക്ക് ക്ഷണവും കിട്ടി. സുജാത എന്ന ഹരിഹരൻ ചിത്രം. രഘുനാഥ് സേഥ് സംഗീതം പോലെ ആയിരുന്നില്ല മറിച്ച് ദക്ഷിണേന്ത്യൻ സംഗീതത്തിന്റെ ടച് ഇല്ലാത്ത ഈണങ്ങൾ ആയിരുന്നു അത്. എന്നാൽ അത് സൃഷ്ടിച്ച അലകൾ അപാരം തന്നെ എന്ന് വിശേഷിപ്പിക്കാം..

'കാളിദാസന്റെ കാവ്യഭാവനയെ
കാൽചിലമ്പണിയിച്ച സൗന്ദര്യമേ...'

മങ്കൊമ്പ് ഗോപാലകൃഷ്ണന്റെ രചനകളിൽ മികച്ചത്. ഹിന്ദി പാട്ടുകളുടെ എല്ലാ ഭാവങ്ങളും ഉൾക്കൊണ്ടതായിട്ടും ഇവിടുള്ളവർ ഇതി നെ കൊണ്ടാടി.

'താലിപ്പൂ പീലിപ്പൂ
താഴമ്പൂ ചൂടി വരും...'

യേശുദാസിന്റെ അടുത്തഗാനവും ഈ ഗണത്തിൽ പെടുത്താവുന്നത്.

മലയാളത്തിന് അന്ന് മറ്റൊരു ഭാഗ്യവും കൂടി ഉണ്ടായി.. ഹിന്ദി ഗായികമാരായ ആശാ ഭോസ്ലെ, ഹേമലത എന്നിവർ ഇതിൽ സോളോ ഗാനങ്ങൾ ആലപിക്കുകയും ചെയ്തു.

'സ്വയംവര ശുഭദിന മംഗളങ്ങൾ
അനുമോദനനത്തിന്റെ ആശംസകൾ...'

എന്ന ഗാനം ആശാ ഭോസ്ലെ വക.

'ആശ്രിത വത്സലനെ
കൃഷ്ണ കൃഷ്ണ കൃഷ്ണ...'

എന്നത് ഹേമലത പാടിയതും ആയിരുന്നു.

സംഗീതത്തിന് ഭാഷ ഇല്ല എങ്കിലും ഹിന്ദി ഗാനങ്ങളുടെ ചുവടു പിടിച്ചെത്തിയ ഇവയൊക്കെ ഉച്ചാരണത്തിൽ കല്ല് കടിയായെങ്കിലും കേൾവിക്കാരെ വിഷമിപ്പിച്ചില്ല എന്ന് തോന്നുന്നു..

രണ്ടു സിനിമകളിൽ കൂടി സംഗീതം ചെയ്തെന്നു അറിയാം... എങ്കിലും സുജാതയിലെ ഗാനങ്ങൾ പോലെ അവയൊന്നും ശ്രദ്ധ നേടിയില്ല.

നൗഷാദും, ഉഷാ ഖന്നയും എല്ലാം വന്നുപോയ ഇടമാണ് മലയാളം. എന്നെന്നും ഓർമ്മിപ്പിക്കത്തക്ക ഗാനങ്ങൾ തന്നവർ.

ഇത്തരക്കാരുടെ ഒഴുക്ക് നിലച്ച കാലം ആണ് ഇപ്പോൾ... നമ്മളിൽ തന്നെ ഒട്ടേറെ പ്രഗത്ഭമതികൾ... അവർ ഓർക്കത്തക്ക ഒരു കാലം ഉണ്ടാക്കണം... അത്രയേ പറയാനുള്ളൂ.

ഭരതൻ-വിഭിന്ന മുഖങ്ങൾ

തളിരിലയിൽ താളം തുള്ളി
കാറ്റു കിണുങ്ങി-പൂവേ
സുഗന്ധിയാം നിൻ പൂങ്കവിളിൽ
കുങ്കുമം തൊട്ടതാര്...
വരിവണ്ടോ ചിത്രശലഭമോ
ശോണപ്പുലരിയോ സന്ധ്യയോ
അടങ്ങാത്ത നാണമോ

ഒരു സ്ഥിരം പാട്ടെഴുത്തുകാരന്റെ ഭാവനാ വിരുതല്ലിത്. വല്ലപ്പോഴും ഒന്നെഴുതി, ചിലപ്പോൾ ചിലത് സംഗീതം ചെയ്ത്, സ്വന്തം ചിത്രങ്ങൾക്ക് പോസ്റ്റർ വരച്ച്, സംവിധാനം ചെയ്ത് ഒരാൾ മലയാള സിനിമയിൽ വാണിരുന്നു. സകലകലാവല്ലഭൻ! ഉയരം കുറഞ്ഞ താടിക്കാരൻ. സിനിമാ സങ്കല്പങ്ങൾ ഫ്രെയിം എന്ന അച്ചിൽ വാർത്തെടുക്കുന്ന ജ്ഞാനി. ചിന്തകളുടെ ഭാണ്ഡക്കെട്ടിൽ നിന്ന് അല്പം മാത്രം ഉപയോഗിക്കാൻ കഴിഞ്ഞവൻ. കാലം അനുവദിക്കാത്തത് കൊണ്ടും അത് മറ്റാർക്കും നൽകാൻ കഴിയാത്തതുകൊണ്ടും പ്രപഞ്ചത്തിൽ തന്നെ അലിഞ്ഞു പോയി. ഭരതൻ! മലയാള സിനിമ കണ്ട എക്കാലത്തെയും സർഗ്ഗധനൻ. മുകളിൽ പറഞ്ഞ ഗാനം ശ്രീ ഭരതന്റെ മറ്റൊരു കഴിവിന്റെ തെളിവ്. ആർട് ഡിറക്ടറായി, തിരക്കഥാകൃത്തായി, സംവിധായകനായി, ചിത്രകാരനായി, പാട്ടെഴുത്തുകാരനായി, സംഗീത സംവിധായകനായി മലയാള സിനിമയെ ഒരുകാലത്ത് താലോലിച്ചു പുണർന്നവൻ.

ഭരതന്റെ എഴുതിയ പാട്ടുകളിലൂടെയും, സംഗീതത്തിലൂടെയും കടന്നു പോവുമ്പോൾ വല്ലാതെ ആശ്ചര്യപ്പെട്ടുപോവും. ഇത്രയേറെ പ്രതിഭാ തിളക്കമോ? പ്രണാമത്തിലെ ഗാനങ്ങൾ ഭരതൻ രചിച്ചത്.

'താളം മറന്ന താരാട്ടു കേട്ടെൻ
തേങ്ങും മനസ്സിന്നൊരാന്ദോളനം
ആലോലമാടാൻ ആടിത്തളരാൻ
അമ്മമാറിൻ ചൂട്ടു തേടി
കൊഞ്ചി കൊഞ്ചിച്ചിറകുരുമ്മി
മാനത്തെ മാമന്റെ മുത്തശ്ശിക്കഥ കേട്ടു
മുത്തണിച്ചുണ്ടത്തു പാൽമുത്തം പകരാനും'

ഭരതൻ ടച്ച് എന്ന പ്രസിദ്ധ വാചകം തന്റെ എഴുത്തിലും ഇദ്ദേഹം അന്വർത്ഥമാക്കുന്നു. പ്രണാമത്തിലെ ഗാനങ്ങൾ ഔസേപ്പച്ചൻ ഈണത്തിൽ പിറന്നത്.

യേശുദാസ്, ലതിക കൂട്ടിൽ 'കടലിളകി കരയോട് ചൊല്ലി പുണരാനൊരു മോഹം' എന്നതും ഹിറ്റായിരുന്നു.

ഭരതൻ രചനയും സംഗീതവും നിർവഹിച്ച ഒരു സിനിമ മാത്രമേ ഉള്ളൂ. തന്റെ ആദ്യ ചിത്രങ്ങളിൽ ഒന്നായ ഈണം. രണ്ടു ഗാനങ്ങൾ ഇദ്ദേഹത്തിന്റെ പൂർണ്ണ നിയന്ത്രണത്തിൽ ഉണ്ടായത്.

ചിലമ്പിലെ ഗാനങ്ങൾ വലിയ രീതിയിൽ ആഘോഷിക്കപ്പെട്ടവയാണ്. വിമർശിക്കപ്പെട്ടുകയും ചെയ്തു അക്കാലത്ത് 'പുടമുറികല്യാണം' എന്ന ഗാനം.

'പുടമുറിക്കല്ല്യാണം എനിക്കിന്ന് മാംഗല്യം...'

ചിത്രയുടെ ശബ്ദത്തിൽ...

ഈ ഗാനം യേശുദാസ് ലതിക യുഗ്മഗാനം എന്ന രീതിയിൽ വീണ്ടും ശ്രദ്ധിക്കപ്പെട്ട ഒന്ന്.

'താരും തളിരും മിഴിപൂട്ടി
താഴെ ശ്യാമാംബരത്തിൻ നിറമായി'

രചനയുടെ ഇഴകീറി ചിലർ ഭരതനെ മുറിവേൽപ്പിക്കാൻ ശ്രമിച്ചിരുന്നു. ഔസേപ്പച്ചൻ സംഗീതം.

ലതിക എന്ന ഗായികയ്ക്ക് കൂടുതൽ അവസരങ്ങൾ ഭരതൻ ചിത്രങ്ങളിൽ ലഭിച്ചിട്ടുണ്ട്. കഴിവുള്ളവരെ പ്രോത്സാഹിപ്പിക്കുന്ന ഭരതൻ പതിവ് തന്നെ ഇതിനും നിദാനം..

ലതിക എന്ന ഗായികയ്ക്ക് വലിയ മൈലേജ് കിട്ടിയ ഗാനം ആയിരുന്നു

'കാതോട്ട കാതോരം തേൻ ചോരുമാമന്ത്രം
ഈണത്തിൽ, നീ ചൊല്ലി, വിഷുപ്പക്ഷി പോലെ...'

കാതോട് കാതോരത്തിലെ ഈ ഗാനം എന്നാൽ ഭരതൻ സംഗീതം ആയിരുന്നു. രചന ശ്രീ ഒ.എൻ.വി.കുറുപ്പും. എഴുത്തായാലും ഈണം നല്ലതായാലും ഭരതന്റെ കഴിവിന്റെ അപാരത ഇതിലൊക്കെ നിഴലിക്കും...

പരാതികൾ ഒഴിയാൻ വേണ്ടി ആവും ഭരതൻ പിന്നീട് പാട്ട എഴുതി കണ്ടില്ല. എന്നാൽ സംഗീതം ഇടയ്ക്കിടെ തുടർന്നു. തന്റെ ചിത്രത്തി ലെ പ്രധാനപ്പെട്ട ഒരു ഗാനം മാത്രം തിരഞ്ഞെടുത്ത് ബാക്കി മറ്റ പ്രസിദ്ധർ ക്ക് നൽകി ഭരതൻ. എന്നാലും ഭരതൻ സംഗീതം തന്നെ ഏറെ ഉയർന്നു നിൽക്കുകയും ചെയ്തു ആ ചിത്രങ്ങളിൽ.

'കണ്ണെത്താ ദൂരെ മറുതീരം' (താഴ്‌വാരം-കൈതപ്രം)
'താരം വാൽക്കണ്ണാടി നോക്കി' (കേളി-കൈതപ്രം)

എന്നിവയൊക്കെ തുടർന്നുള്ള ഭരതനീണങ്ങൾ...

താരം വാൽക്കണ്ണാടി നോക്കി എന്ന ചിത്രയുടെ ഗാനം ഒന്ന് മാത്രം മതി ആ മഹാപ്രതിഭയുടെ കഴിവിന്റെ ഉന്നതി മനസ്സിലാക്കാൻ. പാട്ടിന്റെ തുടക്കത്തിലേ ഹമ്മിങ് തീരുമ്പോഴേക്കും നമ്മൾ പാട്ടിൽ അലിഞ്ഞുപോയിരിക്കും. പിന്നീടുള്ള വരികളിലൂടെ ഒഴുകി ഒഴുകി എവിടെയോ എത്തും... ഭരതസംഗീതത്തിന്റെ കണ്ണീർ നനഞ്ഞ വഴികൾ നമ്മെ ജന്മ സാഫല്യത്തിന്റെ മോക്ഷപടികളിൽ എത്തിക്കും...

കണ്ണീർ നനഞ്ഞൊഴുകി ഒരു ഭരതൻ ഓർമ്മ...

നന്ദി ഈ ജന്മത്തിന്...

അങ്ങയെ അറിയാൻ കഴിഞ്ഞതിൽ...

കതിരോല പന്തലൊരുക്കിയ പാട്ടുകാലം

കറുകനാമ്പും കവിത മൂളും
ഹരിതഭൂവിൻ മൃദുലഗാനം
ചിരിച്ചപാട്ടും കല്ലോലിനീ ഈ പൂവനം
മനോഹരം വരൂ തെല്ലനേരം...

ഈ പാട്ട് ആരെഴുതി എന്നന്വേഷിച്ചുപോയിരുന്നു ഒരിക്കൽ. കാരണം ആദ്യവരി തന്നെ... കറുക നാമ്പ് കവിത മൂളുന്ന പ്രയോഗം. അതിൽ തിളങ്ങി നിൽക്കുന്ന കവിതയുടെ പ്രസരിപ്പ് ഓർത്തെടുത്തിട്ടായിരുന്നു അത്. എന്തുകൊണ്ട് കറുകനാമ്പിനെ കവി തിരഞ്ഞെടുത്തു. എന്നാൽ പുൽത്തുമ്പിൽ തുടിച്ച നിൽക്കുന്ന മഞ്ഞുതു ള്ളിയെന്ന് സങ്കൽപ്പിച്ചപ്പോൾ കവിഭാവനയുടെ ആഴം തിരിച്ചറിഞ്ഞു. ഒരായിരം സൂര്യന്മാരെ പേറുന്ന കറുകനാമ്പിലെ മഞ്ഞുതുള്ളികൾ കവി പി.കെ.ഗോപി ആണ് ഈ വരികളുടെ ഉടമ. ഐ.വി.ശശി ചിത്രമായ നീലഗിരിയിലെ ഗാനമാണിത്. നീലഗിരി എന്ന സ്ഥലപ്പേര് കേൾക്കു മ്പോൾ തന്നെ മനസ്സിലേക്ക് ആ ഹരിതാഭയും, ഇളംതണുപ്പും കൂടേറും. അതേ അനുഭാവം പ്രദാനം ചെയ്യുന്ന ആറോളം ഗാനങ്ങൾ ഉണ്ടിതിൽ. നീലഗിരിയുടെ സൗന്ദര്യം അപ്പാടെ ഒപ്പിയെടുത്തത് ക്യാമറയിലൂടെ അല്ല എന്നത് ഉത്സാഹപൂർണമായ കുസൃതി ചിന്തയായി...

കറുകനാമ്പും കവിത മൂളും എന്ന ഗാനത്തിന്റെ യഥാർഥ പല്ലവി അതിലേറെ സുന്ദരമാണ്.

'കിളിപാടുമേതോ
മലമേട് കാണുവാൻ
കുളിർകാറ്റുപോലെയാടിവാ...'

എന്ന രീതിയിൽ സിനിമയിൽ ആദ്യം വന്നുപോവുന്നുണ്ട്...

എം.എം.കീരവാണിയുടെ സംഗീതത്തിൽ പച്ചപ്പട്ടു വിരിച്ച പാട്ടുകൾ...

'തുമ്പീ നിൻ മോഹം പൂവണിഞ്ഞുവോ...
മഞ്ഞുവീണ പൊൻതാരയിൽ...
മേലെ മാനത്തെ തേര്...'

ഇവയൊക്കെ ഓരോന്നും ആ മഹാസൗന്ദര്യം ഒപ്പിയെടുത്ത് സൂക്ഷിച്ചിട്ടുണ്ട്... നീലഗിരിയിൽ ഗാനങ്ങൾ കേട്ടാൽ മനസ്സാകെ ഒന്നുണരും... വരികളും സംഗീതവും ഒന്നിനൊന്നു മെച്ചം അല്ലെങ്കിൽ ഒരേപോലെ വാചാലം...

പി.കെ.ഗോപിയുടെ 1989-ലെ വരവ് ഒരു പുതുപുത്തൻ സിനിമാ പരീക്ഷണ കാലഘട്ടത്തിലായിരുന്നു. പെരുവണ്ണാപുരത്തെ വിശേഷങ്ങൾ എന്നതിലൂടെ. മലയാള സിനിമയിൽ അത്തരത്തിലുള്ള സിനിമകൾ പിന്നീടേറെ ഉണ്ടായി. ചിലതു വിജയിച്ചു. ചിലതു പരാജയപ്പെട്ടു. എന്നാൽ പെരുവണ്ണാപുരം രസാവഹമായ ഒരു ചിത്രം തന്നെ...

പി.കെ.ഗോപിയുടെ ഗാനങ്ങളുടെ പ്രത്യേകതകൾ തേടി പോവുന്നത് നന്നാവും. മറ്റേതൊരു പാട്ടെഴുത്തുകാരനെപോലെ അല്ല ഇദ്ദേഹം എന്നത് ആദ്യം തന്നെ പറയട്ടെ. സ്ഥിരം പ്രയോഗങ്ങൾ ഒഴിവാക്കി കൊണ്ടുള്ള ഒരു പ്രത്യേക രീതി. ചില ഗാനങ്ങൾ കേട്ടാൽ നമ്മൾ ഏതോ ഗ്രാമീണചരായയിൽ നിർവൃതികൊണ്ടിരിക്കുന്നതായി തോന്നും... പുഞ്ചപ്പാടവും, കന്നിവെയിലും, വിഷുപുലരിയും, ഓണ നിലാവും എന്ന് വേണ്ട സകല കേരളീയ സമൃദ്ധിയെയും തോരണം ചാർത്തുന്ന ഓർമ്മകളെ തൊട്ടുപോവുന്നവയാണ്.

പദപ്രയോഗങ്ങളിലെ വ്യത്യസ്തത ഒട്ടുമിക്ക ഗാനങ്ങളിലും കാണാം.

'ചീരപ്പൂവുകൾക്കുമ്മ കൊടുക്കണേ നീലക്കുരുവികളേ...'

ധനത്തിലെ ഈ ഗാനം തന്നെ ഒരുദാഹരണം. കറുക നാമ്പും കവിത മൂളും എന്ന പ്രയോഗത്തിന് ശേഷം ഇതും...

മറ്റൊരു പൂവിനേയും ഇദ്ദേഹം കണ്ടില്ല. ചീരപ്പൂ... കുരുവികൾക്കേറെ ഇഷ്ടമായിരിക്കാം ഈ പൂവിലെ തേനും...

രവീന്ദ്രന്റെ സംഗീതത്തിൽ വളരെയേറെ ശ്രദ്ധിക്കപ്പെട്ട കെ.എസ്. ചിത്ര പാടിയ ഗാനം.

ഉല്ലാസപ്രദമായ ഒരു അന്തരീക്ഷം സൃഷ്ടിക്കുന്ന ഗാനങ്ങൾ ആണ് പി.കെ.ഗോപി ചെയ്ത അധികം ഗാനങ്ങളും. ദുഃഖഗാനങ്ങൾ അധികമൊന്നും ഇല്ല. ശ്രദ്ധിക്കപ്പെട്ട ഗാനങ്ങളിൽ ഒന്നോ രണ്ടോ മാത്രമേ

മനസ്സിന്റെ വിങ്ങൽ പ്രകടമാക്കുന്ന വരികൾ എഴുതേണ്ടി വന്നിട്ടുള്ളൂ...

സസ്നേഹത്തിലെ എന്നത്തേയും പ്രിയപ്പെട്ട ജി.വേണുഗോപാൽ ഗാനം. 'താനേ പൂവിട്ട മോഹം മൂകം വിതുമ്പും നേരം...'

ഒരു മിശ്രവിവാഹത്തിലൂടെ ജീവിക്കാൻ തുടങ്ങിയ ദമ്പതിമാർക്കിടയിലേക്ക് ജാതി മത അനുഷ്ഠാനങ്ങളുമായി കടന്ന് വന്ന് സ്വൈര്യം കെടുത്തുന്ന കുടുംബാംഗങ്ങൾ കാരണം അസ്വസ്ഥയും അകൽച്ചയും അനുഭവിക്കേണ്ടി വന്ന ഒരു കഥാസന്ദർഭത്തിനു ചേർന്ന പാട്ട്...

പെരുവണ്ണാപുരത്തെ വിശേഷങ്ങളിലെ 'കതിരോല പന്തലൊരുക്കി' എന്ന ആദ്യഗാനം തന്നെ ഒരുത്സവച്ഛായ പകർത്തിയ രംഗങ്ങളോടെയുള്ള പാട്ടുദയം ആയിരുന്നു.

ചിത്രയുടെ ശബ്ദത്തിൽ 'പുൽക്കൊടി തൻ തുഞ്ചത്ത് പെയ്തൊരു' കന്നിമഴയുടെ കുന്നിമണികളെന്ന രത്നങ്ങൾ സ്വപ്നങ്ങളിലേക്ക് വിരുന്നെത്തുന്നതും അനുഭൂതി പകരുന്നത്...

കമൽ ചിത്രത്തിൽ തന്നെ തുടർന്നും... ശുഭയാത്ര.

ജോൺസൻ ഗാനങ്ങളിലെ മധുരിമ പി.കെ.ഗോപി വരികളെ എത്ര മാത്രം തുടിപ്പിച്ചു ആദ്യ ചിത്രത്തിന് ശേഷം തുടർച്ചയായി ചിലവ.

ശുഭയാത്രയിലെ ഗാനങ്ങൾ നേരത്തെ പറഞ്ഞപോലെ യുവദമ്പതികളുടെ പങ്കിടാനാവാതെ വിതുമ്പുന്ന ആശകളുടെയും, വികാരങ്ങളുടെയും പാരവശ്യം വാരിപ്പുതച്ചവ ആണ്.

മിഴിയിലെന്തേ മിന്നി... കന്നിമോഹ തുഷാരം... എന്ന ആദ്യ ഗാനം തന്നെ വരികളുടെ മാസ്മരികതയിൽ മയങ്ങി ഉണരുന്നത്. വിവാഹം കഴിഞ്ഞ അന്ന് തന്നെ ജോലിസ്ഥലത്തേക്ക് മടങ്ങേണ്ടിവന്ന ദമ്പതികളുടെ ആദ്യരാത്രി ട്രെയിനിൽ... പരസ്പരം നോക്കിയിരിക്കേണ്ടി വന്ന അവരുടെ പാരവശ്യം പി.കെ.ഗോപി വരികളിലൂടെ തൊട്ടുതൊട്ടുണർത്തി...

'സിന്ദൂരം തൂകും ഒരു സായംകാലം...'
'തുന്നാരം കിളിമകളെ...'
'കിനാവിന്റെ കൂടിൻ കവാടം തുറന്നു...'

എന്നിവയൊക്കെ ഇത്തരത്തിൽ എഴുതപ്പെട്ടത്. തലസ്ഥാന നഗരിയിൽ വേറെ വേറെ താമസിക്കേണ്ടി വന്ന അവരുടെ വെപ്രാളങ്ങളും, വിവശതകളും പ്രേമത്തിൽ പൊതിഞ്ഞ വരികളാക്കി ഇദ്ദേഹം...

സസ്നേഹത്തിലും നല്ലൊരു പ്രണയഗാനം ഉണ്ട്..

'മാംഗല്യ പൂവിലിരിക്കും
മാണിക്യത്തുമ്പി വിളിച്ചു...'

ഒറ്റയാൾ പട്ടാളത്തിലെ ശരത് ഈണം പകർന്ന ഗാനം എത്ര സന്തോഷപ്രദമായതാണെങ്കിലും മനസ്സിൽ നീറ്റൽ പടർത്തുന്നത്. കാരണം അനശ്വര ഗായിക രാധിക തിലകിന്റെ മാസ്റ്റർപീസ് ആയിരുന്നു അത്.

'മായാമഞ്ചലിൽ
ഇതുവഴിയെ പോവും തെന്നലേ'

ധനത്തിലെ രവീന്ദ്രൻ സംഗീതം മറ്റൊരു ഗാനത്തിനും ഇഴ ചേർന്ന് പോയിട്ടുണ്ട്. 'ആനയ്ക്കെടുപ്പത് പൊന്നുണ്ടേ'

എസ്.പി.ബാലസുബ്രമണ്യവും കെ.എസ്.ചിത്രയും ചേർന്ന് പാടിയ അനശ്വരം എന്ന ചിത്രത്തിലെ പ്രസിദ്ധഗാനം. 'താരാപഥം ചേതോഹരം'

ഐ.വി.ശശിയുടെ ഭൂമികയിലും ഒന്ന് രണ്ടു ഗാനങ്ങൾ നന്നായിട്ടുണ്ട്.

'മനസ്സിനൊരായിരം കിളിവാതിൽ...
'നെല്ലോല കൊണ്ടുവാ പുല്ലോല കൊണ്ടുവാ..'

ഭക്തിസാന്ദ്രമായ ഒരു ഗാനം ഓർമ്മയിൽ വരുന്നു. അറബി ടീച്ചറായി ജോലിക്കു വരുന്ന ഒരു അന്തർജനത്തിന് സമൂഹത്തിൽ നിന്നും അനുഭവിക്കേണ്ടി വന്ന അവഗണനകളും, സ്നേഹവും ചിത്രീകരിച്ച ചിത്രം...

'ശ്രീരാമ നാമം ജപസാര സാഗരം' എന്നത് പി.കെ.ഗോപിയുടെ മറ്റൊരു കവിഭാവം വെളിവാക്കുന്നു. കവികൾ പാട്ടെഴുത്തുകാരായാൽ ഇത്തരം സ്വർണഖനികൾ തുറക്കപ്പെട്ടും...

അതിൽ തന്നെ വിമർശനാത്മകമായ ചിന്തകൾ തുറന്നുവിട്ട ഒരു ഗാനം കൂടിയുണ്ട്... 'ഖൽബിലൊരൊപ്പന പാട്ടുണ്ടേ' എന്നത് ഹാസ്യരൂപേണ ചിത്രീകരിച്ചത്.

തൊണ്ണൂറുകളുടെ ആദ്യകാലത്ത് സമൃദ്ധിയോടെ നിലനിന്ന പാട്ടെഴുത്തിനു പിന്നെ നല്ലൊരു തുടർച്ച കിട്ടിയിട്ടില്ല. ഓർക്കാൻ ഈ പറഞ്ഞതൊക്കെ ഉണ്ട്. ശേഷം കുറച്ചേറെ ചിത്രങ്ങളിലും സഹകരിച്ചിട്ടുണ്ടെങ്കിലും പാട്ടിഷ്ടക്കാരെ അതത്ര തൃപ്തിപ്പെടുത്തുന്നതായിരുന്നില്ല. സിനിമയുടെ പ്രശ്നങ്ങളും ആയിരിക്കാം...

എന്നാലും ഇത്രയൊക്കെ ഉണ്ടല്ലോ... എന്നെന്നും ഓർക്കാൻ, ഓമനിക്കാൻ... നന്ദി ശ്രീ പി.കെ.ഗോപി.

സകലകലാ വല്ലഭൻ

മലയാള സിനിമാ രംഗത്ത് മഹാപ്രതിഭകൾ പലരും വന്നുപോയിട്ടുണ്ട്. അതിൽ തന്നെ അസാമാന്യ പ്രതിഭകളും ഉണ്ടായിരുന്നു. സകലകലയിലും കഴിവ് തെളിയിച്ചവർ വളരെ ചുരുക്കം പേരും.. കഥയിലും, കവിതയിലും, അഭിനയത്തിലും, എല്ലാം കൈവെച്ചവർ. അഭിനയത്തിലൂടെ കടന്നു വന്ന് ഇവിടം കീഴടക്കിയ ശേഷം നിർമ്മാണം, പാട്ടെഴുത്ത്, കഥ, തിരക്കഥ, സംഭാഷണം എന്നിവ വരെ കൈകാര്യം ചെയ്ത പ്രതിഭാശാലികൾ. അവരിൽ പ്രമുഖനായിരുന്ന ശ്രീ തിക്കുറിശ്ശി സുകുമാരൻ നായർ.

ഇന്നത്തെ കന്യാകുമാരി ജില്ലയിലെ തിക്കുറിശ്ശി ഗ്രാമത്തിൽ ജനിച്ചു വളർന്ന സുകുമാരൻ നായർ ചെറുപ്പം മുതൽ കവിതയിൽ കമ്പമുള്ള വനായിരുന്നു. ശേഷം നാടകത്തിന്റെ മേഖലയിൽ കൈവെച്ചു. അന്നത്തെ സംഗീതനാടകങ്ങളിൽ നിന്നും ഒരു മോചനം നേടി കൊടു ക്കുന്നതിൽ പരിശ്രമിച്ച തിക്കുറിശ്ശി കുറച്ചു നാടകങ്ങളും രചിച്ചിട്ടുണ്ട്. മരീചിക, കലാകാരൻ, സ്ത്രീ, ശരിയോ തെറ്റോ എന്നീ നാടകങ്ങൾ രചിച്ചിട്ടുണ്ട്. അതിൽ നിന്നും സ്ത്രീ എന്ന നാടകം അതെ പേരിൽ തന്നെ സിനിമയുമാക്കി. കഥ തിരക്കഥ സംഭാഷണം എന്നിവ ചെയ്ത് നായകനായി അഭിനയിക്കുകയും ചെയ്തു. രണ്ടാം ചിത്രമായ ജീവിതനൗക മലയാളസിനിമയിലെ ഒരു മാറ്റത്തിന്റെ തുടക്കമായിരുന്നു. ഗംഭീര വിജയം നേടിയ ഈ ചിത്രം മലയാള സിനിമയിലെ ഒരു നാഴികക്കല്ലാണ്. ആദ്യത്തെ സൂപ്പർസ്റ്റാർ പദവിയും തിക്കുറിശ്ശി നേടിയെടുത്തു. ഹരിശ്ചന്ദ്രയിലെ വേഷം മലയാളികളിന്നു ഓർക്കുന്നത്. 'ആത്മവിദ്യാലയമേ' എന്ന ക്ലാസിക്കൽ ഫിലോസഫിക്കൽ ഗാനം അത്രയേറെ മലയാളിമനസ്സിനെ സ്പർശിച്ചു പോയിട്ടുണ്ട്..

സകലകലാവല്ലഭൻ എന്ന പ്രയോഗം തന്നെ അന്വർത്ഥമാക്കുന്ന പ്രവർത്തികൾ ആയിരുന്നു അദ്ദേഹത്തിന്റേത്. പേരിടുന്നതിൽ വരെ കേമൻ. അബ്ദുൽഖാദർ എന്ന പേര് മാറ്റി പ്രേംനസീറായതും, കുഞ്ഞാലി ബഹദൂറായതും, മാധവൻ നായർ മധുവായതും, ബേബി ജോസഫ് ജോസ് പ്രകാശായതും പദ്മദളാക്ഷൻ കുതിരവട്ടം പപ്പുവായതും ചരിത്രം. സിനിമാ സെറ്റുകളിൽ ഓളം സൃഷ്ടിച്ചുകൊണ്ട് വിലസിയ രസികൻ ആയിരുന്നു തിക്കുറിശ്ശി. ശൃംഗരരസപ്രദമായ പദപ്രയോഗങ്ങൾ നടത്തിയും പാരഡികൾ ചൊല്ലിയും അവിടം കീഴടക്കി ഇദ്ദേഹം. അങ്ങനെ പാട്ടെഴുത്തിന്റെ ലോകത്തും കൈവെക്കുകയുണ്ടായി.

തന്റെ ആദ്യ സിനിമ മുതൽ തന്നെ അതിനു മുതിരുകയുമുണ്ടായി സ്ത്രീയിലെ 'ജഗമൊരു നാടകശാല' എന്ന ഗാനം തുടങ്ങി പതിനഞ്ചോളം ഗാനങ്ങൾ. ബി.എ.ചിദംബരനാഥിന്റെ സംഗീതത്തിൽ അതിൽ ഒരു ഗാനം ആലപിക്കുകവരെ ഉണ്ടായി...

അദ്ദേഹത്തിന്റെ തന്നെ നാടകത്തിന്റെ സിനിമാരൂപമായ ശരിയോ തെറ്റോ എന്നതിലും പതിനേഴോളം ഗാനങ്ങൾ. 1957 പുറത്തിറങ്ങിയ ദേവസുന്ദരിയിൽ ഇരുപത്താറോളം ഗാനങ്ങളും അദ്ദേഹം രചിക്കുകയുണ്ടായി. ശരിക്കും കെ.ജെ.യേശുദാസ് എന്ന ഗായകൻ ഉദയം ചെയ്തത് മു തലാണ് പാട്ടുകൾക്ക് പൂർണ്ണത വന്നത് എന്ന് തോന്നാറുണ്ട്.

1967-ൽ പൂജാപുഷ്പം എന്ന ചിത്രം മുതൽ തിക്കുറിശ്ശി ഗാനങ്ങൾ യേശുദാസ് ആലപിച്ചു തുടങ്ങി. തിക്കുറിശ്ശിയിലെ കവിയെ കാണാൻ കഴിയുന്ന ഒരു ഗാനം അതിലുണ്ട്. ഇതുവരെ ആരും എഴുതാത്ത തരത്തിൽ ഒന്ന്. 'കാമിനീ നിൻ കാതരമിഴികളിൽ കാണ്മു ഞാനൊരു സ്വർഗ്ഗകവാടം...' കടുത്ത സ്ത്രീ ആരാധനയുടെ പദപ്രയോഗങ്ങൾ നിറഞ്ഞ ഒരു ഗാനം ആണിത്. കാത്തുകാത്തിരുന്ന മന്ദാരമലരുകൾ പൂത്തു നിൽക്കുന്ന മലർവാടം കാണുന്നു ആദ്യം. പിന്നീട് ആ കൺകളിൽ കാണുന്നത് ഐരാവതവും, അമൃതകുംഭവും. അരയന്നങ്ങൾ നീന്തും സരസ്സും. ദേവാനർത്തകികൾ നൃത്തം ചവിട്ടും ദേവസദസ്സും, കാമധേനുവും കല്പകവൃക്ഷവും, പാരിജാതവും, മന്മഥ കേളീ മണ്ഡപവും എല്ലാം ദർശിച്ച സായൂജ്യമടയുന്ന കാമുകൻറെ ഭാവം എത്ര ഭംഗിയായാണ് തിക്കുറിശ്ശി ഈ ഗാനത്തിലൂടെ എഴുതിവെച്ചത്.

പൂജാപുഷ്പത്തിലെ തന്നെ 'കസ്തൂരിപ്പൊട്ടുമാഞ്ഞു നിന്റെ കാർകുന്തൽ കെട്ടഴിഞ്ഞു' എന്ന ഗാനം മധുവിധു രാവിന്റെ മധുരമാമോർമ്മകൾ സഖിയോടൊത്ത് പാടി ആഘോഷിക്കുന്ന നായകനിലൂടെ നമ്മളും അനുഭവിച്ചു...

കൂടുതൽ ശ്രദ്ധിക്കപ്പെട്ട ഗാനങ്ങൾ പിന്നീട് ഉർവശി ഭാരതി എന്ന ചലച്ചിത്രത്തിൽ നിന്നും പുറത്തു വന്നു. ശൃംഗാരപദപ്രയോഗങ്ങൾ പാട്ടിലും ഉടനീളം ചെയ്തു വെച്ചിട്ടുണ്ട് ഇദ്ദേഹം. അംഗപ്രത്യംഗ വർണ്ണനകൾ നിറഞ്ഞ ഗാനങ്ങൾ രചനയിൽ മികച്ചു നിന്നു.

'കാർകൂന്തൽ കെട്ടിലെന്തിനു വാസനതൈലം...'
'തുള്ളിത്തുള്ളി നടക്കുന്ന കള്ളിപ്പെണ്ണേ...'
'എന്തുവേണം എനിക്കെന്തു വേണം...'
'നിശീഥിനീ... നീലക്കടലാസിൽ നീ കുറിച്ചൊരു...'

എന്നീ ഗാനങ്ങൾ പാട്ടെഴുത്തിന്റെ ഒരു നല്ല കാലത്തെ ഓർമ്മിപ്പിക്കുന്നു.

സുശീലയുടെ ശബ്ദത്തിൽ സ്ത്രീ മനസ്സിന്റെ ദാഹങ്ങളും, കാമനകളും, സത്യസന്ധതയും എല്ലാം നിറഞ്ഞൊരു ഗാനം പൂജാപുഷപത്തിലുണ്ട്... ഉദ്യാനപാലകനായാണ് പുരുഷനെ അതിൽ സങ്കല്പിച്ചിരുക്കുന്നതു തന്നെ...'ഉദ്യാനപാലകാ... നിൻ പുഷ്പവാടിയിൽ ഇക്കാട്ടുമുല്ലയ്ക്കിടമുണ്ടോ? എന്ന ഗാനവും ശ്രദ്ധേയമാണ്. 1982ൽ പുറത്തിറങ്ങിയ മുകേഷിന്റെ ആദ്യചിത്രമായ ബലൂണിലും മികച്ച ഗാനങ്ങൾ ഉണ്ട്. കുറുമൊഴിയോ കുരുകുത്തിയോ എന്ന ഗാനം ക വിതയോടു ഏറെ അടുത്തു നിൽക്കുന്നു. ചന്ദ്രബിംബം തുളച്ചതിൻ ഇന്ദ്രധനുസ്സു തൊടുക്കുന്നതും. ചക്രവാളചരടിൽ നക്ഷത്രങ്ങൾ കൊരുക്കുന്നതും, കറുത്തവാവ് കടഞ്ഞെടുത്ത കരിമഷിയിൽ കണ്ണെ ഴുതുന്നതും വിശ്ചികനിലാവിന്റെ കസവുനൂലിഴയും വെള്ളിമേഘ വും ചേർത്തൊരു പുടവ ഞൊറിയുന്നതും എന്നീ കാവ്യവിചാരങ്ങൾ ഉദാഹരണം...

'പൂമെത്തപുറത്തു ഞാൻ നിന്നെ കിടത്തും' എന്ന ഗാനം അദ്ദേഹത്തിന്റെ പതിവ് രീതിയിൽ എഴുതപ്പെട്ടത്... ശൃംഗാരരസം തന്നെ വിഷയം.

ബലൂണിനു ശേഷം പിന്നീടങ്ങനെ ശ്രദ്ധിക്കപ്പെട്ട ഗാനങ്ങൾ പിറന്നിട്ടില്ല. ഒന്നോ രണ്ടോ സിനിമകളിൽ കൂടി പാട്ടെഴുതിയെന്നു തോന്നുന്നു. ശ്രദ്ധിക്കപ്പെടാത്ത ചിത്രങ്ങൾ ആയതുകാരണം പാട്ടും ജനമനസ്സുകളിൽ എത്തിയില്ല. എന്നാലും അദ്ദേഹം മുൻപെഴുതിയ കുറച്ചു ഗാനങ്ങൾ മലയാളി എന്നുമോർക്കും. ഹൃദ്യമായ സംഗീതം കൊണ്ട് ദക്ഷിണാമൂർത്തി, എം.കെ.അർജ്ജുനൻ തുടങ്ങിയവർ അത് ഉയരങ്ങളിൽ എടുത്തു വെക്കുകയും ചെയ്തു.

ഏകദേശം അമ്പതു വർഷത്തോളം മലയാള സിനിമയിൽ നിറഞ്ഞു നിന്ന ഈ സകലകലാ വല്ലഭൻ 19997 മാർച്ച് 11 ന് അന്തരിച്ചു. ഒട്ടുമിക്ക നടീനടന്മാരുമൊത്ത് അഭിനയിക്കാൻ ഇദ്ദേഹത്തിന് കഴിഞ്ഞിരുന്നു എന്നതും പ്രാധാന്യമർഹിക്കുന്നതാണ്...

പാട്ടരങ്ങിലെ ചിലർ

സംഗീതമെന്ന മഹാസിദ്ധി വരദാനമായി ലഭിച്ചവർ ഏറെയുണ്ട്. അതിലൂടെ ഉയരങ്ങളിൽ എത്തിയവർ വളരെ കുറച്ചും! കഴിവുകൾ തിരിച്ചറിയപ്പെടാതെ പോയവർ അതിലേറെയും. ഒരു മിന്നലാട്ടം പോലെ വന്നു പോയവരും ഉണ്ട്. കഴിവുള്ളവരെ കണ്ടെത്തി പ്രോത്സാഹിപ്പിക്കുന്നവരും അങ്ങനെ സംഗീതരംഗത്ത് വേരുറയ്ക്കപ്പെട്ടവരും അനവധി. പിന്തള്ളപ്പെട്ടവരുടെ, അവഗണിക്കപ്പെട്ടവരുടെ, കഴിവുകൾ മനസ്സിലാക്കാതെ പോയവരുടെ കലാജീവിതത്തിലൂടെ ഒന്ന് തൊട്ടു പോവാമെന്നു കരുതി.

സിനിമാ പാട്ടു ജീവിതത്തിലേക്ക് കടന്നുവരാൻ ഏറെ കടമ്പകൾ കടക്കേണ്ടിയിരിക്കുന്നു. യാദൃശ്ചികമായി കടന്നുവന്ന് അവസരങ്ങൾ കൊയ്തെടുക്കുന്നവരെ കുറിച്ചല്ല. സിനിമയ്ക്ക് പുറത്ത് തങ്ങളുടെ സംഗീതമികവ് ഗാനമേളകളിലും, സംഗീത സദസ്സുകളിലും തെളിയിക്കപ്പെട്ട് ചിലപ്പോൾ ഒരവസരം സിനിമയിൽ കിട്ടിയവർ ഉണ്ടാവാം. ഭാഗ്യം കൊണ്ടും, മറ്റുള്ളവരുടെ സഹായം കൊണ്ടും കടന്നുവന്നവരും കാണും. ചിലപ്പോൾ ഒരേയൊരു ഗാനം മാത്രമേ അവരുടെ സംഭാവനയായി ഉണ്ടാവൂ... എന്നാൽ അതേറെ ശ്രദ്ധിക്കപ്പെട്ടതും ആയിരിക്കും. എന്നാലും പിന്നീട് എന്തോ... അവസരങ്ങൾ ലഭിക്കാതെ പിൻവാങ്ങേണ്ട ഗതികേട് അനുഭവിച്ചവരും ആയിരിക്കും. അവർക്കേറെ കഥകൾ പറയാനുണ്ടാവും സിനിമകളിലെ കളികളെ കുറി ച്ച്. അത്രയേറെ പ്രശസ്തനായിട്ടും നമ്മുടെ ഗാനഗന്ധർവൻ യേശുദാസ് ഹിന്ദി സിനിമാരംഗത്ത് അനുഭവിച്ചത് നമ്മൾ കേട്ടറിഞ്ഞിട്ടുണ്ട്. ലക്ഷ്മികാന്ത് പ്യാരേലാൽ വരെ യേശുദാസിനെ ഒഴിവാക്കാൻ വേണ്ടി കരുക്കൾ നീക്കിയവരാണെന്നു കേട്ടിട്ടുണ്ട്. പിന്നെയാണോ പുതുഗായകരുടെ കാര്യം!

ഒഴിവാക്കപ്പെട്ടവർ കൂടാതെ സ്വയം ഒഴിഞ്ഞു മാറിയവരും ഉണ്ടാവാം. സിനിമയിൽ പാടാൻ താല്പര്യം ഇല്ലാത്തവരും ഉണ്ടാവാമല്ലോ. മറ്റു ചിലർ വേറെ പലതിലേക്കും വഴി തിരിഞ്ഞു പോയവരും ആവാം. എന്നാൽ പലരും പിന്നീട് അവസരങ്ങൾ ലഭിക്കാതെ പോയവർ ആണെന്നത് സത്യമായി തന്നെ നിലനിൽക്കുന്നുണ്ട്. പാട്ടുകൾ പിന്നീടും കിട്ടിയിരിക്കാം. കോറസ്സായും മറ്റും ഒതുങ്ങിപോയവർ! ആദ്യകാലത്തെ നല്ല ഗായകനായിരുന്ന സി.ഓ.ആന്റോ മുതൽ അതനുഭവിച്ചവരാണ്.

മനസിലെന്നും ഓർത്തുവെക്കാൻ ചില ഗാനങ്ങൾ തന്നുപോയ ചിലരെ ഒന്നോർമ്മിക്കാം...

കാഞ്ഞങ്ങാട് രാമചന്ദ്രൻ

1976 മുതൽ മലയാളസിനിമയിൽ ഉള്ളൊരു ഗായകനാണ് ശ്രീ കാഞ്ഞങ്ങാട് രാമചന്ദ്രൻ. തികഞ്ഞ ഗായകനായിട്ടും എത്ര സിനിമകളിൽ ഇദ്ദേഹം പാടി! പത്തോളം എണ്ണം മാത്രം. എന്നെന്നും ഓർമ്മയിൽ താങ്ങി നിൽക്കുന്ന രണ്ടു ഗാനങ്ങൾ ഉണ്ട്. ലോഹിതദാസിന്റെ സൂപ്പർ ഹിറ്റ് സിനിമയായ വളയം എന്നതിലെ രണ്ടെണ്ണം. കൈതപ്രം-എസ്.പി.വെങ്കിടേഷ് കൂട്ടുകെട്ടിൽ പുറത്തുവന്ന 'പുലരിയായ് നിറമലരിയായ് പുതുജീവിതമുണരുകയായ്...' ചിത്രയോടൊപ്പം പാടിയ യുഗ്മഗാനം. കൂടാതെ 'ചെമ്പകമേട്ടിലെ എന്റെ മുളംകുടിലിൽ' എന്ന പാട്ടും കൂടി സംഭാവനയായി ഉണ്ട്. കഴിഞ്ഞു. പിന്നീട് ഓർമ്മയിലേക്ക് വരുന്ന ഗാനങ്ങൾ ഒന്നുമില്ല.

ഗോപൻ

1980-ൽ റിലീസ് ആയ ശക്തി എന്ന ജയൻ ചിത്രത്തിൽ കെ.ജെ. ജോയ് സംഗീതം ചെയ്ത നല്ല ഗാനങ്ങൾ ഉണ്ട്. ബിച്ചു തിരുമല രചന നിർവഹിച്ചത്. അതിൽ 'മിഴിയിലെന്നും നീ ചൂടും നാണം' എന്ന ഗാനം എസ് ജാനകിയോടൊപ്പം ആലപിച്ച ശ്രീ ഗോപൻ എന്ന ഗായകനെ ഓർക്കുന്നവർ എത്ര പേരുണ്ടാവും! ഒതുങ്ങിയ ശബ്ദമാണ് ഗോപന്റേത്. എസ്.ജാനകി എന്ന മഹാഗായിക പുതുഗായകരോടൊപ്പം എത്ര സുന്ദരമായാണ് ചേർന്നലിയുന്നത്! പിന്നീട് ഗോപനും തഴയപ്പെട്ടു. നല്ല ഗാനങ്ങളൊന്നും ഉണ്ടായില്ല. നമ്മൾ എന്നതിലെ 'കാത്തുകാത്തൊരു മഴയത്ത്' എന്നതിൽ ഒരു ശബ്ദമായി ഗോപനുണ്ട്... അത്രമാത്രം...

പ്രസിദ്ധ ഗായികമാർ ജാനകി, സുശീല എന്നീ പേരുകളിൽ മറ്റു രണ്ടു ഗായികമാർ മലയാളത്തിൽ പാടിയിട്ടുണ്ട്. ജാനകിദേവി, സുശീല ദേവി.

ജാനകി ദേവി

1984-ൽ പുറത്തുവന്ന ചിത്രമാണ് ഏപ്രിൽ 18. ബാലചന്ദ്രമേനോന്റെ സൂപ്പർ ഹിറ്റ് ചിത്രം. ശോഭനയുടെ നൃത്ത രംഗത്ത് ഗാനവുമായി ജാനകിദേവി അരങ്ങേറ്റം ചെയ്തു. 'കാളിന്ദീ തീരം തന്നിൽ' അക്കാലത്തെ കലാലയങ്ങൾ പോലും കൊണ്ടാടിയ ഗാനം. പിന്നീട് ബാലചന്ദ്രമേനോന്റെ തന്നെ സിനിമയായ മണിച്ചെപ്പു തുറന്നപ്പോൾ എന്നതിൽ 'സ്വർഗ്ഗവാതിൽ തുറന്നു സ്വപ്നലോകം വിടർന്നു' എന്ന ഗാനം.

സുശീല ദേവി

പി സുശീലയുടെ പേരിൽ കിടക്കുകയാണ് സുശീലാ ദേവി പാടിയ ഗാനം. പലയിടങ്ങളിലും അതിതുവരെ മാറ്റിയിട്ടില്ല. സിന്ദൂരച്ചെപ്പ് എന്ന ചിത്രത്തിലെ 'മണ്ടച്ചാരേ മൊട്ടത്തലയില്' എന്ന പി. മധുരിയോടൊത്തുള്ള ഗാനം. യൂസഫലിയുടെ രചനയ്ക്ക് ദേവരാജന്റെ സംഗീതം. പാട്ടിടങ്ങളിൽ രക്തബന്ധങ്ങളുണ്ടായിട്ടും സുശീല ദേവി എന്ന അനുഗ്രഹീത സംഗീതജ്ഞക്ക് കൂടുതൽ സിനിമാ അവസരങ്ങൾ ലഭിച്ചിരുന്നില്ല.

ഷെറിൻ പീറ്റേഴ്സ്

1978 ലെ ചിത്രമായ അഷ്ടമുടിക്കായലിലൂടെ ആദ്യമായി സിനിമയിൽ പാടിയ ഗായിക ആണ് ഷെറിൻ പീറ്റേഴ്സ്. നല്ല ഒരു സോളോ അതിൽ ലഭിക്കുകയും ചെയ്തു. 'മേടമാസക്കുളിരിലാരെ നീ' എന്ന ചിറയിൻകീഴ് രാമകൃഷ്ണൻ നായരുടെ രചനയ്ക്ക് ദക്ഷിണാമൂർത്തി സംഗീതം ചെയ്തത്. പിന്നീട് കഥയറിയാതെ എന്ന ചിത്രത്തിൽ 'താരണികുന്നുകൾ കാത്തു സൂക്ഷിച്ച തടാകം' എന്ന ഗാനം. കാറ്റത്തെ കിളിക്കൂടിലെ 'കുവരം കിളി കൂട്' എന്ന ഗാനവും ഓർമ്മയിൽ വരുന്നുണ്ട്...

ജ്യോതി മേനോൻ

2000 ലെ കുഞ്ചാക്കോ ബോബൻ സിനിമയായ പ്രിയം എന്നതിലെ 'കട്ടുറുമ്പിനു കല്ല്യാണം' എന്ന ഗാനത്തിൽ യേശുദാസും ചിത്രയ്ക്കുമൊപ്പം പാടിക്കൊണ്ട് ജ്യോതി വന്നു. എങ്കിലും കുറച്ചെങ്കിലും ശ്രദ്ധ നേടിയത് രണ്ടാമത്തെ ഗാനമാണ്.

നക്ഷത്ര കണ്ണുള്ള രാജകുമാരൻ അവനുണ്ടൊരു രാജകുമാരി എന്ന ചിത്രത്തിൽ സന്തോഷ് കേശവുമൊത്ത് 'പൂമാനം മേലെ എൻ വാർതിങ്കൾ താഴെ' എന്ന ഗാനമാണ്. പക്ഷെ ഈ സുന്ദരശബ്ദം സിനിമയിൽ പിന്നീടധികം കേൾക്കാൻ കഴിഞ്ഞില്ല. എന്നാലും ഇപ്പോഴും സജീവമായി പാട്ടുരംഗത്തുണ്ട് ശ്രീമതി ജ്യോതി. പുത്തൻ ടെക്നിക്കുകളായ സ്മൂളിലും മറ്റും... കൂടാതെ ആൽബങ്ങളിലും സജീവം...

സന്തോഷ് കേശവ്

കൊതിപ്പിക്കുന്ന ശബ്ദമാധുരി ആണ് സന്തോഷ് കേശവിന്റേത്. 1999 'പൊന്നിൻ വളകിലുക്കി'എന്ന ഗാനവുമായി ഞങ്ങൾ സന്തുഷ്ടരാണ് ചിത്രത്തിൽ... ഡാർലിംഗ് ഡാർലിംഗിലെ 'പ്രണയസൗഗന്ധികങ്ങൾ' എന്നതും സമ്പാദ്യത്തിലുണ്ട്.

സതീഷ്ബാബു

എസ്. ജാനകിയോടൊപ്പം നല്ലൊരു തുടക്കം കിട്ടിയ ഗായകൻ ആണ് സതീഷ്ബാബു. ധീര എന്ന ചിത്രത്തിലെ 'മെല്ലെ നീ മെല്ലെ വരൂ..' പൂവച്ചൽ-രഘുകുമാർ കൂട്ടുകെട്ട്. തുടർന്ന് 'മുത്തുക്കുട ചൂടി നീ വാ' (ഒന്നാനാം കുന്നിൽ ഓരടികുന്നിൽ). പട്ടണപ്രവേശത്തിലെ 'ശിശിരമേ നീ ഇതിലെ വാ' സതീഷിന്റെ കരിയറിലെ തിളങ്ങുന്ന അദ്ധ്യായമാണ്. രവീന്ദ്രന്റെ സംഗീതം... കൂടാതെ യുവജനോത്സവത്തിൽ വീണ്ടും എസ് ജാനകിയോടൊത്ത്. 'ആ മുഖം കണ്ടനാൾ'

കൂടുതൽ അവസരങ്ങൾ ലഭിച്ചില്ല എന്നത് സങ്കടകരം...

അഖില ആനന്ദ്

പുതുതലമുറയിലെ ഗായികയാണ് അഖില ആനന്ദ്. എന്തൊക്കെയായാലും ശ്രദ്ധ നേടിയ ഗാനങ്ങൾ ഇവർക്കും കുറവ്. എടുത്തു പറയേണ്ട ചിലതുണ്ട്താനും... 'ശ്യാമാവാനിലേതോ കണിക്കൊന്ന പൂത്തുവോ' എന്ന് പാടിക്കൊണ്ട് വന്നുചേർന്നു. അശ്വാരൂഢനിലെ 'അഴകാലില മഞ്ഞച്ചരടിലെ പൂത്താലി'യിൽ ജാസി ഗിഫ്റ്റിനൊപ്പം. ജോസഫിലെ 'കരിനീലക്കണ്ണുള്ള പെണ്ണ്' എന്ന ഗാനവും ചേർത്തുവെക്കാവുന്നത്.

ഗണേഷ് സുന്ദരം

കാലങ്ങളായി ഇവിടെ ഉണ്ടായിരുന്ന ഗായകൻ. സിനിമയിൽ വലിയ രീതിയിൽ തിളങ്ങാൻ ആയില്ലെങ്കിലും 4000 ത്തോളം ഭക്തി ഗാനങ്ങളും ആൽബം ഗാനങ്ങളും ആലപിച്ച അതുല്യ ഗായകനാണ് ഇദ്ദേഹം. സിനിമയിൽ ഇദ്ദേഹം പാടിയ 'കണ്ണിലെ പൊയ്കയില് കുഞ്ഞലമാലയില്' എന്ന തൊണ്ടിമുതലും ദൃക്സാക്ഷിയും എന്നതിലെ ഗാനം നാടൻ ടച്ചുള്ള ഒന്നാണ്. കൂടെ പാടിയത് സൗമ്യ രാമകൃഷ്ണൻ.

ആശാ മേനോൻ

ആദ്യമായി പാടിയ ഗാനത്തിന് തന്നെ സ്റ്റേറ്റ് അവാർഡ് കിട്ടിയ ഗായികയാണ് ആശാ മേനോൻ. മഴയിലെ 'ആരാദ്യം പറയും' എന്ന ഓ.വി. ഉഷ എഴുതിയ ഗാനം. അതിലെ മറ്റു സൂപ്പർ ഗാനങ്ങളെ തള്ളി മാറ്റി മുന്നിൽ വന്നതാണ് എന്നത് ഒരൊത്ഭുതം പോലെ തോന്നും...

എന്നാൽ കുറച്ചേറെ സിനിമകളിൽ കൂടി പാടിയിട്ടുണ്ടെങ്കിലും മികച്ചത് എന്നത് പിന്നീട് കിട്ടിയിട്ടില്ല എന്നത് ഖേദകരം..

കെ.എസ്.ബീന

കെ എസ് ചിത്രയുടെ സഹോദരി. ചിത്രയേക്കാൾ മികച്ച ഗായിക എന്ന് അനുഭവസ്ഥർ. എന്നിരുന്നാലും ഏറെയൊന്നും സിനിമയിൽ സജീവമായില്ല. തകിലുകൊട്ടാമ്പുറത്തിലെ 'കന്നിപ്പൂ പൈതൽ ആണോ പെണ്ണോ' എന്നത് യേശുദാസിനൊപ്പം. തുറന്ന ശബ്ദമാണ് ബീനയുടേത്. അതിലെ തന്നെ 'ഡ ഡ ഡാഡി' എന്ന ഗാനവും ആലപി ച്ചിട്ടുണ്ട്... താറാവിലെ 'തക്കിടമുണ്ടൻ താറാവ്' എന്നതും കെ.എസ്. ബീനയുടെ സ്വന്തം...

രൂപ രേവതി

സംഗീത റിയാലിറ്റി ഷോയിൽ നിന്നും വന്ന ഗായികയാണ് രൂപ. മാടമ്പിയിലെ പ്രശസ്ത ഗാനം 'എന്റെ ശാരികേ... പറയാതെ പോകയോ' എന്ന ഗാനം സുദീപ് കുമാറുമൊത്ത് ഗംഭീരമാക്കി.

രാജേഷ് വിജയ്

നമ്മളിലും, സ്വപ്നക്കൂടിലും കൂടി മലയാള സിനിമയിൽ വന്നെങ്കിലും ഏറെ ശ്രദ്ധിക്കപെടാത്ത സിനിമയായ സഫലം എന്നതിലെ 'തൂവെള്ള തൂവുന്നുഷസ്സിൻ' എന്ന ഗാനത്തിലൂടെ പേര് നേടി. തങ്കൻ തിരുവട്ടാറി ന്റെ രചന, ജാസി ഗിഫ്റ്റിന്റെ സംഗീതം.

സിന്ധു ദേവി

മമ്മൂട്ടി ചിത്രമായ കോട്ടയം കുഞ്ഞച്ചനിലെ ഒരു ഗാനമേള രംഗമുണ്ട്. അതിലെ ഫീമെയിൽ ശബ്ദമാണ് സിന്ധുവിന്റേത്. പിന്നീടത് ഒറിജിനൽ ഗാനമേളകളും കൊണ്ടാടി. 'ഹൃദയവനിയിലെ ഗായികയോ' എന്നതാ യിരുന്നു ആ ഗാനം...

ദേവരാഗത്തിലെ 'താഴമ്പൂ മുടിമുടിച്ച്' ശേഖരത്തിലെ മുഖ്യമായതിൽ ഒന്ന്...

ചില ശബ്ദങ്ങളിലൂടെ ഒന്ന് കടന്നുപോവുന്നു എന്നുമാത്രം. ഇവരിൽ പലർക്കും ഇനിയും പാടി തെളിയാവുന്നതേ ഉള്ളൂ.. അവസരങ്ങൾ കിട്ടു മാറാകട്ടെ എന്ന് ആശംസിക്കുന്നു...

ഭൂമി തൻ സംഗീതം നീ..

സംഗീതത്തിന് ഭാഷയില്ല. ഏതു ഭാഷയിലായാലും സംഗീതം ആസ്വദിക്കാൻ ആവുന്നത് ഇതിന്റെ മാത്രം ഒരു പ്രത്യേകത ആണ്. എഴുതപ്പെട്ടതും, പറഞ്ഞുപോരുന്നതും. ഒരു തരത്തിൽ ശരിയാണ്. ഭാഷയുടെ അകമ്പടിയോടെ വരുന്നതാണെങ്കിലും സംഗീതത്തിന്റെ ജീവാംശം ഒന്ന് തന്നെ. കർണാടിക്, ഹിന്ദുസ്ഥാനി, പാശ്ചാത്യ സംഗീതം എന്ന വേർതിരിവുകൾ ഉണ്ടെങ്കിലും പലപ്പോഴും പണ്ഡിതനെയും പാമരനേയും വരെ കീഴ്പ്പെടുത്തിക്കളയുന്ന ആ മാസ്മരികത.

ഇന്ത്യൻ ഭാഷകളിൽ സംസാരിക്കാനും എഴുതാനും ഏറെ ബുദ്ധിമുട്ടുള്ള ഭാഷ മലയാളം ആണെന്ന് പൊതുവെ പറഞ്ഞു കേട്ടിട്ടുണ്ട്. അന്യ ഭാഷകളിൽ ഇന്നും ഇവിടെ സംഗീതം ചെയ്യാനും, പാടാനും എത്തുന്നവർ അനുഭവിക്കുന്ന ബുദ്ധിമുട്ട് കേട്ടറിവ്. ദക്ഷിണേന്ത്യൻ ഗായകർക്ക് പോലും പ്രയാസം അനുഭവപ്പെടുമ്പോൾ ഉത്തരേന്ത്യൻ ഗായകരുടെ കാര്യം പറയണോ. എന്നാൽ എസ്. ജാനകിയെ പോലുള്ള പ്രഗത്ഭമതികളുടെ ഉച്ചാരണത്തിന്റെ മാഹാത്മ്യം എടുത്തു പറയേണ്ടത്. തെലുങ്ക്, തമിഴ് എന്നിവയിൽ തിളങ്ങുമ്പോഴും തുടക്കക്കാരിയായിട്ടും മലയാളത്തിൽ ആദ്യഗാനങ്ങളിൽ ഒന്നായ 'കാണാൻ നല്ല കിനാവുകൾ കൊണ്ടൊരു' എന്നതൊക്കെ എത്ര സ്പഷ്ടമായാണ് വാക്കുകൾ സംഗീതമയമാക്കിയത്. ദക്ഷിണേന്ത്യൻ ഗായകർക്ക് മലയാളത്തോടുള്ള അടുപ്പം ഉണ്ടാവാം. ബോളിവുഡിലും, ബംഗാളിയിലും തിളങ്ങിയവർ ഇവിടെ വരുമ്പോൾ വല്ലാതെ കഷ്ടപ്പെടും.

സലിൽ ചൗധരി മലയാളത്തിൽ ഒട്ടേറെ നല്ല ഗാനങ്ങൾ തീർത്തിട്ടുണ്ട്. അദ്ദേഹത്തിന്റെ ഭാര്യ ശ്രീമതി സബിത ചൗധരിയും ഭർത്താവിന്റെ

കീഴിൽ മലയാളത്തിൽ എട്ടോളം പാട്ടുകൾ പാടിയിട്ടും ഉണ്ട്.

സബിത ചൗധരി ബംഗാളിന്റെ പുത്രി ആണ്. ബോളിവുഡിലും ബംഗാളിയിലും കുറെയേറെ സൂപ്പർ ഗാനങ്ങൾ ഇവരുടേതായിട്ടുണ്ട്. സലിൽ ചൗധരിയുമായുള്ള വിവാഹബന്ധത്തിനു ശേഷം അദ്ദേഹത്തിന്റെ ഈണത്തിൽ സുന്ദരമായ കുറെ ഗാനങ്ങൾ ആലപിക്കാൻ കഴിയുകയും ചെയ്തു. അങ്ങനെയാണ് മലയാളത്തിൽ എത്തപ്പെട്ടത്. ഇവിടെ പാടിയ ഗാനങ്ങൾ മുഴുവൻ സലിൽ ചൗധരി ഗാനങ്ങൾ മാത്രമാണ്.

മലയാളം ഒട്ടും വഴങ്ങാത്ത ഒരു ഗായിക ആണ് ആദ്യകാലങ്ങളിൽ സബിത. സബിത ചൗധരിയുടെ ശബ്ദം സുശീലയുടെ ശബ്ദത്തോടു സാമ്യം തോന്നാം. ഉത്സാഹവതിയായ ഒരു പാട്ടുകാരി എന്ന് വിശേഷിപ്പിക്കാൻ ഒരു മോഹം. കാരണം അങ്ങനെയാണ് പാട്ടിന്റെ വരവ്. മനസ്സ് തുറന്നുള്ള പാട്ടുരീതി. ഭാഷ തനിക്കൊരു തടസ്സമാണോ എന്ന ചിന്തയൊന്നുമില്ലാതെ. ഇടക്കൊക്കെ ഭാഷ പതറും. മലയാലം ആവാറുണ്ട്. എന്നിരുന്നാലും പാടിയ എട്ടു പാട്ടുകളും സൂപ്പർ ഹിറ്റായി എന്നത് സബിത ചൗധരിക്കു മാത്രം അവകാശപ്പെട്ട റിക്കാർഡ്. ആരും ഇതുവരെ തകർക്കാത്തതും.

തോമാശ്ലീഹാ എന്ന സിനിമയിലെ 'വൃശ്ചികപെണ്ണേ, വെളിപ്പെണ്ണേ' യേശുദാസുമൊത്തുള്ള ഒരു യുഗ്മഗാനം ആണ്. ചിതറിത്തെറിച്ചു വരുന്ന സബിത ശബ്ദം മലയാളികൾക്കൊരു അദ്ഭുതമായിരുന്നു. ഈ ഗാനം 1975 കൊണ്ടാടിയ ഗാനം ആയിരുന്നു. മലയാളം ഒരു ഗായികയെ എങ്ങിനെ കഷ്ടപ്പെടുത്തും എന്നും ഈ ഗാനം കേൾക്കുമ്പോൾ മനസിലാവും... വയലാറിന്റെ രചനകളിൽ പേരുകേട്ടതുമാണിത്...

പിന്നീട് ശ്രീകുമാരൻതമ്പിയുടെ രചനയിൽ ഏതോ ഒരു സ്വപ്നം എന്നതിലെ 'ഒരു മുഖം മാത്രം കണ്ണിൽ' ആദ്യ സോളോ ആയിരുന്നു. യേശുദാസിന്റെ ശബ്ദത്തിൽ ഈ ഗാനം സിനിമയിൽ ഉണ്ട്. ഉജ്വലമായൊരു പ്രണയഗാനം ആയിരുന്നു ഇത്... 'ഉറങ്ങുവാൻ കഴിഞ്ഞില്ലല്ലോ' എന്ന ഭാവങ്ങളൊക്കെ സുന്ദരം...

പിന്നീട് വന്ന ഗാനങ്ങളൊക്കെ ഓ.എൻ.വി കുറുപ്പിന്റെ വരികൾ മാത്രമായിരുന്നു. ഓ.എൻ.വി-സലിൽ ചൗധരി കൂട്ടുകെട്ട് കുറെയേറെ ഗാനങ്ങൾ മലയാളത്തിന് സമ്മാനിച്ചിട്ടുണ്ട്.

സമയമായില്ല പോലും എന്നതിലെ 'മയിലുകളാട്ടും മാലിനി തൻ തീരം...' യേശുദാസുമൊത്ത് വീണ്ടും... ഇതിൽ ഗായകന് കൂട്ടുചേർന്ന് ഹമ്മിങ് മാത്രം.

മലയാളത്തിലെ അതീവ സുന്ദരമായതും, ദുഃഖസാന്ദ്രമായതുമായ ഒരു പ്രണയകഥ എൻ ശങ്കരൻനായരുടെ മദനോത്സവം എന്ന സിനിമയാണ്. കമൽഹാസൻ-സറീന വഹാബ് തകർത്താടിയ ചിത്രം. ഓ.എൻ.വി-സലിൽ ചൗധരി കൂട്ടുകെട്ടിൽ അഞ്ചാറു ഗാനങ്ങളുണ്ടതിൽ. രണ്ടു ഗാനങ്ങൾ സബിതയ്ക്കും കിട്ടി.

'മേലെ പൂമാല താഴെ തേനല' എന്ന യുഗ്മഗാനത്തിൽ തകർത്ത് സബിതയും... 'നീ മായും നിലാവോ എൻ ജീവന്റെ കണ്ണീരോ' എന്ന ദുഃഖഗാനത്തിൽ സബിതയും വിഷാദവതിയായി പാടി.

1979 ലെ ദേവദാസി എന്ന ചിത്രത്തിൽ മറ്റൊരു സോളോ. അപ്പോഴേക്കും മലയാളം ഏറെക്കുറെ സബിതക്ക് വഴങ്ങിയിരുന്നു. 'ഇനി വരുതേൻ നിലാവേ' എന്ന ഗാനം കേട്ടാൽ അത് മനസ്സിലാവും.. നല്ലൊരു ഗാനമായിരുന്നു അത്.

ഒടുവിലായി ഒരു ഗാനം കൂടി.

'ഭൂമി തൻ സംഗീതം നീ' എന്ന ഓ.എൻ.വി വരികൾ പാടിക്കൊണ്ട് മലയാളത്തിനോട് വിടപറഞ്ഞു... അന്തിവെയിലിലെ പൊന്ന് എന്ന സിനിമയിലെ ഗാനം ആയിരുന്നു അവസാനത്തേത്.

സലിൽ ചൗധരിയുടെ ഭാര്യ എന്ന നിലയിൽ ആയിരിക്കാം മലയാളത്തിൽ സബിതയ്ക്ക് പാടേണ്ടി വന്നത്. അതൊരു നിയോഗം ആണ്. എന്നാലും ഭാഷാപരിചയത്തിന്റെ കുറവുകൾ ഉണ്ടെങ്കിലും ഇവരുടെ ഗാനങ്ങൾ ഇന്നും കേൾക്കാൻ ശ്രോതാക്കളുണ്ട്, ഇഷ്ടക്കാരുണ്ട്. അതിനിയും തുടരും...

മായാമഞ്ചലിൽ...

കലാകാരന്മാർ ഭാഗ്യം ചെയ്തവരാണ്... അവരുടെ ഭൗതിക ശരീരം ഈ ലോകം വിട്ടുപോയാലും അവരിവിടെ അവശേഷിപ്പിച്ചു പോയ കലാസൃഷ്ടികളാൽ എന്നെന്നും ഓർക്കപ്പെടും എന്ന സത്യം...

എഴുത്തുകാരായാലും, പാട്ടുകാരായാലും മനസ്സുകളിൽ സംരക്ഷിക്കപ്പെടുന്നത് കൂടാതെ എന്നേക്കുമായതിന്റെ നിലനിൽപ്പിനായി ഇന്ന് പല സാങ്കേതിക വിദ്യകളുമുണ്ട്.

ഗാനങ്ങൾക്കാണ് അതേറെ പ്രയോജനപ്പെട്ടത്. നഷ്ടപ്പെട്ടേക്കാവുന്ന പഴയ ഗാനങ്ങൾ ശേഖരിച്ച് സൂക്ഷിക്കാൻ ഇന്ന് ഇന്റർനെറ്റ് സംവിധാനങ്ങൾ ഉണ്ട്. പല ശേഖരങ്ങളായി അത് കാലങ്ങളെ അതിജീവിച്ചുകൊണ്ട് ഇവിടെ ഉണ്ടാവും...

ശബ്ദങ്ങളുടെ മേളനങ്ങൾ ആണല്ലോ പാട്ട്. അതിൽ ഈണമധുരങ്ങൾ ചേർന്നലിയുമ്പോൾ മധുരിക്കുന്നത് മനസ്സും മോഹങ്ങളുമാണ്. ഏതോ കാലത്തിന്റെ ഇടനാഴികകളിൽ നിന്നും ഒരീണമധുരം മൂളി ആരോ! അവർ മണ്ണിനോട് ചേർന്നിട്ട് കാലങ്ങൾ കഴിഞ്ഞു. സുന്ദരമായ ആദ്രേഹം ഇന്നില്ല. എന്നിരുന്നാലും ആ ശബ്ദത്തിന്റെ അലയൊലികൾ ഇന്നും കണ്ണീരനാക്കിക്കൊണ്ടു ഇവിടെയൊക്കെ...

രാധികാതിലക്...

ഒരപൂർവ ശബ്ദത്തിന്റെ ഉടമ. അവരോടു ചേർത്തുവെക്കാൻ പ്രമുഖ ഗായികമാരെ ഉണ്ടാവൂ. മലയാളത്തിന്റെ ഗായിക ആയിട്ടും നമ്മൾ ഏറെ അവസരങ്ങൾ കൊടുക്കാതെ ഒതുക്കിക്കളഞ്ഞ ഒരുവൾ. പാട്ടിന്റെ അപാര സാധ്യതകൾ കഴിവായി തെളിയിക്കപ്പെടേണ്ടതായിരുന്നു.

ആരുടെയൊക്കെയോ കൈകൾ അണിയറയിൽ പ്രവർത്തിച്ചതിന്റെ ഫലമായി പിന്തള്ളപ്പെട്ടവൾ. പറയാതെ വയ്യ.

അത്രക്കേറെ ശ്രുതിമധുരമായിരുന്ന രാധികാ ശബ്ദം... അതേറെ അനുഭവങ്ങൾ സൃഷ്ടിക്കപ്പെടാൻ യോഗമുണ്ടായില്ല. ഉണ്ടായതോ വളരെ കുറച്ചും. എങ്കിലും ആ ഗാനവീചികളിലൂടെ തൊട്ടുരുമ്മി പോകുമ്പോഴറിയാം അതിന്റെ മൃദുലത, സാരള്യം എല്ലാമെല്ലാം...

1989 മുതൽ മലയാളത്തിൽ പാടാനെത്തിയെങ്കിലും വെറും ഇരുപതിൽ താഴെ വർഷങ്ങളെ സജീവമാവാൻ കഴിഞ്ഞുള്ളൂ.

ആദ്യത്തെ രണ്ടു വർഷം കഴിഞ്ഞപ്പോൾ തന്നെ രാധികയുടെ മാസ്റ്റർ പീസ് പിറന്നു.

'മായാമഞ്ചലിൽ ഇതുവഴിയെ
പോകും തിങ്കളേ'

എന്ന ഒറ്റയാൾ പട്ടാളത്തിലെ ഗാനവുമായി ഇവിടെ തന്റെ വേരുറപ്പിക്കാനുള്ള ശ്രമം നടത്തി. ബന്ധുവായ ശ്രീ ജി. വേണുഗോപാലുമൊത്ത് അത്രയേറെ മനോഹരമായ ഒരു ഗാനം. മറ്റൊരു ഭാഗ്യം ശ്രീ ശരത് സാറിന്റെ ഈണത്തിൽ ഒരു നല്ല തുടക്കം കിട്ടിയതിലാണ്. കവി പി.കെ.ഗോപിയുടെ രചനയുടെ സൗകുമാര്യം എടുത്തു പറയാവുന്നത്...

അതുകൊണ്ടും കാര്യമുണ്ടായില്ല. ഈ പൂങ്കുയിലിനെ മലയാള സിനിമ എന്നിട്ടും ശ്രദ്ധിച്ചില്ല.

'ചന്ദനം പെയ്തു പിന്നെയും' എന്നൊരു ഗാനം മാത്രം. അത്രയേറെ ശ്രദ്ധ നേടാത്ത ഒന്നായിരുന്നു. ചെപ്പു കിലുക്കണ ചെങ്ങാതി എന്ന ചിത്രത്തിലെ ബിച്ചു തിരുമലയുടെ രചന, ജോൺസന്റെ സംഗീതം...!

1991 ലെ ഈ ഗാനങ്ങൾക്ക് ശേഷം മലയാള സിനിമ മറന്നിട്ടോ? സ്വയമൊതുങ്ങിയതോ? സാധാരണ പാട്ടിഷ്ടക്കാർക്ക് എന്തറിയാൻ പിന്നീട് തമിഴിൽ നിന്നും ഇളയരാജ വരേണ്ടി വന്നു വീണ്ടും ആ ശബ്ദമൊന്നുയരുവാൻ. ഗുരു എന്ന ഒരു സവിശേഷ സിനിമയ്ക്ക് വേണ്ടി അദ്ദേഹം ചെയ്ത പാട്ടുകളിൽ എല്ലാം രാധികയുടെ ശബ്ദവും ചേർത്തു കൊടുത്തു. അതാരും ചെയ്യാത്ത ഒന്നായിരുന്നു. മറ്റു ഗായകരോടൊപ്പം ആണെങ്കിലും അതിലും രാധികയുടെ ശബ്ദം വേറിട്ട് കേൾക്കാം.

'അരുണകിരണ ദീപം...' 'ഗുരു ചരണം ശരണം...' എന്നീ ഗാനങ്ങൾ...

എന്നാൽ അതിലെ തന്നെ 'ദേവസംഗീതം നീയല്ലേ...' എന്ന യുഗ്മ ഗാനം അവർക്ക് വീണ്ടുമൊരു ബ്രേക്ക് കൊടുത്തു. അന്ധരായ രണ്ടു കാമുകരുടെ പ്രണയ പരാവശ്യങ്ങൾ പാട്ടിലൂടെ രാധികയും യേശുദാസും ഭംഗിയാക്കി...

കന്മദത്തിലെ ടൈറ്റിൽ സോങ് പാടി വീണ്ടും രാധികാ തിലക്. സിനിമയ്ക്ക് പേരെഴുതികാണിക്കുന്ന സമയത്തെ പാട്ട് പലപ്പോഴും ശ്രദ്ധിക്കപ്പെടാറില്ല. എന്നാൽ 'തിരുവാതിര തിരനോക്കിയ മിഴിവാർന്നൊരു ഗ്രാമം' എന്ന ഗാനം പക്ഷെ അങ്ങനെയായിരുന്നില്ല. ഗാനമേളകൾക്കു വരെ അക്കാലത്ത് പാടിയിരുന്ന നല്ലൊരു യുഗ്മ ഗാനം. 'മൂവന്തി താഴ്വരയിൽ', 'മഞ്ഞക്കിളിയുടെ മൂളിപ്പാട്ടുണ്ടേ' എന്നീ ഗാനങ്ങളൊക്കെ മുൻപന്തിയിൽ ഉണ്ടെങ്കിലും ഒട്ടും പുറകിലല്ലാതെ 'തിരുവാതിര...'യും സ്ഥാനം പിടിച്ചു. കൂടാതെ'മഞ്ഞക്കിളിയുടെ മൂളിപ്പാട്ടുണ്ടേ' എന്നത് രാധികയുടെ ശബ്ദത്തിലും സിഡിയിൽ കേൾക്കാം... സിനിമയിൽ ഇല്ലെങ്കിലും...

മറ്റൊരു തിരുവാതിര പാട്ടുമായി വീണ്ടും രാധിക...

സ്നേഹം എന്ന ജയരാജ് ചിത്രത്തിൽ 'കൈതപ്പൂമണമെന്തേ ചഞ്ചലാക്ഷി...' അത് ചിത്രത്തിൽ നല്ലൊരനുഭവമായിരുന്നു. ദൃശ്യത്തിലും, കേൾവിയിലും...

അതി മധുരമായി പ്രണയഗാനത്തിലും തന്റെ ഭാഗം പാടിവെക്കാൻ ആവുമായിരുന്നു രാധികയ്ക്ക്. പ്രണയ നിലാവിലെ 'പാൽകുടങ്ങൾ തുളുമ്പും' എന്ന ഗാനം ഉദാഹരണം. യേശുദാസുമൊത്ത് കട്ടയ്ക്ക് തന്നെയുണ്ട് ഗായികയും...

യൂസഫലി കേച്ചേരിയുടെ രചനകൾ ചിലവയിൽ പങ്കുകൊള്ളാൻ കഴിഞ്ഞുവെന്നത് രാധികയ്ക്ക് നിർവൃതി തന്നെയായിരിക്കും...

ദീപസ്തംഭം മഹാശ്ചര്യം...

'എന്റെ ഉള്ളുടുക്കും കൊട്ടി'

'നിന്റെ കണ്ണിൽ വിരുന്നു വന്നു' ഇവയൊക്കെ ഓളങ്ങൾ സൃഷ്ടിച്ച ഗാനങ്ങൾ ആയിരുന്നു. മോഹൻ സിതാരയുടെ ലളിതസംഗീതം അതിനേറെ ഉപകരിച്ചു.

ഇനി അടിപൊളി വേണോ അതിനും തെയ്യാർ...

'തകില് പുകില്'മായി രാവണപ്രഭുവിൽ ഒന്ന് വന്നുപോയി പ്രിയ ഗായിക.

കുഞ്ഞിക്കൂനനിലേ അന്ധഗായികയ്ക്കു ചുണ്ടുചേർത്തു രാധിക പിന്നെയും. നവ്യാനായർ ധന്യമാക്കിയ ചിത്രം.

'ഓമനമലരെ നിൻ മാരൻ' എന്ന നാട്ടുവഴിയിൽ ചിതറി വീണ ഗദ്ഗദം പുരണ്ടതല്ലെങ്കിലും മനസ്സിൽ നീറ്റൽ പരത്തിയ ഗാനം...

ഇടയ്ക്കിടെ തന്റെ സാന്നിധ്യം അറിയിച്ചുപോയ ഇവർക്ക് അവസരങ്ങൾ അപ്പോഴേക്കും വല്ലാതെ കുറഞ്ഞിരുന്നു.

നന്ദനത്തിലെ യുഗ്മഗാനം ഒരോർമ്മയായുണ്ട് മനസ്സിൽ...

'മനസ്സിൽ മിഥുനമഴ' പൊഴിച്ച് കൊണ്ട് രവീന്ദ്രൻ സംഗീതത്തിൽ...

അവസാന കാലത്ത് ചില ഗിരീഷ് പുത്തഞ്ചേരി വരികളോടൊപ്പം വന്നുപോവാൻ അവസരം ലഭിച്ചിരുന്നു. കന്മദത്തിലൂടെ, നന്ദനത്തിലൂടെ അത് പാട്ടാളത്തിലെ ഗാനത്തിൽ എത്തി...

'വെണ്ണക്കല്ലിൽ നിന്നെ കൊത്തി'എന്നെ വിദ്യാസാഗർ ഈണം..

'കാനനകുയിലേ കാതിലിടാനൊരു കാൽപവൻ പൊന്നു തരാമോ?' എന്ന ഗിരീഷ് ഗാനത്തോടെ നല്ലൊരു പാട്ടുകാലം അവസാനിച്ചു എന്ന് പറയാം... പിന്നീടും ഒറ്റക്കും തെറ്റക്കും പാട്ടുകൾ ഉണ്ടായിരുന്നെങ്കിലും ശ്രദ്ധിക്കപ്പെട്ടില്ല...

2015-ൽ പൂർത്തികരിക്കാതെ തന്റെ പാട്ടു മോഹങ്ങളോടെ ആ ജീവിതം സമാധിയായി... കണ്ണീർപൂക്കൾ അർപ്പിക്കുന്നു പ്രിയഗായികയ്ക്ക്...

ബാസുരി ശ്രുതി പോലെ

അതുവരെ കേൾക്കാത്ത ഒരു വിരഹശ്രുതിയുമായി 1999ൽ മലയാള സിനിമയിലേക്ക് കടന്നുവന്ന ശ്രീ രമേശ് നാരായണൻ. പറയാൻ മറന്നതും, അഭിനിവേശത്തിന്റെ നിറമാർന്ന സല്ലാപജ്വരങ്ങളും ജീവിതത്തെ പൂക്കാലമാക്കിയ വിളറിയ സ്വപ്നങ്ങളും..

ഓർമ്മകളിലെ മധുരോതാരമായ ഒരു വരവ്. മരവിച്ച പല ഓർമ്മകളും ചടുലമായുണർന്ന പോലെ... ഇതെനിക്ക് വേണ്ടിയല്ലേ... അല്ലെ... എന്ന് ചോദിക്കും പോലെ... വരികൾ വല്ലാത്തൊരു കുട്ടിരിപ്പായി...

ഗർഷോം എന്ന പി.ടി.കുഞ്ഞുമുഹമ്മദിന്റെ മാസ്റ്റർപീസ്.

തിരികെ വന്ന ഒരു ഗൾഫുകാരന്റെ ജീവിതത്തിലൂടെ, സങ്കടങ്ങളിലൂടെ തഴുകി വന്ന ഒരു കഥാതന്തു.

അതിലെ ഗാനങ്ങളും അതുപോലെ സുന്ദരമാവണം...

റഫീഖ് അഹമ്മദ് ഒരു കവിയാണ്. കവിത തന്നെ തന്നു ആദ്യമായി...

'പറയാൻ മറന്ന പരിഭവങ്ങൾ...' നല്ലൊരു മാറ്റം തന്നെയായിരുന്നു. ഒരു ആസ്വാദകൻ എന്ന നിലയിൽ പറയാതെ വയ്യ. പാട്ടെഴുത്തും സംഗീതവും ചേർന്നലിയാതെ പോയ ഒരു കാലത്തിൽ തന്നെ ചല ച്ചിത്ര സംഗീത പുനർജനി പോലെ രമേശ് നാരായണൻ... അതിലൊന്നും ഒരു കഴമ്പുമില്ല... നീരൊഴുക്ക് നഷ്ടപ്പെട്ടിരുന്നില്ല എന്നറിഞ്ഞ നിമിഷങ്ങൾ...

പിന്നീട് തുടർന്ന കാലങ്ങളിലും ആ അനുഭവം തന്നെ. ദു:ഖത്തിനും മധുരമുണ്ടല്ലേ ഘനീഭവിച്ച കിടന്നാൽ അത് കനൽക്കട്ടപോൽ അങ്ങനെ കിടക്കും... വിഷാദങ്ങൾ അലിഞ്ഞ രാഗപ്രസാദങ്ങളായിരുന്നു രമേശ്

നാരായണൻ സംഗീതം... അത് തുടക്കം മുതൽ ഇന്ന് വരെ അങ്ങനെ തന്നെ തുടരുന്നു. പ്രണയത്തിലും അലിഞ്ഞ വിഷാദം...

'പൊന്നുഷസ്സെന്നും നീരാടുവാൻ വരുമീ
സൗന്ദര്യ തീർത്ഥ കടവിൽ...'

ദൃശ്യഭംഗി കൊണ്ടും നൂറു ശതമാനം ഹൃദയാവർജ്ജകമായ ഒരീണം...

സ്നേഹിക്കാൻ മാത്രമാണ് നമ്മൾ ഈ ജീവിതം അനുഭവിച്ചു തീർക്കേണ്ടത് എന്ന് തോന്നിപ്പിക്കുന്ന തരത്തിൽ ഒരു പാട്ട്...

രമേശ് നാരായണന്റെ ഏറ്റവും നല്ല പാട്ട്...

മേഘമൽഹാറിന്റെ വിതുമ്പുന്ന പ്രണയഭരിതമായ ഒരീണം...

ഒരു നറുപുഷ്പമായ് എൻ നേർക്ക് നീളുന്ന മറ്റൊരു അതിതീവ്ര പ്രണയഗാനം ആദരവോടെ നമ്മൾ സ്വീകരിച്ചു. മനസ്സിൽ എത്ര നന്ദി പറഞ്ഞു...ഈയൊരു ഗാനത്തിന്... എന്തിത്ര വൈകി ഈയൊരു വരികൾക്ക്... എത്ര ഹൃദയങ്ങൾ വിതുമ്പി...

തീവ്ര നൊമ്പരമായി പ്രേക്ഷകർക്ക് അനുഭവമായി മകൾക്ക് എന്ന സിനിമയിലും ഇദ്ദേഹത്തിന്റെ ഈണങ്ങൾ തന്നെ... മാനസിക നില തെറ്റിയ ഒരമ്മയുടെ മുൻപിലൂടെ അമ്മിഞ്ഞ മധുരം നഷ്ടപ്പെട്ട ഒരു കുഞ്ഞിന്റെ തേങ്ങലിലൂടെ, കൊഞ്ചലിലൂടെ ഒരു സിനിമ...

ഹൃദയം നനഞ്ഞ പഞ്ഞിയായ ഒരനുഭവം...

മുകിലിൽ മകളെ... പൊഴിയും കനവേ... എന്നൊരു മഞ്ജരി സ്വരം...

ഹൃദയം തഗർത്തുകളയുന്ന വരികളും, സംഗീതവും...

ചാഞ്ചാടിയാടി ഉറങ്ങു നീ... എന്ന ഗായത്രിയുടെ ഈണമധുരം ഈറനോടെ ആസ്വദിക്കേണ്ടി വന്നു നമ്മൾക്ക്... കണ്ണീരനോടെ... അനിൽ പനച്ചൂരാന്റെ കവിതയിലൂടെ ഒരു തെരുവ്പെണ്ണിന്റെ ശരീരം കൊണ്ടാടിയതും, ഗർഭിണിയായതും, പ്രസവിച്ചതും എല്ലാം വിവരിക്കുന്നുണ്ട്. കോവിഡ് കാലത്ത് നമ്മെ വിട്ടു പോയ ശ്രീ അനിൽ പനച്ചൂരാനെ ഇപ്പോൾ ഒന്നുകൂടി ഓർക്കുന്നു... പ്രണമിക്കുന്നു... ഇടവമാസപ്പെരും മഴപെയ്ത രാവതിൽ എന്ന കവിത ആലപിച്ചിരിക്കുന്നത് കവി ബാലചന്ദ്രൻ ചുള്ളിക്കാടും... മനസ്സിൽ തൊട്ട ആലാപനം...

അവാർഡിന്റെ തുടക്കമായി...

രാത്രിമഴയിലെ ബാസുരി ശ്രുതി പോലെ എന്ന ഗാനം ആദ്യ അവാർഡ് നേടിക്കൊടുത്തു. ഈണം നൽകിയതൊക്കെ പുരസ്കാരങ്ങൾ നേടേണ്ടത് തന്നെ...അത് ചിലപ്പോൾ ഗായകർക്കും മറ്റുമായി വീതിക്കപ്പെടുകയും ചെയ്തു... എങ്കിലും വൈറ്റ് ബോയ്സ്, എന്ന് നിന്റെ

മൊയ്തീൻ എന്നിവയിലെ ഗാനങ്ങൾക്കും രമേശ് നാരായണൻ സർക്കാർ തലത്തിൽ അംഗീകരിക്കപ്പെട്ടു..

രമേശ് നാരായണന്റെ പുത്രി ശ്രീമതി മധുശ്രീ നാരായണൻ ഒരതുല്യ പ്രതിഭയാണ്. അത് അവർ തെളിയിക്കയും ചെയ്തു, അവാർഡുകളും നേടുകയും ചെയ്തു.

ഇടവപ്പാതിയിലെ ഗാനത്തിനും, കോളാമ്പിയിലെ ഗാനത്തിനും രണ്ടും പ്രാവശ്യം പുരസ്കാരങ്ങൾ നേടുകയുണ്ടായി...

ലെനിൻ രാജേന്ദ്രന്റെ സിനിമകളിൽ അക്കാലങ്ങളിൽ ഇദ്ദേഹം ആയിരുന്നു സംഗീതം ചെയ്തിരുന്നത്... രാത്രിമഴ, മകരമഞ്ഞു. ഇടവപ്പാതി തുടങ്ങിയ ചരിത്ര സിനിമകളിൽ സംഗീതമഴ പൊഴിക്കുകയായിരുന്നു രമേശ് നാരായണൻ... പ്രേക്ഷകർ സിനിമയും പാട്ടുകളും എത്രയേറെ സ്വീകരിച്ചു എന്നതിൽ മാത്രം ഇത്തിരി സങ്കടം... സംഗീതത്തിന്റെ പരീക്ഷണങ്ങൾ ആയിരുന്നു അതിലെ പാട്ടുകളും. സാധാരണക്കാരായ പാട്ടുകാരെ ആകർഷിക്കാതെ പോയതുകൊണ്ട് അത് മികച്ചതല്ലാതാവുന്നില്ല... ചിത്രങ്ങളിലെ തെളിമയാർന്ന ഏതൊക്കെയോ നിമിഷങ്ങളെ അതെ പടി പുനർജനിക്കാൻ ഉതകുന്ന തരത്തിലായിരുന്നു പല സിനിമകളിലും രമേശ് ഈണങ്ങൾ ആണ്ടി റങ്ങിയിരുന്നത്...

എന്ന് നിന്റെ മൊയ്തീനിലെ ഗാനങ്ങളിൽ ചിലത് ഇദ്ദേഹവും സംഗീതം ചെയ്തത് ആയിരുന്നു. സിനിമയിൽ അവയൊക്കെ വന്നുവോ എന്ന് സംശയം..ശാരദാംബരം എന്ന ഗാനം മാത്രം സിനിമയിലുണ്ട്...

ഈ മഴതൻ വിരലീപുഴയിൽ എന്ന യുഗ്മഗാനം എത്രമാത്രം സിനിമയുമായി ഉൾച്ചേർന്നു പോയിരിക്കുന്നു എന്ന് വരികളും സംഗീതവും സാക്ഷ്യം...

മൊയ്തീനിലെ ഏറ്റവും സുന്ദരമായ ഗാനം പ്രിയമുള്ളവനെ... പ്രിയമുള്ളവനെ... വിരഹവുമെന്തൊരു മധുരം എന്നതായിരുന്നു എന്നാണ് എന്ന് പറഞ്ഞാൽ പിണങ്ങാൻ ആരും വരണ്ട... അത് സത്യമാണ്... മധുശ്രീ നാരായണൻ പാടിയ തീവ്ര ദുഃഖ ഗാനം...

പഴയ കാല പ്രശസ്ത കവികളുടെ വരികളിൽ സംഗീതം പകരാൻ കഴിഞ്ഞു എന്നത് രമേശ് നാരായണൻ എന്ന സംഗീതജ്ഞന്റെ പുണ്യം... രാത്രിമഴ ചുമ്മാതെ കേണും... എന്ന പ്രസിദ്ധ സുഗതകുമാരി കവിതയ്ക്ക് ഈണം പകർന്നത് മഹാഭാഗ്യം...

ഇടശ്ശേരിയുടെ വരികൾക്ക് മധുരം നൽകി വീരപുത്രനിലൂടെ... ചങ്ങമ്പുഴയുടെ വരികൾക്ക് രണ്ടു പ്രാവശ്യം ഈണം നൽകാൻ അതിഭാഗ്യവും സിദ്ധിച്ചു... ഒറ്റമന്ദാരത്തിലെ ചില വരികളായും, എന്ന് നിന്റെ

മൊയ്തീനിലെ ശാരദാംബരമായും... മധുസൂദനൻ നായരുടെ കവിതയ്ക്ക് സ്വന്തമീണം നൽകി വീട്ടിലേക്കുള്ള വഴിയിലൂടെ... മോയിൻകുട്ടി വൈദ്യർ എന്ന മാപ്പിളപ്പാട്ട് മഹാകവിയുടെ വരികൾക്ക് തൊട്ടുകൂട്ടാനായി ഇദ്ദേഹത്തിന് വീരപുത്രൻ എന്ന ചിത്രത്തിലൂടെ...

ഗർഷോം എന്ന കുഞ്ഞുമുഹമ്മദിന്റെ ചിത്രത്തിലെ പവിത്രമായ ഗാന പരിചയപ്പെടുത്തലിലൂടെ നമ്മൾ അറിഞ്ഞ രമേശ് നാരായണൻ പിന്നീട് ഇദ്ദേഹത്തിന്റെ പരദേശിയിലും പാട്ടുകൾക്ക് ഈണങ്ങൾ നൽകി... 'തട്ടം പിടിച്ച് വലിക്കല്ലേ മൈലാഞ്ചിച്ചെടിയെ'എന്ന റഫീഖ് അഹമ്മദിന്റെ ഹൃദയത്തുടിപ്പിന് താളമേകി ഇദ്ദേഹം...

വീരപുത്രനിലെ ഗാനങ്ങൾക്കും കൂട്ടുചേർന്നു രമേശ് ഈണങ്ങൾ...

കണ്ണോട്ട കണ്ണോരം നോക്കിയിരുന്നാലും എന്ന ശ്രേയഘോഷാൽ ഗാനം ചരിത്ര സംഭവങ്ങളിലെ ഒരു പിരിമുറക്കം തന്നെയായിരുന്നു...

മക്കാമദീനത്തിൽ... (ആദാമിന്റെ മകൻ അബു) എന്ന ഗാനമൊക്കെ അതിന്റെ എല്ലാ വൈകാരികതയും ഉണർത്തിവിടുന്ന ഗാനമായിരുന്നു...

പുതിയ കാലത്തിന്റെ നിർവികാരതയിലേക്ക് പാട്ടാസ്വാദകർ കാത്തിരിക്കുന്നത് ഇത്തരം സംഗീത സംവിധായകരുടെ പരീക്ഷണങ്ങൾക്കാണ്... ഇനിയും മധുശ്രീ സംഗീതവുമായി വരിക പ്രിയ സംഗീതമേ...

സ്വപ്നഹാരമണിഞ്ഞെത്തുന്ന ഗാനങ്ങൾ

നിസ്സഹായരായ കാമുക ഹൃദയങ്ങൾ. അവർ കൈവിട്ടുപോയ ഹൃദയബന്ധങ്ങളെ താലോലിച്ച് കേഴുന്നവർ. സിനിമകളിൽ അത്തരം നായകർ ഏറെയുണ്ട്. തരളിതമായ ഹൃദയമൗനത്തിന്റെ അകക്കണ്ണ് തെളിയുന്ന നൊമ്പരഗീതങ്ങൾ മൂളിക്കൊണ്ട് പ്രിയമുള്ളവളുടെ ജീവിത വീഥികൾ സുന്ദരമാകാൻ മനസ്സുരുക്കുന്നവർ... പാട്ടെഴുത്തുകാർ തീവ്ര കാമുക വിരഹവേദന അനുഭവിച്ചെഴുതിയ പോലെ ചില കാവ്യഗീതികൾ!

'എൻ പ്രിയ മുരളിയിലൊരു സ്വപ്ന ഗീതമായ്
എന്തിനു വീണ്ടും ഉണരുന്നു നീ...
നന്മകൾ നേരാൻ മാത്രമല്ലാതെയീ
ജന്മത്തിലൊന്നും കഴിയില്ലല്ലോ'

നീലസാരി എന്ന ചിത്രത്തിലെ ഈ ഗാനം മൃദുല ഹൃദയനായ ഒരു കാമുകന്റെ ഭാവങ്ങൾ പകർത്തിയെഴുതിയത്. വെറും പ്രാർത്ഥനകൾ മാത്രം. എന്തിനു വീണ്ടും ഉണരുന്നു നീ എന്ന പദപ്രയോഗം എത്ര സുന്ദരം.

തിരുവനന്തപുരത്തെ പാപ്പനംകോടിൽ നിന്നൊരു പാട്ടെഴുത്തുകാരൻ. ശ്രീ പാപ്പനംകോട് ലക്ഷ്മണൻ. 1967 മുതൽ ഏകദേശം പത്തൊൻപത് കൊല്ലത്തോളം മലയാള സിനിമയിൽ വന്നും പോയുമിരുന്നു. ദക്ഷിണാമൂർത്തിയുടെ സംഗീതത്തിൽ ഇന്ദുലേഖ എന്ന ചിത്രത്തിലെ കുറച്ചു ഗാനങ്ങൾ. എന്നാൽ പാട്ടുകൾ ശ്രദ്ധിക്കപ്പെടാൻ രണ്ടാമത്തെ സിനിമ വരേണ്ടി വന്നു.

അധികവും മസാലചിത്രങ്ങളിൽ ആയിരുന്നു ഇദ്ദേഹം പാട്ടുകൾ എഴുതിയിരുന്നത്. നിലവാരം ഉള്ള സിനിമകൾ ഇല്ലെന്നു തന്നെ പറയാം. പ്രേംനസീർ കാലം തുടങ്ങി ജയൻ തരംഗങ്ങളിലൂടെ കടന്നു പോയ പാട്ടുകാലം. എന്നാൽ അത്തരം സിനിമകളിലും പാപ്പനംകോട് ലക്ഷ്മണൻ തന്റേതായ ശൈലിയിൽ മികച്ച രചനകൾ സംഭാവന ചെയ്തിട്ടുണ്ട്.

പിക്പോക്കറ്റ് എന്ന പൊളിപ്പൻ ചിത്രത്തിലും സുന്ദരമായ ഗാനങ്ങൾ ഉണ്ട്.

മനുഷ്യപുത്രന്മാരെ നിങ്ങൾ ജനിച്ചതടിമകളാവാനോ എന്ന വിപ്ലവ ഗാനവുമായി ആദ്യം തന്നെ തിളങ്ങി... എം കെ അർജ്ജുനന്റെ സംഗീതത്തിൽ അതിലെ ഗാനങ്ങൾ എല്ലാം ഹിറ്റായിരുന്നു അന്ന്...

'പഴനിമലക്കോവിലിലെ പാൽക്കാവടി...'

'സ്വപ്നഹാരമണിഞ്ഞെത്തും മദനചന്ദ്രികയോ' എന്ന ജയചന്ദ്രൻ, വാണിജയറാം യുഗ്മഗാനം ശ്രദ്ധേയമായ ഒന്ന്...

ദക്ഷിണാമൂർത്തിയുടെ ഈണമാധുര്യത്തിൽ നീലസാരിയിലെ ഗാനങ്ങൾ മികവുറ്റതായി.

'എൻ പ്രിയമുരളിയിൽ ഒരു സ്വപ്ന ഗീതമായ്...'
'കാശ്മീരസന്ധ്യകളെ കൊണ്ടുപോരൂ...'
'പാർവണ ശശികല ഉദിച്ചതോ...'
'തപസ്വിനീ ഉണരൂ...'

എന്നിവയെല്ലാം തേനഞ്ചും ഈണങ്ങളിൽ മധുരിതമായി...

'മനിസൻ മണ്ണില് പരകോടി' (കായംകുളം കൊച്ചുണ്ണിയുടെ മകൻ)
'സ്വപ്നങ്ങൾ താഴിക കുടമേന്തും...'
'മൈലാഞ്ചിക്കാട്ടില് പാടിപറന്നു വരും...'

എന്നിവ തുടർന്ന് വന്ന എം.കെ.അർജ്ജുനൻ കൂട്ടുകെട്ടിൽ നിന്ന്...

ദക്ഷിണാമൂർത്തി, എം.കെ.അർജ്ജുനൻ സംഗീതമാണ് ഇദ്ദേഹത്തിന്റെ പാട്ടുകളെ ഇത്ര ഉയരത്തിൽ എത്തിച്ചത്.

മുറ്റത്തെ മുല്ലയിലെ 'മനം പോലെ ആണോ മംഗല്യം' എന്ന ദക്ഷിണാമൂർത്തി ഈണം, ദാമ്പത്യ ബന്ധത്തിന്റെ തുടക്കത്തിൽ തന്നെ വന്നു ചേർന്ന അസ്വാരസ്യങ്ങളുടെ വലിഞ്ഞു മുറുകിയ മാനസിക നിലയെ വരച്ചു കാട്ടുന്ന വരികൾക്ക് ചേർന്നത് തന്നെയായിരുന്നു.

ഒരു പാട്ടെഴുത്തുകാരനിലെ മനസ്സിന്റെ നൈർമല്യം തെളിയുന്ന തരത്തിൽ മനസ്സിലേക്ക് ഒഴുകിയെത്തുന്നു മറ്റൊരു ഗാനം. ശരിക്കും

അതൊരു എഴുത്തുകാരന്റെ നന്മ നിറഞ്ഞ, പ്രതീക്ഷ പൂവിടുന്ന ഒരു മനസ്സിനെ കാണിച്ചു തരുന്നു.

'സ്വപ്നങ്ങളാദ്യമായ് ഇന്നെൻ മനസ്സിന്റെ മുത്തുവിളക്കിൽ തിരി കൊളുത്തി' എന്ന പല്ലവിയിൽ തുടങ്ങിയ ഗാനം അത്തരമൊരു വികാരമാണ് നമ്മിൽ ജനിപ്പിക്കുന്നത്. തുടരുന്ന വരികളിലൊക്കെ തന്നെ അതതിന്റെ താളം വീണ്ടെടുക്കുന്നുണ്ട്.

'ദുഃഖങ്ങൾ ഏതുവരെ ഭൂമിയിൽ സ്വപ്നങ്ങൾ തീരുംവരെ' എന്ന മഹാസങ്കല്പം പാട്ടെഴുത്താക്കിയ പാപ്പനംകോട് പിന്നീടുണർന്നത് ജയൻ സിനിമകളിലേക്കാണ്...

ജയൻ സിനിമകളിലെ സംഗീതം എ.ടി.ഉമ്മർ, ശ്യാം എന്നിവരാൽ പുഷ്ടിപ്പെട്ടിട്ടുണ്ടെങ്കിലും ഏറെ യോജിച്ച സംഗീതം കെ.ജെ.ജോയ് പകർന്നു നല്കിയതാണെന്ന് തോന്നിയിട്ടുണ്ട്. അതിന്റെ ഏറ്റവും നല്ല തെളിവ് മനുഷ്യമൃഗം എന്ന ചിത്രത്തിലൂടെ കാണാം...' കസ്തൂരി മാന്മിഴി മലർശരമെയ്തു' എന്ന ഹൃദ്യഗാനം ഒരുദാഹരണം.

അർദ്ധ ക്ലാസിക്കൽ ലെവലിൽ ഒരു നൃത്ത ഗാനമുണ്ട്

'അജന്താ ശില്പങ്ങളിൽ സുരഭീ പുഷ്പങ്ങളിൽ...'

കുറച്ച് നീണ്ടൊരു ഗാനമാണ്.

വാണിജയറാമാണ് ഇദ്ദേഹത്തിന്റെ മിക്ക ഗാനങ്ങളിലും പെൺശബ്ദമായി വന്നിട്ടുള്ളത്. ആ ശബ്ദം ഒരു പ്രത്യേക ഊർജം തന്നെ പ്രദാനം ചെയ്യുന്നത്.

കെ.ജെ.ജോയ് സംഗീതം പിന്നീട് ഏറെ ചിത്രങ്ങളിൽ കൂട്ടുചേർന്നു പോയിട്ടുണ്ട്.

'മധുമൊഴിയോ രാഗമാലികയോ' (നിഴൽയുദ്ധം)
'വസന്തം നീൾമിഴിത്തുമ്പിൽ' (ഇതിഹാസം)
'ആകാശം നിറയെ ദീപാവലി' (ഇതിഹാസം)
'ദുഃഖമേ നീ അഗ്നിയോ' (ഇതിഹാസം)
'മാൻ കണ്ണു തുടിച്ചു' (അങ്കം)
'ശരൽക്കാലങ്ങളിതൾ ചൂടുന്നുവോ' (അങ്കം)
'പകരാം ഞാൻ പാനമുന്തിരി' (അട്ടിമറി)

എന്നീ ഗാനങ്ങളൊക്കെ കടുത്ത മസാല സിനിമകളിൽ ആശ്വാസം തന്ന ഗാനങ്ങളാണ്...

മഹാബലി എന്നതിലെ സ്വരങ്ങൾ പാദസരങ്ങളിൽ എന്ന വാണിജയറാം ഗാനം അർദ്ധ ക്ളാസിക്കൽ മൂഡിൽ ഉണരുന്നത്.

എൺപത് തൊണ്ണൂറു കാലങ്ങളിൽ രതിവൈവിധ്യങ്ങളുടെ ലീലാ വിലാസങ്ങൾ പാട്ടുകളിൽ കൂട്ടിച്ചേർക്കു വാനായി പ്രാവീണ്യം നേടിയ ചില പാട്ടെഴുത്തുകാർ ഉണ്ടായിരുന്നു. അത്തരം സീനുകൾക്കു പാട്ടെഴുതേണ്ടി വന്നപ്പോഴും പാപ്പനംകോട് ഒരിക്കലും ഒരു പരിധി വിട്ടെഴുതിയിട്ടില്ല...അതിന്റെ ചെറിയൊരുദാഹരണം കൂടി എഴുതിയിട്ട് ഇതവസാനിപ്പിക്കാം...

മഹാബലിയിലെ പ്രസിദ്ധ ഗാനം...

'സൗഗന്ധികങ്ങൾ വിടർന്നു'
'സഖിയുടെ കാർക്കുന്തലണിഞ്ഞു'
'മാനസസരസ്സിലെ മണിയരയന്നങ്ങൾ'
'ആലിംഗനങ്ങളിലോ...'
'ഈ സൗരഭം എവിടെ നിന്നോ?'

അകാലത്തിൽ ജീവിതത്തിൽ നിന്നും വേർപിരിഞ്ഞുപോയ പാപ്പനംകോട് ലക്ഷ്മണൻ എന്ന പാട്ടെഴുത്തുകാരന് തന്റെ അവസാന കാലം വരെ സിനിമയിൽ നിറഞ്ഞു നിൽക്കാൻ കഴിഞ്ഞിരുന്നു.

ജാസി ഗിഫ്റ്റ്-സഫലമീ സംഗീത യാത്ര

നിരവധി സംഗീത സംവിധായകരിലൂടെ കടന്നു പോയിരിക്കുന്നു. മലയാളത്തിന്റെ സ്വന്തമായവരും, അന്യഭാഷയിൽ നിന്ന് വന്നവരും ആയി ഒട്ടേറെ പേർ. കർണ്ണാട്ടിക് രാഗങ്ങളിൽ ചിട്ടപ്പെടുത്തിയ ഗാനങ്ങളേറെ കേട്ടു. എല്ലാ സംഗീതജ്ഞർക്കും പൊതുവായ ചില സാമ്യതകൾ ഉണ്ടാവും. ഒരേ രാഗത്തിൽ തന്നെ എത്രയെത്ര ഗാനങ്ങൾ! പലരും മാറി മാറി കൈകാര്യം ചെയ്തത്. ദക്ഷിണേന്ത്യൻ സംഗീതത്തിന്റെ ചിട്ടവട്ടങ്ങളിൽ ഒതുങ്ങി വിശാലമായ ഒരു സംഗീത പ്രപഞ്ചം നമുക്കായി കാഴ്ചവെച്ചവർ! ഹിന്ദുസ്ഥാനി സംഗീതത്തിന്റെ, ഗസലിന്റെ ഊടുവഴികളിലൂടെ നടത്തി കുറച്ചുപേർ. എം. എസ്.ബാബുരാജിലൂടെ... രമേശ് നാരായണനിലൂടെ...

എൺപതുകളിൽ, തൊണ്ണൂറുകളിൽ ശ്യാം സംഗീതത്തിന്റെ മറ്റൊരു തലം വന്നുചേർന്നു. വെസ്റ്റേൺ സംഗീതത്തിന്റെ കുഞ്ഞലകൾ തീർത്ത ഒരു സുന്ദരകാലം.

രണ്ടായിരം എത്തിചേർന്നപ്പോൾ വെസ്റ്റേൺ അരച്ചുകലക്കി കുടിച്ച ഒരു സംഗീത സംവിധായകൻ വന്നു ചേർന്നു. ശ്രീ ജാസി ഗിഫ്റ്റ്. മലയാളത്തിന്റെ പുത്രൻ ആയിട്ടും മറ്റു ഭാഷകളിൽ ആണ് ഇദ്ദേഹത്തിന് കൂടുതൽ അവസരങ്ങളും, അംഗീകാര്യങ്ങളും ലഭിച്ചത്. തമിഴിലും, തെലുങ്കിലും തിളങ്ങിയെങ്കിലും കൂടുതൽ പേരെടുത്തത് കന്നടയിൽ ആണ്.

ഫിലിം ഫെയർ അവാർഡ്, ബാംഗ്ലൂർ ടൈംസ് ഫിലിം അവാർഡ്, തുടങ്ങിയവയൊക്കെ കരസ്ഥമാക്കാൻ കഴിഞ്ഞിരുന്നു.

മലയാളത്തിൽ നിന്ന് അക്കാലത്തെ സൂപ്പർ ഹിറ്റായ ഫോർ ദി പീപ്പിൾ സിനിമയിലെ സംഗീതത്തിനും, പാടിയതിനും ആയി വനിതാ, ഏഷ്യാനെറ്റ് അവാർഡുകൾ നേടുകയുണ്ടായി.

വെസ്റ്റേൺ മാസ്മരികതയിൽ മുങ്ങിത്താണിരുന്ന സംഗീത മനസ്സായിരുന്നു എന്ന് തോന്നിപ്പിക്കുന്ന രീതിയാണ് ഈണത്തിലും, ആലാപനത്തിലും. ആ ഒരു വ്യത്യസ്ഥത തന്നെയാണ് ഫോർ ദി പീപ്പിൾ എന്ന സിനിമയെ സൂപ്പർ മെഗാ ഹിറ്റാക്കി അന്ന് മാറ്റിയതും. മലയാള സിനിമയിൽ ആദ്യമായ് കേട്ട മറ്റൊരു സംഗീതം. വെസ്റ്റേൺ മിക്സിങ്ങിൽ മുങ്ങിത്താണ കൈതപ്രം വരികൾ പുതിയൊരു വഴി തുറന്നു.

'ലജ്ജാവതിയെ നിന്റെ കള്ളക്കടക്കണ്ണിൽ...'
'നിന്റെ മിഴിമുന കൊണ്ടെന്റെ...'
'ലോകാ സമസ്ത സുഖിനോ ഭവന്തു...'
'അന്നക്കിളി നീയെന്നിലെ വർണ്ണകനവേറി വന്നു...'

അന്ന് ലജ്ജാവതിയെ കളിയാക്കിയവർ പോലും അറിയാതെ താളം പിടിച്ചു കൊണ്ട് ഒറ്റയ്ക്കെങ്കിലും കേൾക്കാൻ ശ്രമിച്ച ഗാനം ആണ്.

അത്രയ്ക്കേറെ അന്നത്തെ യുവജനത അടക്കം ആഹ്ലാദത്തോടെ എതിരേറ്റ ഒരു ഗാനം ആയിരുന്നു ഇത്.

എന്നാൽ അരങ്ങേറ്റം അങ്ങനെയായിരുന്നില്ല. സഫലം എന്ന ചിത്രത്തിലൂടെ. സ്നേഹനിധികളായ ദമ്പതികൾക്ക് വാർദ്ധക്യ കാലത്ത് നേരിടേണ്ടി വന്ന ഒറ്റപ്പെടലുകൾ ചിത്രീകരിച്ച സിനിമ.

'തൂവെള്ള തൂവും ഉഷസ്സിൽ വാനിൽ കാർമേഘത്തിൻ ശരമാല' എന്ന മൃദുല ഗാനം രാജേഷ് വിജയ് എന്ന ഗായകൻ ആലപിച്ചത്. എത്ര മാത്രം സോഫ്റ്റ് ആയ ഒരു ഗാനം എന്ന് വിശേഷിപ്പിക്കാവുന്നത്... തങ്കൻ തിരുവട്ടാർ രചന.

രണ്ടാമത്തെ ചിത്രത്തിലൂടെ തന്റെ ഇഷ്ടരീതി തുടങ്ങാൻ അദ്ദേഹത്തിന് കഴിഞ്ഞു. മലയാളിത്തം കുറഞ്ഞ ഗാനം എന്ന് ചിലർ പരിഭവം പറഞ്ഞെങ്കിലും...

'തെമ്മാ തെമ്മാ തെമ്മാടി കാറ്റേ...' എന്ന റൈൻ റൈൻ കം എഗൈ നിലെ ജോസ്ന പാടിയ ഗാനത്തിലൂടെ ജാസി സംഗീതം വഴിവെട്ടുകയായിരുന്നു.

ശേഷം ആദ്യ ഗാനത്തിന്റെ ചുവട് ചേർന്ന് പോയ ഒരു ഗാനം വന്നു. ഡിസംബർ എന്ന ചിത്രത്തിലെ 'സ്നേഹത്തുമ്പീ ഞാനില്ലേ കൂടെ' എന്ന യേശുദാസ് ഗാനം. അതിലെ തന്നെ 'ഇരുളിൻ കയങ്ങളിൽ പുതിയൊരു സൂര്യൻ പുലർന്നുവോ' എന്ന ഗാനവും നന്നായിരുന്നു.

കവി ഇഞ്ചക്കാട് ബാലചന്ദ്രന്റെ രചനയിൽ ജാസി ഈണം കവിഞ്ഞൊഴുകുന്ന ഒരു ഗാനം ഉണ്ട് ജയരാജിന്റെ അശ്വാരൂഢനിൽ. 'അഴകാലില മഞ്ഞച്ചരടിലെ പൂത്താലി' എന്ന ഗാനം ജാസി ഗിഫ്റ്റിനോടൊപ്പം അഖില 'ആനന്ദ് സുന്ദരമാക്കിയത്. നീലത്തടാകങ്ങളോ സഖീ...' (ബൽറാം/താരാദാസ്)

'കേട്ടില്ലേ കേട്ടില്ലേ എന്റെ കള്ളച്ചെറുക്കന്" (പോക്കിരി രാജ)

'മണിക്കിനാവിൻ കൊതുമ്പുവള്ളം' (പോക്കിരി രാജ)

എന്നിവയിലൂടെ തന്റെ സഞ്ചാരം തുടർന്നുകൊണ്ട് ചൈനാ ടൗണിലെ ഒരു സൂപ്പർ ഗാനത്തിൽ താൽക്കാലിക നങ്കൂരമിട്ടു.

'അരികിൽ നിന്നാലും അറിയുവാനാവുമോ...' ഈ ഗാനത്തിന്റെ എല്ലാ അഴകും കേട്ടറിയേണ്ടതാണ്...

ജാസി ഗിഫ്റ്റിന്റെ സൂപ്പർ ഹിറ്റ് പിറന്നത് ശരിക്കും പിന്നീടാണ്. ഭരതന്റെ പുത്രൻ സിദ്ധാർഥ് സംവിധാനം ചെയ്തഭിനയിച്ച ഭരതന്റെ തന്നെ ആദ്യകാല ചിത്രങ്ങളിൽ ഒന്നായ നിദ്രയുടെ റീമേക്കിൽ...

ശ്രേയാ ഘോഷാൽ അതീവ സുന്ദരമായി ആലപിച്ച 'ശലഭ മഴ പെയ്യുമീ വാടിയിൽ പൂക്കളിൽ...'

റഫീഖ് അഹമ്മദിന്റെ കൊതിപ്പിക്കുന്ന രചന. ജാസി ഗിഫ്റ്റിന്റെ അതിലേറെ കൊതിപ്പിച്ച ഈണമാധുരി...

മറ്റുള്ളവരുടെ സംഗീതത്തിൽ കുറച്ചു സിനിമകളിൽ പാടിയിട്ടും ഉണ്ട് ഇദ്ദേഹം...ഇനിയും ജാസി സംഗീതം പുതുമകളോടെ പുനർജനിക്കട്ടെ എന്നാശംസിക്കുന്നു.

ദലീമ

ഒരേ ഛായയുള്ളവർ ലോകത്തിൽ ഏറെ പേരുണ്ടാവും. ചെറിയ ചെറിയ വ്യത്യാസങ്ങളിൽ തമ്മിൽ തെറ്റിപ്പോവുന്നവർ. പെരുമാറ്റത്തിൽ ഒരേപോലെ ഉള്ളവർ... അങ്ങനെയും അപൂർവം പേരുണ്ടാവും. ഒരേ ശബ്ദം... കണ്ണടച്ച് ശ്രദ്ധിച്ചാൽ പോലും തിരിച്ചറിയാൻ പറ്റാത്ത സാമ്യം ഉള്ളവർ. അങ്ങനെ സാമ്യം തോന്നുന്ന തരത്തിൽ കാഴ്ചയിലും, പെരുമാറ്റത്തിലും, ശബ്ദത്തിലും എല്ലാം ഓരോരോ ഇടങ്ങളിൽ മനുഷ്യരെത്രയോ ഉണ്ട്. പ്രശസ്തരായവരുമായി സാമ്യം തോന്നുന്നത് അത്യപൂർവമായി അനുഭവപ്പെടുന്നത്. അത്തരം ഒരു സാമ്യത ഒന്ന് തേടിപോവാം...

എസ്.ജാനകി. ശബ്ദ മാധുര്യത്തിന്റെ ഉന്നതങ്ങളിലെ നില തുടരുന്ന ഈ ദക്ഷിണേന്ത്യൻ ഗായികയോട് ശബ്ദത്തിൽ സാമ്യം തോന്നുന്ന ഒരു ഗായിക നമുക്ക് മലയാളത്തിൽ ഉണ്ട്. ആലപ്പുഴക്കാരിയായ ദലീമ എന്ന ഗായികയെ കുറിച്ചാണ് സൂചിപ്പിച്ചത്. ശബ്ദത്തിൽ എസ്. ജാനകിയോടു ഏറെ സാമ്യം തോന്നിപ്പിക്കുന്നത്. മലയാള സിനിമയിൽ ഏറെയൊന്നും പാടാൻ ഇവർക്കവസരം ലഭിച്ചിട്ടില്ല. അത്രയും മധുര ശബ്ദമായിട്ടും എന്തോ വളരെ കുറച്ച മലയാള ച ലച്ചിത്രത്തിലെ പാടാൻ കഴിഞ്ഞുള്ളൂ. അതും ശ്രദ്ധിക്കപ്പെട്ടത് വിരലിൽ എണ്ണാവുന്നതും... അതൊരിക്കലും അവരുടെ കഴിവിന്റെ കു റവായി തോന്നില്ല. കാരണം എടുത്തു പറയാവുന്ന പാട്ടുകളുടെ മനോഹാരിത അത് കേട്ടാലേ മനസ്സിലാവൂ...

'മഞ്ഞുമാസപ്പക്ഷി മണിത്തൂവൽ കൂടുണ്ടോ' (കൃഷ്ണഗുഡിയിൽ ഒരു പ്രണയകാലത്ത്)

ഗിരീഷ് പുത്തഞ്ചേരിയുടെ രചനയ്ക്ക് വിദ്യാസാഗറിന്റെ സംഗീതം... നല്ലൊരു തുടക്കം കിട്ടിയിട്ടും ശ്രദ്ധിക്കപ്പെട്ടില്ല.

'ഈ തെന്നലും തിങ്കളും പൂക്കളും' (നീ വരുവോളം)

ഗിരീഷ് പുത്തഞ്ചേരി രചന ജോൺസൻ സംഗീതം.

കല്യാണപിറ്റേന്നിൽ തുടങ്ങി ശ്രീകൃഷ്ണപുരത്തെ നക്ഷത്ര തിളക്കം, ഗ്രാമപഞ്ചായത്ത്, ഇംഗ്ലീഷ് മീഡിയം ഇവയിലൂടെയൊക്കെ കടന്നു പോവാൻ പറ്റിയെങ്കിലും ചൊവ്വുള്ള ഗാനങ്ങളൊന്നും ആയിരുന്നില്ല അവയൊന്നും...

ആ ശബ്ദ മാധുര്യം സിനിമാ ഗാനങ്ങളിലൂടെ കേൾക്കാൻ ആയില്ലെങ്കിലും കൈ നിറയെ ഭക്തി ഗാനങ്ങൾ ഉണ്ട് ദലീമക്ക്. ക്രിസ്ത്യൻ, ഹിന്ദു ഭക്തിഗാനങ്ങളിലൂടെ ദലീമ തിളങ്ങി നിൽക്കുന്നുമുണ്ട്.

ഇന്നിപ്പോൾ കേരളത്തിന്റെ ഒരു നിയോജക മണ്ഡലത്തെ പ്രതിനിധീകരിക്കുന്ന എം എൽ എ കൂടിയാണ് ദലീമ. സി പി ഐ എമ്മിനെ പ്രധിനിധീകരിച്ചു കൊണ്ട് അരൂർ നിയോജക മണ്ഡലത്തിൽ നിന്നും ജയിച്ചു കയറിയിരിക്കയാണ്...

സിനിമയിൽ പരാജയപ്പെട്ടെങ്കിലും സമൂഹത്തിനുവേണ്ടി ഒരു എമ്മെല്ലേ എന്ന നിലയിൽ ദലീമയ്ക്ക് പലതും ചെയ്യാൻ കഴിയും... അതിനുള്ള എല്ലാ അവസരങ്ങളും അവർക്കു കിട്ടട്ടെ എന്നാശംസിച്ചു കൊള്ളുന്നു.

കോലക്കുഴൽ വിളി കേട്ടു

മനുഷ്യഗന്ധമുള്ള തിരക്കഥകൾ സിനിമക്കായി എഴുതിയവരുടെ കണക്കെടുക്കുമ്പോൾ കൂടല്ലൂരിൽ നിന്നൊരു കഥാകാരന്റെ രൂപം മനസ്സിൽ തെളിയും. എം.ടി.വാസുദേവൻ നായർ. മലയാള സിനിമയുടെ ചരിത്രം എഴുതി വരുമ്പോൾ തീർച്ചയായും എം.ടി.യിലെത്തുമ്പോൾ ജീവിതഗന്ധം ശരിക്കും അനുഭവിച്ചറിയും. അതിന്റെ കാലങ്ങളിലൂടെ പോകുന്നില്ല. കാലങ്ങൾക്കുശേഷം അതേ വൈകാരികതകൾ ഏറ്റു വാങ്ങി മനുഷ്യനെ മഹത്ത്വവൽക്കരിച്ച മറ്റൊരു തിരക്കഥാകൃത്തും കൂടി വന്നു ചേർന്നു. തനിയാവർത്തനത്തിലൂടെ മലയാളത്തിന് കിട്ടിയ വരദാനം. ശ്രീ എ.കെ.ലോഹിതദാസ്. തിരക്കഥാകൃത്തായി, സംവിധായകനായി മലയാള സിനിമയ്ക്ക് വേണ്ടതെല്ലാം നൽകി അകാലത്തിൽ യാത്രയായെങ്കിലും അദ്ദേഹത്തിന്റെ മറ്റൊരു പ്രതിഭാതിളക്കത്തെ ഒന്നോർത്തെടുക്കാൻ തോന്നി.

തിരക്കഥാകൃത്ത്, സംവിധായകൻ എന്നതിന് ശേഷം മികച്ചൊരു ഗാനരചയിതാവും കൂടിയാണ് ലോഹിതദാസ്. ആറോളം സിനിമകളിൽ മാത്രമേ പാട്ടുകൾ എഴുതിയിട്ടുള്ളുവെങ്കിലും അതൊക്കെ നമ്മളിന്നും ഏറ്റു പാടുന്നവയാണ് എന്നതാണ് കാര്യം.

നൂറു ശതമാനവും സ്വന്തം സിനിമകൾ എന്ന് പറയാൻ പറ്റുന്നത് അദ്ദേഹം തിരക്കഥ എഴുതി സംവിധാനം ചെയ്തവതന്നെയാണ്. ലോഹിതദാസിന്റെ മികച്ചത് തീർച്ചയായും മറ്റുള്ളവർ സംവിധാനം ചെയ്തവ തന്നെ എന്നത് മറന്നിട്ടല്ല പറയുന്നത്. എങ്കിലും സ്വന്തം സിനിമയിൽ പാട്ടുകൾ എഴുതാൻ അവകാശം അദ്ദേഹത്തിനുണ്ടല്ലോ!

2000 ത്തിൽ ആണ് സ്വന്തം സിനിമകൾ സംവിധാനം ചെയ്യാൻ അദ്ദേഹം തുനിഞ്ഞത്. ജോക്കർ എന്ന സിനിമയിൽ തന്നെ അതിന് തുടക്കവും കുറിച്ചു. അതൊരു വെറും താല്പര്യം മാത്രമായിരുന്നില്ല. അദ്ദേഹത്തിന്റെ സിനിമകൾ കവിത തന്നെയായിരുന്നു. തിരക്കഥയിലെ ആ സ്നേഹകവിത നമ്മളെത്ര ആസ്വദിച്ചത് ജോക്കറിലെ 'അഴകേ നീ പാടും പ്രേമ ഗാനം' എന്ന മോഹൻ സിതാര സംഗീതം ചെയ്ത ഗാനം ചിത്രത്തിൽ ഇല്ല എന്ന് തോന്നുന്നു. നല്ലൊരു പ്രണയ ഗാനം തന്നെ യാണത്...

'ചെമ്മാനം പൂത്തേ പുതു സിന്ദൂരം തൊട്ടേ' എന്ന ഗാനം തന്നെ പോപ്പുലർ ആയത്.

സൂത്രധാരനിലെ ടൈറ്റിൽ സോങ് ഏറെ സുന്ദരം.. 'ദേവദുന്ദുഭീ ധ്യാനമുണരും പുലർകാലം' എന്ന എം ജി ശ്രീകുമാർ ഗാനം രവീന്ദ്രന്റെ സംഗീതത്തിൽ നല്ലൊരു തുടക്കമായി ആ സിനിമയ്ക്ക്. അതിലെ തന്നെ 'ഇരുളുന്ന സന്ധ്യാംബരം' എന്ന ഗാനവും സന്ദർഭത്തിന് യോജിച്ചത്..

ലോഹിതദാസ് സംവിധാനം ചെയ്തതിൽ നന്നായി എന്ന് തോന്നിയ ചിത്രമായിരുന്നു കസ്തൂരിമാൻ. അതിലെ ഗാനങ്ങളും ഹൃദ്യം. ലോഹിതദാസ് രചിച്ച ഒരു ഗാനം ഉണ്ടതിൽ. സിനിമയുടെ മർമ്മത്തിൽ തന്നെ ഏറ്റിവെച്ച ഗാനം...

'രാക്കുയിൽ പാടി രാവിന്റെ ശോകം' എന്ന ഔസേപ്പച്ചൻ ഈണത്തിൽ വന്നത് വലിയൊരു ഓളം സൃഷ്ടിച്ചിരുന്നു. അർദ്ധ ക്ലാസ്സിക്കൽ ഭാവത്തിൽ വയലിൻ സൗന്ദര്യം ഈറനണിയിച്ച ഗാനം. പിന്നീട് ചക്കരമുത്തിലെ ക്ലൈമാക്സിൽ ഒരു ഗാനം... 'പഹാഡി പാടൂ ഗായികേ' എന്ന എം.ജയചന്ദ്രൻ ഈണം. എല്ലാം കൊണ്ടും ഒരു ലോഹി ടച്ച് കൈവന്ന ഗാനവും വന്നു. നിവേദ്യം എന്ന തന്റെ അവസാന സിനിമകളിലൊന്നിൽ... 'കോലക്കുഴൽ വിളി കേട്ടോ എൻ രാധേ...' വരികളും, സംഗീതവും, ആലാപനവും, ചിത്രീകരണവും എല്ലാം കൊണ്ടും കരൾ നിറഞ്ഞ ഗാനം. പാട്ടെഴുത്തിൽ ലോഹിതദാസ് തുടർന്നേനെ... പക്ഷെ വിധി അതി നനുവദിച്ചില്ല. തന്റെ സിനിമകളിൽ മാത്രമേ അദ്ദേഹം പാട്ടുകൾ എഴുതാൻ തുനിഞ്ഞിരുന്നുള്ളൂ... എന്നാൽ ആ പതിവ് തെറ്റിച്ചത് ഒരു സിനിമയിൽ മാത്രം.

സുൽത്താൻ എന്ന ഒറ്റ സിനിമയിൽ. 'രാക്കുയിൽ കൂട്ടുകാരീ'എന്ന എം.ജയചന്ദ്രൻ ഗാനം മാത്രം അതിനൊരു ഉദാഹരണമായി ഉണ്ട്...

കൂടുതലൊന്നും ആസ്വദിക്കാനുള്ള ഭാഗ്യം നമുക്കുണ്ടായില്ല... ഗാനമായാലും, സിനിമയായാലും... യാത്രയായ ആ മഹാപ്രതിഭയെ ഗാനങ്ങളോടൊപ്പം ഒന്ന് ചേർത്തുവെച്ചു എന്ന് മാത്രം...

ഓർമ്മയിലൊരു ശിശിരം

ഗായകർക്കെല്ലാർക്കും അവരവരുടേതായ ഒരു സ്റ്റൈൽ ഉണ്ട്. ആ ആലാപനരീതിയാണ് അവരെ ആ ഫീൽഡിൽ കീർത്തിമാനാക്കുന്നതും, പുരസ്കാരജേതാക്കളാക്കുന്നതും. എൺപതുകളുടെ തുടക്കം വരെ മലയാളത്തിൽ യേശുദാസ്, ജയചന്ദ്രൻ തരംഗം തന്നെയായിരുന്നു. ദേവഗായകന്റെയും, ഭാവഗായകന്റെയും ശബ്ദമാധുരി ആസ്വദിച്ചുകൊണ്ട് നമ്മൾ. ഒറ്റയും തെറ്റയും ചിലർ വന്നുപോവും. പലരും വേര് പിടിക്കില്ല. കഴിവുള്ളവർപോലും പിന്തള്ളപ്പെട്ടകാലം. 1981-ൽ ട്രാക്ക് പാടിവന്ന ആൾ തന്നെ പ്രധാനഗായകനാവുന്നതും മലയാളസിനിമ സാക്ഷി. കടത്ത് എന്ന പി.ജി. വിശ്വംഭരൻ ചിത്രത്തിലൂടെ ഒരു പതിഞ്ഞ ശബ്ദം മലയാളത്തെ ഗ്രസിച്ചു. പ്രണയഗാനങ്ങളിലെ ആ നിശബ്ദരാഗ നിമന്ത്രണങ്ങൾ ശ്രോതാക്കളെയും ത്രസിപ്പിച്ചു.

'ഓളങ്ങൾ താളം തല്ലുമ്പോൾ നീലക്കുരുവീ നീയെന്തേ നാണിച്ചിരിക്കുന്നു...' ഈ ബിച്ചുതിരുമല ഗാനവീചികൾ മലയാളക്കരയാകെ ഓളങ്ങൾ സൃഷ്ടിച്ചു.

'വെണ്ണിലാച്ചോലയിൽ തെന്നലേ നീരാടി വാ...
പൂന്നാരേ... പൂന്തിങ്കളെ... രാവിൻ ചായൽ പൂ മൂടി വാ...'

ഈ ഗാനങ്ങൾ സോളോയായും, യുഗ്മഗാനമായും നല്ലൊരാസ്വാദനം നല്കുന്നവയായിരുന്നു. ശ്രീ ഉണ്ണിമേനോന്റെ അരങ്ങേറ്റമായിരുന്നു അത്. ശ്യാം എന്ന സംഗീത സംവിധായകൻ പരിചയപ്പെടുത്തിയ പ്രതിഭ. ശ്യാം സംഗീതത്തിൽ തന്നെ ഉണ്ണിമേനോന് ഇവിടെ ഒരു അഡ്രസ് ഉണ്ടാവുകയും, അത് സ്ഥിരമാവുകയും ചെയ്തു. ശ്യാം ഒട്ടേറെ ഗാനങ്ങൾ പിന്നീട് ഉണ്ണിമേനോന് നൽകുകയുണ്ടായി.

എൺപതുകളിലെ മിക്ക മമ്മൂട്ടി, മോഹൻലാൽ, നെടുമുടി വേണു ചിത്രങ്ങളിലെയും പാട്ടുകൾ ഉണ്ണിമേനോൻ ആയിരുന്നു പാടിയിരുന്നത്.

ശ്യാം സംഗീതത്തിൽ ഉണ്ണിമേനോന് കിട്ടിയ പാട്ടിന്റെ വൈഡൂര്യ മുത്തുകൾ ഒന്നെണ്ണി നോക്കുന്നത് കൗതുകകരം. ഏറ്റവും പ്രധാനപ്പെട്ടവ ഇവയൊക്കെയാണ്.

'വളകിലുക്കം ഒരു വളകിലുക്കം' (മുന്നേറ്റം)

'മാനത്തെ ഹൂറി പോലെ പെരുന്നാൾ പിറ പോലെ' (ഈനാട്)

'തേൻപൂക്കളിൽ കുളിരിട്ടും തേൻ തെന്നലേ' (ശരവർഷം)

'ജോൺ ജാഫർ ജനാർദ്ദനൻ ഒരുമിക്കും പന്തങ്ങൾ' (ജോൺ ജാഫർ ജനാർദ്ദനൻ)

'പൂന്തട്ടം പൊങ്ങുമ്പോൾ തെളിയുന്നതു നെറ്റി...'

'വിടർന്നു തൊഴുകൈ താമരകൾ...'

'സ്വർഗ്ഗവാതിൽ തുറന്നു തന്നു' (ഇനിയെങ്കിലും)

'പോം പോം ഈ ജീപ്പിനു മദമിളകി' (നാണയം)

'മൂടൽമഞ്ഞിൻ ചേലയൂർന്നിതേ..' (ആരാരുമറിയാതെ)

'അലസതാ വിലസിതം' (അക്ഷരങ്ങൾ)

'തൊഴുതു മടങ്ങും സന്ധ്യയുമേതോ...'

'മാറത്തു മറുകുള്ള മന്ദാരപ്പൂവിന്റെ' (കരിമ്പ്)

'അരയന്നക്കിളിയൊന്നേൻ മനസത്തിൽ' (മാന്യമഹാജനങ്ങളെ)

'ചന്ദനക്കുറിയുമായി സുകൃത വനിയിൽ' (ഒരു നോക്ക് കാണാൻ)

'ചിന്നകുട്ടീ ഉറങ്ങീലെ...'

'തൂ വെൺതൂവൽ ചിറകിൽ' (അങ്ങാടിക്കപ്പുറത്ത്)

'തെന്നലാട്ടും പൂമരത്തിൽ' (കണ്ടു കണ്ടറിഞ്ഞു)

'താഴം പൂക്കൾ തേടും കാറ്റിൻ രാഗം...'

'ഓർമ്മയിലൊരു ശിശിരം..' (ഗാന്ധിനഗർ സെക്കന്റ് സ്ട്രീറ്റ്)

'എന്റെ ഉയിരായി നീ മാറി' (ക്ഷമിച്ചു എന്നൊരു വാക്ക്)

'സ്നേഹപ്പൂക്കൾ വാരിച്ചൂടി' (ചേക്കേറാനൊരു ചില്ല)

'പൂവേ.. അരിമുല്ല പൂവേ...' (എന്ന് നാഥന്റെ നിമ്മി)

ഒരു മലയാളി ഗായകന് ഒരു സംഗീത സംവിധായകനിൽ നിന്ന് ഇങ്ങനെ ഒരനുഗ്രഹം കിട്ടിയിട്ടുണ്ടാവില്ല. മിക്കവാറും ശ്യാം സംഗീതത്തിൽ ഉണ്ണിമേനോന് ഒരു പാട്ടെങ്കിലും ഉണ്ടാവും. സംഘഗാനമാ

യാലും ഉണ്ണി മേനോൻ സഹകരിക്കുകയും ചെയ്തു.

രഘുകുമാർ സംഗീത സംവിധായകനായി വന്നത് മുതൽ ഇടയ്ക്കിടെ ഗാനങ്ങൾ കൊടുത്തുകൊണ്ടിരുന്നു.

'ഒരു പുന്നാരം കിന്നാരം ചൊല്ലാം ഞാൻ' (ബോയിങ് ബോയിങ്)

'ഈ കുളിർ നിശീഥിനിയിൽ ഉറങ്ങിയോ' (ആയിരം കണ്ണുകൾ)

എസ് ജാനകിയോടുത്തുള്ള ഈ യുഗ്മഗാനം അതീവഹൃദ്യമായത്.

ജാനകിയോടൊപ്പം അത് ഇരട്ടിമധുരമായി അനുഭവപ്പെട്ടു.

'പൂങ്കാറ്റേ പോയി ചൊല്ലാമോ' (ശ്യാമ) എന്നീ ഗാനവും ഈ കൂട്ടു കെട്ടിലെ മികച്ച അദ്ധ്യായം.

എം.ജി.ശ്രീകുമാറിന്റെ വരവോടു കൂടി മോഹൻലാൽ ചിത്രങ്ങളിൽ നിന്നും ഉണ്ണിമേനോൻ ഔട്ട് ആവുകയായിരുന്നു. എം.ജിയുടെ പിടി പാട്ടുകളും, സുഹൃദ് ബന്ധങ്ങളും കാരണം പിന്നീട് മിക്ക ചിത്രങ്ങ ളിലും അദ്ദേഹം തന്നെ ആയിരുന്നു പാടിയിരുന്നത്. അപ്പോഴും ഒരു കുഞ്ഞു പിന്മാറ്റം നടത്തിയ ഉണ്ണിമേനോൻ പിന്നീട് കാലങ്ങളോളം മറ്റു ദക്ഷി ണേന്ത്യൻ ചിത്രങ്ങളിൽ സജീവമായി. പ്രത്യേകിച്ച് തമിഴിൽ. മലയാള ത്തിൽ നിന്നും ലഭിക്കാത്ത പുരസ്കാരം അവിടെ നിന്നും രണ്ടു തവണ ഇദ്ദേഹത്തിന് കിട്ടുകയുണ്ടായി. എങ്കിലും ഇടയ്ക്കിടെ ഇദ്ദേഹത്തിന്റെ ശബ്ദം മലയാളത്തിന് ആവശ്യമായിരുന്നു. അപ്പോഴെക്കെ ചില പ്രിയ പ്പെട്ട സംവിധായകർ ഉണ്ണിമേനോനെ ഇങ്ങോട്ടുതന്നെ കൊണ്ടുവന്നു.

സിദ്ധിഖ് ലാലിന്റെ സിനിമകളിലെ പോലെ...

'ഒരായിരം കിനാക്കളാൽ' (റാംജി റാവ് സ്പീക്കിങ്)

'ഏകാന്ത ചന്ദ്രികേ' (ഇൻ ഹരിഹർ നഗർ)

'പൂക്കാലം വന്നു പൂക്കാലം' (ഗോഡ് ഫാദർ)

കാലങ്ങൾക്കു ശേഷം പിന്നീട് വന്നത് ഉണ്ണിമേനോൻ നായകനായി അഭിനയിച്ചു കൊണ്ട് പ്രഭാവർമ്മ എഴുതിയ വരികൾക്ക് സംഗീതം ചെയ്തു പാടിയ പാട്ടുമായാണ്. അന്ന് വരെ പാടിയ ഏതു പാട്ടിനേക്കാൾ മുൻപന്തിയിൽ അതെത്തുകയും ചെയ്തു.

'ഒരു ചെമ്പനീർ പൂവിറുത്തു ഞാനോമലേ' (സ്ഥിതി). ഇതായിരുന്നു ആ ഗാനം.

ശരിക്കും മിഴിനീർ പൂവുകൾ മുതൽ ബട്ടർഫ്ളൈസ് വരെ മിക്ക മോഹൻലാൽ സിനിമകളിലും പ്രധാന ഗായകൻ ഇദ്ദേഹമായിരു ന്നു. രാജാവിന്റെ മകനിലെ എസ്.പി.വെങ്കിടേഷിന്റെ ഈണത്തിൽ 'വിണ്ണിലെ ഗന്ധർവ വീണകൾ പാടുന്ന സംഗീതമേ' എന്നതും 'ദേവാം ഗനെ... ദേവസുന്ദരീ...' എന്നതും ഏറെ ഹിറ്റായത്...

ജോൺസൻ സംഗീതത്തിലായാലും തിളങ്ങിയ പാട്ടുകാരൻ തന്നെ ഉണ്ണിമേനോൻ

'ഏതോ ജന്മ കല്പനയിൽ' (പാളങ്ങൾ).

ഇതിൽ വാണിജയറാമി നൊപ്പം മൂളാൻ മാത്രമെങ്കിലും...

'നീ മനസ്സിൻ താളം നീയെൻ മനസ്സിൻ രാഗം' (ഒന്ന് ചിരിക്കൂ)

'രാഗോദയം മിഴിയിൽ സൂര്യോദയം' (അകലങ്ങളിൽ)

'സാരംഗി മാറിലണിയും ഒരപൂർവ ഗാനമോ' (പാവക്കൂത്ത്)

'സിന്ദൂരം തൂകും ഒരു സായംകാലം' (ശുഭയാത്ര)

രണ്ടായിരത്തിനു ശേഷം അപൂർവം സിനിമകളിലെ ഉണ്ണിമേനോൻ പാടിയിട്ടുള്ളൂ... എങ്കിലും ചില സൂപ്പർ ഗാനങ്ങൾ വല്ലപ്പോഴും പാടാൻ അവസരം ലഭിച്ചിരുന്നു ഇദ്ദേഹത്തിന്. വലിയ ഭാഗ്യം പോലെ അവയൊക്കെ വല്ലാതെ ശ്രദ്ധിക്കപ്പെട്ടുകയും ചെയ്തു..

'ഓംകാരം ശംഖിൽ ചേരുമ്പോൾ'

(വെറുതെ ഒരു ഭാര്യ)

'മഴനീർത്തുള്ളികൾ നിൻ തനുനീർ തുള്ളികൾ' (ബ്യൂട്ടിഫുൾ)

'മരണമെത്തുന്ന നേരത്ത്' (സ്പിരിറ്റ്)

'ചെമ്പനീർ ചുണ്ടിൽ ഞാൻ' (നത്തോലി ഒരു ചെറിയ മീനല്ല)

'തിരുവാവണി രാവ്'

(ജേക്കബിന്റെ സ്വർഗ്ഗ രാജ്യം)

റിലീസാവാത്ത ഒരു സിനിമയിലെ ഗാനവും കാത്തിരിക്കുന്നു. 'ഹരി നാരായണന്റെ രചനയിൽ രഞ്ജിൻ രാജ് സംഗീതം ചെയ്ത കർണ്ണൻ നെപ്പോളിയൻ ഭഗത്സിങ് എന്ന ചിത്രത്തിലെ 'കാതോർത്ത് കാതോർത്ത് ഞാനിരിക്കെ...' എന്നത് കൂടാതെ...

ശ്രീ അനിൽ വി.നാഗേന്ദ്രൻ പുതിയതായി സംവിധാനം ചെയ്യുന്ന 'തീ' എന്ന ചിത്രത്തിലും ഉണ്ണി മേനോൻ പാട്ടുകളുണ്ട്...

ഓളങ്ങൾ താളം തല്ലി വന്ന 1981 ലെ ആ ശബ്ദത്തിന് ഒരിടിവും സംഭവിക്കാതെ 2022 ലും തുടരുന്നു... നാൽപ്പതു വർഷമായി ഞങ്ങൾ നിങ്ങളെ കേട്ടുകൊണ്ടിരിക്കുകയാണ് പ്രിയനേ...

അഭിവാദ്യങ്ങൾ പ്രിയ പാട്ടുകാരന്...

പൊൻവസന്തമാഗമം

അവസരങ്ങൾ കിട്ടാതെ കഴിവുകൾ മുരടിച്ചുപോയ എത്രയെത്ര പേരുണ്ടാവും ഇവിടെ. ഒറിജിനലിനേക്കാൾ ഭംഗിയായി പാടി തെളിയിക്കാൻ കഴിവുള്ളവരുണ്ട്. ആരാലും ശ്രദ്ധിക്കപ്പെടാതെ അങ്ങനെ ഒതുങ്ങിപ്പോയവർ! പണ്ട് കാലത്തൊക്കെ ഭാഗ്യം കൊണ്ടോ, സ്വന്തം കഴിവ് മറ്റുള്ളവരാൽ പ്രോത്സാഹിക്കപ്പെട്ടതു കൊണ്ടോ എത്തപ്പെട്ടവരേറെയും... വളരെ കുറച്ചുപേർക്കേ അതിനുള്ള ഭാഗ്യം സിദ്ധിക്കുന്നുള്ളൂ. കഴിവില്ലാത്തതല്ല പ്രശ്നം. പരിപോഷിപ്പിക്കാനുള്ള അവസരങ്ങൾ ഉണ്ടായിരുന്നില്ല എന്നത് മാത്രം കാരണം...

ഇന്നത്തെ സ്ഥിതി മാറി.ടീവി ചാനലുകളിൽ റിയാലിറ്റി ഷോ പ്രളയം കാരണം കുട്ടികളുടെ കലാവാസനകൾ കൂടുതൽ പ്രദർശിപ്പിക്കപെടുന്നുണ്ട്. മികവുറ്റവർ ഓരോരോ മേഖലകളിലേക്ക് എത്തപ്പെടുന്നുമുണ്ട്. കൂടുതൽ പേർ ഗായകരായി എത്തപ്പെടുമ്പോൾ എല്ലാവർക്കും സിനിമാഫീൽഡിൽ അവസരം കിട്ടിക്കൊള്ളണമെന്നില്ല. അവിടെയും പിന്തള്ളപ്പെടും. മത്സരത്തിന്റെ വേദി തന്നെയാണ് സിനിമാലോകം. ഗായകരായി അവിടെ സ്ഥിരപെടുക എന്നതിന് ശബ്ദസൗകുമാര്യം തന്നെ പ്രധാനം.

ഏഷ്യാനെറ്റിന്റെ വോയിസ് ഓഫ് ദി ഇയർ ആയി തിരഞ്ഞെടുക്കപ്പെട്ട ഒരു ഗായകൻ. ആ ഗായകൻ മലയാള സിനിമയിലേക്കും എത്തപ്പെടുന്നു. ഒരു റിയാലിറ്റി ഷോയിൽ നിന്നും ആദ്യമായി പാട്ടുകാരനായി അരങ്ങേറ്റം. അത് ശ്രീ വിധു പ്രതാപ് എന്ന ഗായകനായിരുന്നു.

1999-ൽ തന്നെ ദേവദാസി എന്ന ചലച്ചിത്രത്തിലൂടെ സൂപ്പർ സംഗീത സംവിധായകനായ ശരത്തിന്റെ അനുഗ്രഹാശിസുകളോടെ

കടന്നുവരാൻ പറ്റി എന്നത് വിധു പ്രതാപിന്റെ ഒരു ഭാഗ്യം. ആദ്യ ചുവടുവെപ്പ് വലിയ പ്രാധ്യാന്യമുള്ളതാണല്ലോ. 'പൊൻവസന്തമാഗമം' എന്ന എസ്.രമേശൻ നായർ ഗാനം.

അർദ്ധ ക്ലാസിക്കൽ രീതിയിൽ ചിട്ടപ്പെടുത്തിയത് ഒരു പതറിച്ചയും ഇല്ലാതെ അതിസുന്ദരമായി ആലപിക്കാൻ കഴിഞ്ഞു വിധുവിന്. അതിന്റെ ഓളം കൊണ്ട് തന്നെയാണ് സിനിമയിൽ തുടരാൻ ഇടയാക്കിയതും എന്ന് സ്പഷ്ടം.

ഏതു തരത്തിലുള്ള ഗാനവും പാടാൻ കഴിയുന്നവരാവണം പാട്ടുകാർ. അത് തുടർന്നുള്ള തന്റെ സംഗീതയാത്രയിൽ ഇദ്ദേഹം തെളിയിച്ചിട്ടുണ്ട്.

നിറം എന്നതിലെ 'ഒരു ചിക് ചിക് ചിക് ചിറകിൽ' ഏറി വന്നു ഒരടിപൊളി ഗാനവുമായി... ശുക്രിയ എന്ന പദം മലയാളം കൊണ്ടാടി.

അധികം കാത്തിരിക്കേണ്ടി വന്നില്ല അവാർഡ് നേടാൻ.

സായാഹ്നം എന്ന ആർ ശരത് ചിത്രം വിജയപ്പട്ടികയിൽ പെടുത്താൻ പറ്റില്ലെങ്കിലും അതിലെ 'കാലമേ കൈക്കൊള്ളുക നീ' എന്ന ഗാനം വിധു പ്രതാപിന് 1999-ൽ തന്നെ മികച്ച ഗായകനുള്ള അവാർഡ് നേടിക്കൊടുത്തു. പക്ഷെ ഈ ഗാനം ഏറെയൊന്നും ശ്രോതാക്കളിൽ എത്തപ്പെട്ടില്ല എന്നത് ദുഖകരം... പ്രഭാവർമ്മയുടെ വരികൾക്ക് പെരുമ്പാവൂർ രവീന്ദ്രനാഥിന്റെ സംഗീതം.

ഒരു ഗായകന്റെ ശബ്ദം എക്കാലവും അതാതുകാലത്തെ ഏതെങ്കിലും നടന്മാരുമായി യോജിച്ചു പോവുന്നതായി അനുഭവപ്പെടാറുണ്ട്. പോപ്പുലർ നടനാണെങ്കിൽ ഗായകനും രക്ഷപ്പെട്ടു. സത്യന്റെ ശബ്ദം ഏറെ സാമ്യമുള്ള തായപ്പോൾ എ.എം.രാജ ശ്രദ്ധിക്കപ്പെട്ടത് ചരിത്രം. അതേപോലെ ദിലീപ്, പ്രിത്വീരാജ് എന്നിവർക്ക് ഏറെ യോജിച്ച ശബ്ദം തന്നെയായിരുന്നു വിധു പ്രതാപിന്റേത്.

'കുഞ്ഞന്റെ പെണ്ണിന് കുഞ്ഞരിപ്രാവിന്റെ' (കുഞ്ഞിക്കൂനൻ)

'വാളെടുത്താലങ്കക്കലി' (മീശ മാധവൻ)

'തരിവളകയ്യാലെന്നെ വിളിച്ചതെന്തിന്' (സദാനന്ദന്റെ സമയം)

എന്നിവ ദിലീപ് ചിത്രങ്ങളിലൂടെ ശ്രദ്ധേയമായി...

വിധുവിന്റെ ശബ്ദം ഏറെ യോജിച്ചത് പ്രിത്വീരാജിനായിരുന്നു എന്ന് തോന്നിയിട്ടുണ്ട്. അതുകൊണ്ടു തന്നെ നല്ല മെലഡികൾ ആ കൂട്ടുകെട്ടിൽ ഉണ്ടാവുകയും ചെയ്തു...

'മഴയുള്ള രാത്രിയിൽ' (കഥ)

'ഒരേ മുഖം കാണാൻ' (നക്ഷത്രക്കണ്ണുള്ള രാജകുമാരി...)

'മറക്കാം എല്ലാം മറക്കാം' (സ്വപ്നക്കൂട്)

'കാറ്റാടിത്തണലും തണലത്തരമതിലും' (ക്ലാസ്സ്മേറ്റ്സ്)

'അരപ്പവൻ പൊന്നുകൊണ്ട് അരയിലൊരേലസ്' (വാസ്തവം)

എന്നിവ പ്രിത്വീരാജിനുവേണ്ടി പാടിയ ഗാനങ്ങളാണ്.

സോളോ പാടിയപ്പോഴൊക്കെ ശ്രദ്ധിക്കപ്പെട്ട ഗാനങ്ങൾ പിറന്നു. കൂടുതലും മറ്റു ഗായകരോടൊപ്പം പാടിയതായിരുന്നു.

എടുത്തുപറയേണ്ടത് ഇവയൊക്കെയാണ്...

'ഗോകുലത്തിൽ താമസിക്കും' (കയ്യെത്തും ദൂരത്ത്)

'സുഖമാണീ നിലാവ്' (നമ്മൾ)

'പറന്നുവന്നൊരു പാട്ടിൽ ഞാനൊരു പരാഗമേഘം കണ്ടു' (സ്വപ്നം കൊണ്ട് തുലാഭാരം)

'വെണ്ണക്കല്ലിൽ നിന്നെ കൊത്തി' (പട്ടാളം)

'പൂങ്കുയിലേ കാർകുഴലീ' (കസ്തൂരിമാൻ)

'ഗുജറാത്തി കാൽത്തള കെട്ടിയ' (പുലിവാൽകല്യാണം)

'കാറ്റ് വെളിയിഡൈ കണ്ണമ്മ' (തന്മാത്ര)

'ചങ്ങാതിക്കൂട്ടം വന്നു' (നോട്ടുബുക്ക്)

'സുന്ദരിയെ ചെമ്പകമലരെ' (പന്തയക്കോഴി)

'ആദിയുഷസന്ധ്യ പൂത്തതിവിടെ' (പഴശ്ശി രാജ)

വിധു പ്രതാപിന്റെ വരവിനുശേഷം ഒട്ടേറെ പുതുഗായകർ മലയാളത്തിൽ അരങ്ങേറി. നന്നായി പാടുന്നവരും, വികലപ്പെടുത്തുന്നവരും ഉണ്ടാവാം. ശബ്ദം ഒരു പ്ലസ് പോയിന്റ് തന്നെയാണ്. അതു കൊണ്ടു തന്നെയാണ് എത്ര പേർ വന്നാലും വിധുവിനുള്ളത് വിധുവിനുതന്നെ കിട്ടുന്നതും... ഇപ്പോൾ മന്ദഗതിയിലായ എല്ലാ സംരംഭങ്ങളും പോലെ സിനിമയും അപ്പോഴും അടങ്ങിയിരിക്കാതെ തന്റെ കഴിവുകളോടെ വിധു പ്രതാപ് എന്ന ഗായകൻ ഒരഭിനേതാവായും ഇവിടെ ഉണ്ട്. സോഷ്യൽ മീഡിയയിൽ സജീവമാണ് അദ്ദേഹം...

എല്ലാവിധ ആശംസകളും നൽകുന്നു പ്രിയ ഗായകന്.

ആകാശഗംഗയുടെ കരയിൽ

ഏത് മഹത്തരമായ കവിതയ്ക്കൊപ്പവും ചേർന്ന് പോവുന്ന വരികളോടെ മലയാള ചലച്ചിത്ര ഗാനങ്ങൾ ഇവിടെ നിലനിന്നിരുന്ന ഒരു കാലം ഉണ്ടായിരുന്നു. വെറും സാമ്പത്തികം മാത്രമായി കണ്ടത് കൊണ്ടായിരിക്കില്ല കവികൾ സിനിമകളിലേക്ക് ചേക്കേറിയതും. സാധാരണക്കാരുടെ മനസ്സുകളിലേക്ക് കവിതകളേക്കാൾ പെട്ടെന്ന് ഉൾച്ചേർന്നു പോവാൻ ഗാനങ്ങൾക്കാവും. അതവർക്കറിയാം. കവിതകൾ നൂറുശതമാനവും സ്വന്തമാണ്. ഭാവനകളെ അതിരിട്ടു നിർത്തുന്ന രീതിയാണ് ചലച്ചിത്രഗാനങ്ങൾക്ക്. തന്നിലുണർന്ന ആശയങ്ങൾക്ക് അതിരില്ലാത്ത പദപ്രയോഗങ്ങളിലൂടെ കവിതകളൂർന്നു വീഴുമ്പോൾ ഒരു സംവിധായകന്റെയോ, തിരക്കഥാകൃത്തിന്റെയോ നിർദേശങ്ങളാൽ വരികൾ സൃഷ്ടിക്കേണ്ടി വരുന്ന പാട്ടെഴുത്തുകാരന്റെ ഭാവനാ വൈഷമ്യങ്ങൾ ചില്ലറയല്ല. എന്നിട്ടും വയലാറിനെ പോലുള്ളവർ കഥാസന്ദർഭങ്ങൾക്കനുസരിച്ചു മാത്രമല്ല ഗാനങ്ങൾ രചിച്ചത്.

സമൂഹമനസാക്ഷിയെ തൊട്ടുണർത്തുന്ന, ജാഗ്രതയോടെ ഭാവിയെ നോക്കിക്കാണാൻ ഉദ്ബോധിപ്പിക്കുന്ന അനേകം ഗാന വിപ്ലവങ്ങൾ ഇവിടെ നടത്തിയിട്ടുണ്ട്. അതൊന്നും കാണാതെ പുച്ഛിക്കുന്ന വരികൾക്ക് ചോട്ടിൽ എഴുതി അഹങ്കരിക്കുന്ന മഹാ കവികൾ ഉള്ള നാടാണ് നമ്മുടേത്... സാധാരണക്കാർ എന്നും അത് മനസ്സിലാക്കിയിട്ടുണ്ട്... തിരിച്ചറിഞ്ഞിട്ടുണ്ട്...

ഭക്തി പ്രസ്ഥാനങ്ങൾ അടക്കം എല്ലാം കടന്നു വന്ന് പോയിട്ടുള്ളതാണ് സിനിമാഗാനങ്ങളിലൂടെ... അവരിൽ നിന്നൊക്കെ ഒരു വിടുതൽ

നേടാൻ, തങ്ങളിലൊരാൾ വന്നു പാടുന്ന ഒരു കാലം എന്നൊക്കെ വിചാരിക്കാൻ... അങ്ങനെ ഒരാൾ വരാൻ പിന്നെയും കാലംവൈകി...

1952 മുതൽ അദ്ദേഹമിവിടെ വന്നിരുന്നെങ്കിലും പഴയ ആ ഈണങ്ങൾക്കൊപ്പം തന്നെ തുടർച്ചയായി...

'കണ്ണും പൂട്ടിയുറങ്ങുക നീയെൻ കണ്ണേ പുന്നാര പൊന്നുമകനെ...'

സ്നേഹസീമയിലെ ഈ ഗാനം ദക്ഷിണാമൂർത്തിയുടെ സംഗീതത്തിൽ ഒരു വിളിച്ചുണർത്തലായി... പാട്ടുകൾ കൂവി തകർക്കുന്ന കാലം... പിന്നെയും കൂടെയുണ്ടെന്നറിയിച്ചുകൊണ്ട് കുടപ്പിറപ്പിലൂടെയും, സീതയിലൂടെയും...

എന്നാലും മണ്ണിന്റെ മണമുള്ള പാട്ടുകൾ ഏറെയൊന്നും വന്നില്ല.

അപ്പോഴാണ് 'പാലാണ് തേനാണ് ഖൽബിലെ പൈങ്കിളിക്ക്' എന്നോതിക്കൊണ്ട് നാട്ടുഭാഷയിൽ ഇദ്ദേഹം വീണ്ടും വന്നുചേർന്നത്...

തമിഴ്നാടിന്റെ തനതു സംഗീതവുമായി നമ്മിലേക്ക് നമ്മളിലൊരാളായി ശ്രീ എ.എം.രാജ വന്നത്...

ഉമ്മയിലെ ഗാനം മലയാള മനസ്സിന്റെ ഓരോ അരികുകളിലും സ്നേഹനോവിന്റെ സ്പർശം അറിയിച്ചുകൊണ്ടിരുന്നു.

സ്നേഹ സമസ്യകൾ പൂരിപ്പിച്ചു കൊണ്ടവൻ പാടി തിമർത്തു... പിന്നെയും...

'എൻ കണ്ണിന്റെ കടവിലടുത്താൽ

കാണുന്ന കൊട്ടാരത്തില്

പ്രാണന്റെ നാട് ഭരിക്കണെ സുൽത്താനുണ്ട്' അവളോടൊപ്പം...

'ദൈവത്തിൻ പുത്രൻ ജനിച്ചു' എന്ന നീലിസാലിയിലെ ഭാസ്കരൻ ഗാനം...

ഉണ്ണിയാർച്ച എന്ന മഹാചിത്രത്തിലൂടെ അന്ന് നിന്നെ കണ്ടതിൽ പിന്നെ അനുരാഗമെന്തെന്നറിഞ്ഞ കാമുക ഭാവത്തിലൂടെ എ.എം. രാജ എന്ന ഗായകൻ തന്റെ മൃദുല ശബ്ദം അറിയിച്ചുകൊണ്ടേയിരുന്നു...

1962 ലെ ഭാര്യ എന്ന ചലച്ചിത്രം തെക്കൻ കേരളത്തിൽ നടന്ന ഒരു ദാരുണ കൊലപാതകത്തിന്റെ കഥ പറഞ്ഞുകൊണ്ടായിരുന്നെങ്കിലും അത് കുടുംബസദസ്സുകളെ ഏറെ ആകർഷിച്ച ഒരു ചിത്രം ആയിരുന്നു. ബന്ധങ്ങളുടെ മഹത്വമറിയുന്ന മലയാളിക്ക് അത് തങ്ങളുടെ വേദനയായിരുന്നു. പാട്ടുകൾ ഏറെ ഹിറ്റുകളായി...

'പെരിയാറെ പെരിയാറേ പർവത നിരയുടെ പനിനീരേ' എന്ന വരികൾ മലയാളി കാത്തിരുന്ന ഗാനമായിരുന്നു. സാധാരണക്കാരന്റെ

മനസ്സിലേക്ക് പാട്ടുകൾ ഊർന്നിറങ്ങി വന്ന ഒരു കാലത്തിന്റെ തുടക്കം...

'മനസമ്മതം തന്നാട്ടെ...'

'ലഹരി ലഹരി ലഹരി' എന്ന ഗാനങ്ങളും എ.എം.രാജയും സുശീലയും, ജിക്കിയും ചേർന്ന് പാടിയവ ആയിരുന്നു...

വടക്കൻ പാട്ടുകളുടെ സിനിമാ മാറ്റങ്ങളുടെ രീതികളിലേക്ക് എ.എം.രാജ ശബ്ദവും അലിഞ്ഞു ചേർന്നു ഉണ്ണിയാർച്ചയിൽ തുടങ്ങി പാലാട്ട് കോമനിലൂടെ അത് തുടർന്ന്.

'ചന്ദനപ്പല്ലക്കിൽ വീട് കാണാൻ വന്ന' ഗാനം ഏറെ ശ്രദ്ധേയമായി...

വയലാർ-ദേവരാജൻ കിടുക്കൻ ഗാനങ്ങളിലൂടെ തന്റെ സഞ്ചാരം തുടർന്നു എ.എം.രാജ...

'പാലാഴി കടവിൽ നീരാട്ടിനിറങ്ങിയ' (കടലമ്മ)

'ആകാശഗംഗയുടെ കരയിൽ' (ഓമനക്കുട്ടൻ)

'ദേവതാരു പൂത്ത നാളൊരു' (മണവാട്ടി)

'വീട്ടിലാരുമില്ലാത്ത നേരത്ത്' (കാത്തിരുന്ന നിക്കാഹ്)

'മാനത്തും ദൈവമില്ല മനസ്സിലും ദൈവമില്ല' (ഓടയിൽ നിന്ന്)

'ഏകാന്ത കാമുകാ നിൻ വഴിത്താരയിൽ' (ദാഹം)

'കാറ്ററിയില്ല കടലറിയില്ല' (ജയിൽ)

'മയിൽപ്പീലി കണ്ണ് കൊണ്ട് ഖൽബിന്റെ കടലാസിൽ' (കാസവൃതട്ടം)

'താഴമ്പൂ മണമുള്ള തണുപ്പുള്ള രാത്രിയിൽ' (അടിമകൾ)

'മാനസേശ്വരി മാപ്പ തരൂ...'

'കിഴക്കേ മലയിലെ വെണ്ണിലാവൊരു ക്രിസ്ത്യാനി പെണ്ണ്' എന്ന ഏറ്റവുമവസാന ഗാനം വരെ വയലാർ ദേവരാജൻ കൂട്ടുകെട്ടിൽ പാടാനവസാരം ലഭിച്ച എന്നത് ഒരു അന്യഭാഷാ ഗായകന്റെ അസുലഭ ഭാഗ്യം...

വടക്കൻ പാട്ടിന്റെ ഈണങ്ങളിലൂടെയും, നാടൻ പാട്ടിന്റെ ചേലിലൂടെയും മലയാളിയെ ഒരു സ്വപ്നാടനത്തിലൂടെ കൊണ്ട് നടന്ന കെ രാഘവന്റെയും കുറച്ചേറെ ഗാനങ്ങൾ പാടാൻ എ.എം.രാജയ്ക്ക് കഴിഞ്ഞു...

നീലിസാലി, ഉണ്ണിയാർച്ച എന്നീ ചിത്രങ്ങളിലൂടെ തുടർന്ന് റബേക്ക എന്ന ഗ്രാമീണ ചൈതന്യം നിറഞ്ഞ ഒരു സിനിമയിലൂടെ വീണ്ടും...

'കിളിവാതിലിൽ മുട്ടി വിളിച്ചത് കിളിയോ, കാറ്റോ' എന്ന വയലാർ ചൊല്ലിൽ കെ രാഘവൻ ഈണം...

ആർ കെ ശേഖറിന്റെ സംഗീതത്തിൽ പഴശ്ശി രാജയിൽ 'ചിറകറ്റു വീണൊരു കൊച്ചുതുമ്പിയായി...'

'മുത്താണെ എന്റെ മുത്താണെ' എന്ന ആയിഷയിലെ ഗാനം...

വളരെ ഏറെയൊന്നും മലയാളത്തിൽ പാടിയിട്ടില്ലെങ്കിലും എല്ലാം ഓർത്തുവെക്കേണ്ടതായിട്ടുള്ളതായിരുന്നു...

'അക്കരക്കുണ്ടോ അക്കരക്കുണ്ടോ' (ഇണപ്രാവുകൾ)

'കണ്മണി നീയെൻ കരം പിടിച്ചാൽ' (കുപ്പിവള)

'നന്ദനവനിയിൽ പഞ്ചമി നാളിൽ' (കളിത്തോഴൻ)

'ചന്ദ്രികയിലലിയുന്നു ചന്ദ്രകാന്തം' (ഭാര്യമാർ സൂക്ഷിക്കുക)

'കാട്ടുചെമ്പകം പൂത്തുലയുമ്പോൾ' (വെളുത്ത കത്രീന)

ഇവയൊക്കെ അവസാന നാളുകളിലെ അനശ്വര ഗാനങ്ങളാണ്.

അവിചാരിതമായി മരണം വലിച്ചെടുത്തു കൊണ്ടുപോയപ്പോൾ അനാഥമായിപ്പോയി കുറെയേറെ ഗാനങ്ങൾ... എന്നാൽ മലയാളി മനസ്സ് അതെല്ലാം ഏറ്റെടുത്ത് തന്റേതെന്ന് തന്റേതെന്ന് മനസ്സിൽ ചൊല്ലി കൊണ്ടേയിരുന്നു... ചൊല്ലിയവർ ഒഴിഞ്ഞുപോയപ്പോൾ പിന്നീട് വന്നവരും അതേറ്റെടുത്തു... നമ്മുടേത് മാത്രമായ ഈ ഗാനങ്ങളെ ദിവസത്തിൽ ഒരിക്കലെങ്കിലും മൂളാത്തവരുണ്ടോ?

ചന്ദ്രകാന്തം

ഇന്നും സംഗീതരംഗത്തെ റെക്കാർഡ് നിലനിർത്തിക്കൊണ്ട് ദേവരാഗപ്രഭുവിന്റെ ജന്മദിനം. പതിനഞ്ചു വർഷം മുൻപ് അന്തരിച്ച ആ മഹാസംഗീതജ്ഞൻ നമ്മെ ഏൽപ്പിച്ചുപോയ പാട്ടുകളുടെ മഹാനിധി! എത്രനാളും ഉപയോഗിച്ചാലും തീരാത്തത്.

വീണ്ടും കുമിഞ്ഞു കൂടുന്നത്. വർണ്ണപ്രഭയാർന്ന ഒരു കാലത്തെ ഓർമ്മിപ്പിക്കുന്നത്. എഴുതാൻ തുനിഞ്ഞാൽ ഒരു ലേഖനത്തിലൊന്നും തൊട്ടുപോലും പോവാൻ കഴിയാത്തത്. ഒരു പുസ്തകമായി തന്നെ എഴുതിത്തീർക്കണം. കുറഞ്ഞളവിൽ ഇദ്ദേഹത്തെ പറ്റി എന്ത് പറയാനാവും എങ്കിലും ചില അതീവ ഇഷ്ടങ്ങളിലൂടെ ഒന്ന് കടന്നു പോവാം... അല്ലേ?

ഇഷ്ടപ്പെട്ടവ തിരഞ്ഞെടുക്കാൻ പറഞ്ഞാൽ കുഴങ്ങും... പത്തിലും, നൂറിലും തീരില്ല. എല്ലാം ഇഷ്ടം എന്ന് മനസ്സമർത്തി പറഞ്ഞു പിന്മാറേണ്ടിവരും. എന്നിരുന്നാലും അത്രേക്കേറെ നമ്മുടെ ജീവിതത്തിലും വരെ സ്പർശിച്ചുപോയ ചിലവയിലൂടെ...

ഒരു പത്ത് പ്രിയ ഗാനങ്ങൾ തിരഞ്ഞെടുക്കുന്നു.ആ ഗാനങ്ങൾ കേൾക്കുമ്പോൾ മനുഷ്യനായി ജന്മമെടുത്തതിൽ തലകുനിച്ച് നന്ദി രേഖപ്പെടുത്തിപ്പോവും...

തുടക്ക കാലങ്ങളിലെ ഗാനങ്ങൾ കഴിഞ്ഞാൽ ഉള്ള ഗാനങ്ങൾ ആണ് ഏറെയിഷ്ടം... ദേവരാജൻ എന്ന സംഗീതജ്ഞനെ കുറിച്ച് പറയുമ്പോൾ വയലാറിനെ ചേർക്കാതെ എങ്ങിനെ! ദേവരാജന്റെ തൊണ്ണൂറു ശതമാനം നല്ല ഗാനങ്ങളും എഴുതിയത് വയലാർ രാമവർമ്മയാണ്. ആ

ക്കുട്ടകെട്ടിന്റെ മനോഹാരിത അനുഭവിച്ച കാലം ഇന്നും തെളിമയോടെ തന്നെ!

പ്രണയത്തിന്റെ മാസ്മരികതയുടെ പൂർണ്ണനിലാവുദിച്ച കാലങ്ങൾ... ഏറെ ഇഷ്ടപ്പെട്ട ഒരു പ്രണയഗാനമുണ്ട്. ആ ഗാനത്തിൽ എല്ലാമുണ്ട്. പ്രണയത്തിന്റെ എല്ലാ വശങ്ങളും. വിരഹവും വരെ അതിൽ ചാലിച്ചിട്ടുണ്ട്...

'ഹിമവാഹിനീ ഹൃദയഹാരിണീ
നിനക്കോ എന്റെ പ്രിയമുള്ളവൾക്കോ
മാദക സൗന്ദര്യം...'

ഇതെഴുതാൻ വയലാർ തന്നെ വേണം... ഒന്നാമത്തെ പ്രിയഗാനമായി ഇതിനെ ചേർക്കാം...

ഇഷ്ടഗാനങ്ങൾ എല്ലാം തന്നെ പ്രണയത്തിൽ പൂത്തുലഞ്ഞവ ആയിരിക്കാം... എന്നാലും...

'ഉത്തരായണ കിളി പാടി
ഉന്മാദിനിയെ പോലെ...'
മറ്റൊരു പ്രിയ ഗാനം...
'ഇന്ദ്രനീല യവനിക ഞൊറിഞ്ഞു
ചന്ദ്രലേഖ മണിയറ തുറന്നു'
'കള്ളിപ്പാലകൾ പൂത്തു
കാടൊരു വെള്ളിപൂക്കട തീർത്തു.'

ഇവയൊക്കെ പ്രണയ പാരവശ്യത്തിന്റെ സംഗീത നിർമ്മിതികൾ

വിരഹത്തിന്റെ മറ്റൊരു വശം ഉണ്ട്. തളർന്നവശയാവുന്ന പ്രണയിനിയുടെ ഭാവങ്ങൾ...

'പ്രിയസഖി ഗംഗേ പറയൂ
പ്രിയമാനസനെവിടെ.'

പ്രകൃതിയിലെ സകലതിനോടും പ്രിയനേ കണ്ടോ എന്ന് ചോദിപ്പിക്കുന്ന വിവശത...

പക്വതയാർന്ന ചില പ്രണയങ്ങൾ ഉണ്ട്... അതിങ്ങനെ പാടിയേക്കും...

'അമ്പലപ്പറമ്പിലെ ആരാമത്തിലെ
ചെമ്പരത്തിപ്പൂവേ.'

പ്രണയിനിയുടെ ദാഹത്തിലും ഉണ്ട് ചില കുതിച്ചു ചാട്ടങ്ങൾ.

'പൂന്തേനരുവീ പൊന്മുടി പുഴയുടെ അനുജത്തീ' എന്ന തരത്തിലും ഇളകിയാട്ടം...

വയലാർ കഴിഞ്ഞാൽ പിന്നെ...

‘എന്റെ വീണ കമ്പിയെല്ലാം
വിലക്കെട്ടുത്തു,
അവരെന്റെ കയ്യിൽ പൂട്ടുവാനൊരു
വിലങ്ങു തീർത്തു’

എന്ന പി.ഭാസ്കരൻ ഗാനം മനസ്സിലെത്തും...

‘പൊന്നിൽ കുളിച്ച രാത്രി
പുളകം വിരിഞ്ഞ രാത്രി’

അത്രയേറെ വിവരിച്ച കൊണ്ട് യൂസഫലി കേച്ചേരിയും...

‘രാക്കുയിലിൻ രാഗസദസ്സിൽ
രാഗമാലിക മാധുരി’

എന്ന് അകമഴിഞ്ഞ് പ്രശംസിച്ച കൊണ്ട് ശ്രീകുമാരൻ തമ്പിയും...

‘അരികിൽ നീ ഉണ്ടായിരുന്നെങ്കിൽ
എന്ന് ഞാൻ ഒരു മാത്ര വെറുതെ
നിനച്ചു പോയി’

എന്ന സൗമ്യ പ്രണയവുമായി ശ്രീ ഓ എൻ വി കുറുപ്പും...

തീർന്നില്ല. തീരുകയുമില്ല.

‘കായാമ്പൂ കണ്ണിൽ വിടരും’
‘തങ്കത്തളികയിൽ’
‘ചക്രവർത്തിനീ...’
‘മധുചന്ദ്രികയുടെ...’
‘യാമിനി യാമിനി.’
‘ശ്രാവണ ചന്ദ്രിക പൂ ചൂടിച്ച്’
‘കണ്ണാ ആരോമലുണ്ണീ കണ്ണാ...’
‘കാദംബരി പുഷപസദസ്സിൽ’
‘വെണ്ണതോൽക്കുമുടലോടെ’
‘കൃഷ്ണപക്ഷക്കിളി ചിലച്ചു...’
‘മലയാള ഭാഷതൻ...’
‘മാനത്തു കണ്ണികൾ...’

എഴുതിയാലെവിടെ തീരാൻ... ഇഷ്ടപെട്ട പത്തു ഗാനങ്ങൾ അതെന്റെ ചോയ്സ് മാത്രം... വിയോജിപ്പകൾ ഉണ്ടാവാം... എന്നാൽ അതിലും തീരുന്നില്ലല്ലോ ഇഷ്ടങ്ങൾ... പിന്നെയും കിടക്കുകയാണ്.. കേട്ട് കേട്ട് മതി വരില്ല...

പ്രണാമങ്ങൾ...

www.ingramcontent.com/pod-product-compliance
Lightning Source LLC
LaVergne TN
LVHW100806051026
849519LV00006B/1991
* 9 7 8 9 3 5 5 1 7 3 2 8 7 *